பாவங்களும் அப்பாவிகளும்

பாவங்களும் அப்பாவிகளும்

முடவன் குட்டி முகம்மது அலி (பி. 1953)
மொழிபெயர்ப்பாளர்

இயற்பெயர் மு.கா. முகம்மது அலி. சொந்த ஊர் கடையநல்லூர். தாயார்: நாகூர் மீறாள். தந்தை: காதர் நாகூர்.

பெங்களூர் பிஎஸ்என்எல் நிறுவனத்தில் வேலை செய்தார். பணி ஓய்விற்குப் பின்னர் சொந்த ஊரான கடையநல்லூரில் வசிக்கிறார். 'முடவன்குட்டி' என்ற புனைபெயரில் கவிதை, சிறுகதை என எப்போதாவது எழுதுவதுண்டு. அவை *திண்ணை, சமரசம், உயிர்எழுத்து* ஆகிய பத்திரிகைகளில் வெளிவந்துள்ளன.

மனைவி: தாமரை. மகன்: முகம்மது கஸ்ஸாலி.

மின்னஞ்சல்: thamaraiali@gmail.com

முடவன் குட்டி முகம்மது அலியின் பிற மொழிபெயர்ப்பு நூல்கள்
[காலச்சுவடு வெளியீடுகள்]

- வாழும் நல்லிணக்கம் (கட்டுரைகள்) – சபா நக்வி (2015)
- சாதுவான பாரம்பரியம் (ஃபின்னிஷ் நாவல்) – ஃப்ரான்ஸ் எமில் சீலன்பா (2017)
- இந்திரா காந்தி: இயற்கையோடு இயைந்த வாழ்வு (வாழ்க்கை வரலாறு) – ஜெய்ராம் ரமேஷ் (2019)
- இஸ்தான்புல்: நிலவறைக் கைதிகளின் நினைவுக் குறிப்புகள் (துருக்கி நாவல்) – புர்ஹான் ஸென்மெஸ் (2022)

புர்ஹான் ஸென்மெஸ்

பாவங்களும் அப்பாவிகளும்

ஆங்கிலத்திலிருந்து தமிழில்
முடவன் குட்டி முகம்மது அலி

காலச்சுவடு பதிப்பகம்

● **அன்பார்ந்த வாசகருக்கு,**

வணக்கம்.

காலச்சுவடு நூலை வாங்கியமைக்கு நன்றி.

நூலின் உள்ளடக்கம், உருவாக்கம், அட்டைப்படம் இன்ன பிற அம்சங்கள் பற்றிய உங்கள் கருத்துகளையும் ஆலோசனைகளையும் காலச்சுவடு வரவேற்கிறது. தகவல், எழுத்து, வாக்கியப் பிழைகள் தென்பட்டால் கட்டாயம் தெரிவித்து உதவுங்கள். நூல் தயாரிப்பில் கடும் குறைபாடு இருப்பின் மாற்றுப் பிரதி உங்களுக்குக் கிடைக்கக் காலச்சுவடு ஏற்பாடு செய்யும்.

***மின்னஞ்சல்:* publisher@kalachuvadu.com**

காலச்சுவடு நாகர்கோவில் தலைமையகத்துக்கும் கடிதம் அனுப்பலாம்.

தங்கள்
எஸ்.ஆர். சுந்தரம் (கண்ணன்)
பதிப்பாளர் — நிர்வாக இயக்குநர்

MASUMLAR

© BURHAN SÖNMEZ - KALEM AGENCY
All rights reserved

பாவங்களும் அப்பாவிகளும் ❖ துருக்கி நாவல் ❖ ஆசிரியர்: புர்ஹான் ஸென்மெஸ் ❖ ஆங்கிலத்தில்: ஊமிட் ஹூசைன் ❖ ஆங்கிலத்திலிருந்து தமிழில்: முடவன் குட்டி முகம்மது அலி ❖ முதல் பதிப்பு: டிசம்பர் 2022 ❖ வெளியீடு: காலச்சுவடு, 669, கே.பி. சாலை, நாகர்கோவில் 629001

காலச்சுவடு பதிப்பக வெளியீடு: 1121

paavankaLum appaavikaLum ❖ Tamil Translation of Turkish Novel ❖ Author: Burhan Sonmez ❖ Oomit Hussain (English) ❖ Tamil Translation from English by Mudavan Kutty Mohammed Ali ❖ Language: Tamil ❖ First Edition: December 2022 ❖ Size: Royal ❖ Paper: 18.6 kg maplitho ❖ Pages: 176

Published by Kalachuvadu, 669, K.P. Road, Nagercoil 629001, India ❖ Phone: 91-4652-278525 ❖ e-mail: publications@kalachuvadu.com ❖ Printed at Compuprint Premier Design House, Chennai 600086

ISBN: 978-93-5523-217-5

பாட்டி கேவே – க்காக

பொருளடக்கம்

நன்றி 11

ஃபெர்மென்
இழந்த நட்சத்திரம் 13

ஃபெரூஸ்ஸா
மேற்கு முனை 21

கேவே
தரிசு நிலத்தின் பாடல் 33

அஸீத்தா
புனித ஆப்பிள் மரம் 41

முதியவன் இஸ்மாயில்
இருளில் தங்களின் பாதையைத் தேடுபவர்கள் 63

விட்கன்ஸ்டெய்ன்
அனைத்து ஆன்மாக்களின் சாலை 71

சிறுவன் முகம்மது
ரோஜா மலர் போல் வடிவமைக்கப்பட்ட கண்ணாடி 86

ப்ரூக்
பழத்தோட்டம் 92

கரடி தாக்கி முகம் சிதைந்த பெண்மணி
அப்பாவிகளின் சுமை 104

ப்ரானி டாவோ
குளிர்காலத் தொடக்கம் 110

டெனெஸ்
கண்ணாடிகளின் பூமி 121

ஸ்டெல்லா
    வெண்ணிறச் சட்டை   129

புகைப்படம் எடுக்கும் டாட்டர்
    போரில் எஞ்சியவை   142

ஓ'ஹாரா
    கவிதைக் கலை   148

ஹுக்கோ
    மக்களே மக்களுக்குப் பாதுகாப்பு   159

அவள்
    வாழ்வின் மரம்   164

நன்றி

இந்த நூலை மொழிபெயர்க்கும் வாய்ப்பினை ஏற்படுத்தித் தந்த காலச்சுவடு கண்ணன்,

மூலப்பிரதியுடன் என் மொழிபெயர்ப்பை ஒப்பிட்டுத் திருத்தங்கள் செய்து செம்மைப்படுத்திய அரவிந்தன்,

நூலின் மிகச் சிக்கலான வாக்கியங்களைச் சரியாக மொழிபெயர்ப்பதில் பேருதவி புரிந்த கவிஞர் அபி,

காலச்சுவடு அலுவலகத்தில் பணிபுரியும் களந்தை பீர்முகம்மது, கலா, மஞ்சு, ஜெபா, மணிகண்டன்

ஆகிய அனைவருக்கும் நன்றி.

கடையநல்லூர் **முடவன் குட்டி முகம்மது அலி**
10.10.2022 மொழிபெயர்ப்பாளர்

1

ஃபெர்மென்

இழந்த நட்சத்திரம்

என் தாய் நாடே எனது குழந்தைப் பருவம்; பெரியவனாக வளர வளர என் குழந்தைப் பருவத்திலிருந்து விலக ஆரம்பித்தேன். எவ்வளவு தூரம் விலகினேனோ அவ்வளவு பெரியதாகக் குழந்தைப் பருவம் என்னுள் வளர்ந்தது. அந்தக் காலத்தில் ஹேம்னா சமவெளி பற்றிய ரகசியங்கள் அனைத்தையும் தர்வீஸைப் போலப் பதுக்கி வைத்திருந்த ஹாட்டிஃப் மாமா, வீட்டிலுள்ளவர்கள் கண் விழிப்பதற்கும் முன்பே வசந்த காலக் காலைப் பொழுதில் வீட்டில் வந்திறங்குவார். செய்தி கேட்பதற்காக ரேடியோவைத் திருப்புவதற்கு முன் ஊரில் நடந்த கொலைகள், காதலர்களுடன் ஓடிப் போவதற்காகக் கணவன்மாரை விட்டுவிட்ட மனைவியர், புதிதாக அனாதைகளாகிவிட்ட சிறுவர்கள் முதலிய சமீபத்திய செய்திகள் அனைத்தையும் என் அம்மாவிடம் கூறுவார். அவரைப் பொறுத்தவரை வாழ்க்கை என்பது நீருள் மூழ்கிய பாலங்களைக் கடக்கும் கடினமான சாலை. என் படுக்கைக்கு அருகே நின்றவாறு கைத் துப்பாக்கி, ஜெபமாலை, சிகரெட் லைட்டர் முதலியவை திணித்துவைக்கப்பட்டிருந்த தோள்ப் பையிலிருந்து புகையிலை டப்பாவை வெளியே எடுத்துப் புகையிலையை ஒரு தாளில் சிகரெட்டாகச் சுருட்டுவார். மண்ணின் கீறல்கள் போல் அவரின் கை விரல்களில் கோடுகள் இருந்தன. பூப்போட்ட கிளாசில் அவர் தேநீர் குடிக்கையில் ரேடியோவிற்கு உள்ளேயிருந்து வரும் சத்தம் ஞாபகத்திற்கு வரும். சென்ற கோடையில் அவர் இங்கு வந்தபோது ஒரு கதையின் பாதியையே என்னிடம் கூறியிருந்தார். முழுக் கதையையும் அறிந்துகொள்ளும் ஆர்வம் எனக்கிருந்தது. ஒரு வாரம்தான் அவர் இருப்பார், பின்னர் தூரத்திலுள்ள

---

1. எளிமை, வறுமை சிக்கனத்தை உறுதியாகப் பின்பற்றும் முஸ்லிம் துறவி.

இடங்களுக்குச் சென்றுவிடுவார் என்பதும் திடீரென ஞாபகம் வந்தது. அவரைப் பிரியும்போது மனத்தில் வரும் துயரம், வளர்ந்து பெரியவனாகும்வரை என் நினைவில் ஊடாடியவாறு இருந்தது. இது எனது அம்மாவிடமிருந்து எனக்கு வந்து சேர்ந்த பரம்பரைச் சொத்து.

மெலிந்த தனது கைகளால் என் தலையை மாமா கோதுவார். எனக்கு இது மிகவும் பிடிக்கும்.

ஃபெர்மெனின் கிராமியப் பாடல்களை மாமாவிடம் அம்மா பாடுவாள். எங்கள் சிறிய கிராமத்தில் இறந்துபோயிருந்த மூத்தோர்களைப் பற்றிய பாடல்களை அம்மா பாடுவாள். அவை அனைத்தையும் கேட்டவாறு கடந்த கால நினைவுகளை மாமா அசை போடுவார்.

நான் பிறப்பதற்குப் பல ஆண்டுகளுக்கும் முன்னரே பயந்த சுபாவமுடைய அஷ்யா என்ற பெண்ணிடம் தன் மனத்தைப் பறி கொடுத்திருந்தான் ஃபெர்மென். ராணுவப் பணியிலிருந்து திரும்பியவுடன் அந்தப் பெண்ணை மணம் முடிக்கும் வேண்டுகோளுடன் ஊர்ப் பெரியவர்களைப் பெண் வீட்டிற்கு அனுப்பினான். பெண்ணின் சகோதரர்கள் இந்தத் திருமணத்தைக் கடுமையாக எதிர்த்தார்கள். பெண் கேட்டு வந்த ஊர்ப் பெரியவர்களையும் அவமதித்தார்கள். மோசமான இந்தச் செய்தியைக் கேள்வியுற்றதும் ராணுவப் பணியில் இருந்தபோது கடலில் நடந்த ஒரு சம்பவம் ஃபெர்மெனின் நினைவுக்கு வந்தது. தொடர்ந்து மூன்று நாட்களாய் எங்கேயும் நகராமல் கடலிலேயே கப்பல் நின்றது. அந்தச் சமயங்களில் பரந்த புல்வெளியில் வசிப்போரிடம் பொதுவாகக் காணப்படும் மரண பயம் ஃபெர்மெனையும் தொற்றிக்கொண்டது. அந்தப் பயம் தனது சொந்தக் கிராமத்திலேயே இப்போது நிஜமாகவிருந்ததை உணர்ந்த ஃபெர்மென் அஷ்யாவைக் கடத்திச் செல்வதென முடிவு செய்தான். ஆனால் மேயச் சென்ற பசு மறுநாள் வீடு திரும்பவில்லை. செத்துப்போன அதன் சடலம் ஓடையில் கிடந்ததைச் சிலர் பார்த்தார்கள். மறுநாள் இரவில் கதிரடிக்கும் இடத்திலிருந்த வைக்கோல் போர் பற்றி எரிந்து இருபது ஆடுகள் காணாமல் போயின. ஒருநாள் காலை கத்திக் காயங்களுடன் தனது நாய் செத்துக்கிடந்ததையும், வெட்டப்பட்ட அதன் வால் வீட்டின் மேற் கூரையில் எறியப்பட்டிருந்ததையும் கண்ட ஃபெர்மென் அடுத்து வருவது தனது முறை என்பதை உணர்ந்தான்.

வளரிளம் பருவத்துப் பையன்கள் ஏதோ ஒருவகைப் பகை உணர்வை மனத்தில் வைத்து அதனை ரசித்து மகிழ்வதுண்டு. அஷ்யாவின் இரு சகோதரர்களுக்கும் அத்தகைய பகை உணர்வு ஃபெர்மென்மீது இருந்தது. அவர்களே மறந்துபோய்விட்ட ஒரு அற்பச் சச்சரவையும் தீவிரமாக எடுத்து ஃபெர்மெனின் தொடர்பைத் தவிர்த்தார்கள். அந்தப் போக்கிரி மட்டும் அவர்களின் சகோதரிமீது கண் வைக்காதிருந்தால் சாதாரண இந்த விரோதம் எப்போதைக்குமாகத் தொடர்ந்திராது; கசப்புணர்வு கடுமையாகி அச்சுறுத்தல்கள், கொலை வெறி என வளர்ந்துமிராது. ரத்தம் குடிக்க எப்போதுமே தயாராக இருக்கும் கவுரவம் என்னும் வாள் ஒவ்வொருவரின் நெஞ்சிலும் ஒளிந்திருந்தது. ஆண்டாண்டுகளாக ஃபெர்மென் மீதான கனவுகளில் நம்பிக்கையைக் கட்டி எழுப்பியிருந்த அஷ்யா, கிணற்றில் விழுந்த குழந்தையைப்போல நிராசையான நிலையில் இருந்தாள்.

குளிர்காலக் கடைசியில் பூமியைப் பனி மூடியிருந்தது. ஃபெர்மென் இப்போது பகலில் தூங்கினான், இரவில் தன் வீட்டிற்கு முன்னால் பாறைகளுக்கிடையே ஒளிந்துகொண்டான். அஷ்யா, சகோதரர்களின் அடுத்த தாக்குதலுக்குத் தயாராக இருந்தான்.

ஒருநாள் இரவு அஷ்யாவின் வீடு இருந்த திசையிலிருந்து இரண்டு இளைஞர்கள் வந்துகொண்டிருந்ததை அவன் பார்த்தான். ஒருவன் கைத்துப்பாக்கியைக் கையில் வைத்திருந்தான். தன்னைக் கொல்லவே அவர்கள் வந்துகொண்டிருப்பதாக ஃபெர்மென் உறுதியாக நினைத்தான். இருவரில் உயரமாக இருந்தவனை முதலிலும் இன்னொருவரை அடுத்ததாகவும் தன் துப்பாக்கியால் சுட்டான். இதுபோன்ற நிகழ்வைச் சொல்லும் நாட்டுப் புறப் பாடல் ஒன்று என் தந்தைக்குத் தெரியும். அந்தச் சமயங்களில், கிராமத்துப் புராணக் கதை சொல்வோரின் அருமையான குரலைப் போல் தனது குரலும் இருக்க வேண்டும் என்று முயற்சி செய்வார், தந்தையின் அந்தக் கதைப் பாடலில் ஓர் இளைஞன் தான் காதலித்த இளம் பெண்ணின் குடும்பத்தினருடன் சண்டையிட்டு அவளுடைய ஆறு சகோதரர்களில் ஒருவனை மட்டும் உயிரோடு விட்டுவிட்டு மீதமுள்ள அனைவரையும் கொல்வான். பின்னர் கேஜெ என்ற தன் காதலியை மணமுடித்து மகிழ்ச்சியாக வாழ்வான்.

அதிக மக்கள் தொகை கொண்ட நகரங்களில் வாழ்ந்திருக்கிறேன், பெரிய கல்வி நிலையங்களில் கல்வி பயின்றிருக்கிறேன், வெளிநாடுகளுக்குப் பயணம் செய்திருக்கிறேன். இவ்விதமாக வாழ்ந்த நாட்களில், காதலித்த பெண்ணின் சகோதரர்களைக் கொல்வதற்குச் சிறிதும் தயங்காத காதலனைப் பற்றிய நாட்டுப்புறப் பாடல்களைச் சலிப்பே இல்லாமல் கேட்பதுண்டு. இப்போது எனக்கு இது வினோதமாகத் தோன்றுகிறது. இவ்விதமாகப் பாடல்களைக் கேட்கும் ஒவ்வொரு முறையும் மரபின் அரவணைப்பில் ஏதோ வானத்து நட்சத்திரங்களை அடைந்தாற் போன்ற நிறைவில் அப்படியே உறங்கிவிடுவேன். ஆனால் ஃபெர்மென் உறங்கவில்லை. அந்த இரவு மட்டுமல்ல. அதன் பின் வந்த எந்த இரவிலும் அவன் உறங்கவில்லை. துப்பாக்கிச் சத்தம் கேட்டதும் எழுந்தோடிய ஒவ்வொருவருடனும் அவனும் ஓடினான். சுடப்பட்டுத் தரையில் கிடந்த இரண்டுபேரும் தன் சொந்தச் சகோதரர்களே என்பதைக் கண்டான். அந்தக் கணத்திலேயே புத்தி பேதலித்து நாயைப் போல் ஊளையிட்டவாறு இருளில் மறைந்தான் என நேரில் கண்ட சாட்சிகள் சொன்னார்கள்.

ஃபெர்மெனின் இரண்டு தம்பிகள் ஹேம்னாவுக்குப் படிக்கச் சென்றார்கள். அவர்களைத் தவிர அவனுக்கெனக் குடும்பம் எதுவுமில்லை. கிராமத்திலேயே முதன்முதலாகப் பள்ளிக்கூடம் சென்ற தம்பிகளின் அண்ணனாகத் தான் இருந்ததில் அவனுக்குப் பெருமிதம் இருந்தது. அவர்களின் எதிர்காலத்தைக் கனவுகாணத் தொடங்கினான். திடீரென ஒருநாள் இரவில் தன் கண் முன்னே அவர்கள் நிற்பார்கள் என்று அவன் எதிர்பார்க்கவில்லை. பள்ளி விடுமுறையின் முதல் நாள், குதிரை வண்டியில் பாதித் தூரம் வந்திருந்த ஃபெர்மெனின் தம்பிகள் குதிரை வண்டியின் சொந்தக்காரன் வீட்டிலேயே ஓர் இரவைக் கழித்தார்கள்.

பசித்த ஓநாய்களிடமிருந்து தங்களைப் பாதுகாத்துக்கொள்வதற்காக அண்ணன் கொடுத்திருந்த கைத்துப்பாக்கியுடன் அவனைப் பார்க்கத் தங்களின் வீட்டிற்கு மறுநாள் புறப்பட்டார்கள். நாள் முழுக்க நடந்து வந்திருந்த அவர்கள் கடுமையான குளிரால் மயங்கிவிழ இருந்தபோது, தங்களின் அண்ணனாலேயே சுடப்பட்டு விழுந்தார்கள்.

காழ்ப்புணர்வு கொண்ட அஷ்யாவின் சகோதரர்களும் ஃபெர்மெனின் சகோதரர்களும் முன்பே இறந்திருந்தார்கள். அவர்களைப் பற்றி யாரும் எதுவும் பேசுவதில்லை. பெயரில்லாத கல்லறை நினைவுச் சின்னங்களைப் போல எந்த முக்கியத்துவமும் இல்லாமல் அவர்களைப் பற்றி எப்போதாவது பேசிக்கொள்வார்கள். அஷ்யாவின் சகோதரர்கள் – ஃபெர்மென் தொடர்பான சம்பவத்தின் முக்கியக் கதாபாத்திரங்களே அவர்கள்தாம் என்பதை யாராலும் ஏற்றுக்கொள்ள முடியாதபடி அவர்களின் பேச்சு இருக்கும்.

குகைகளிலும் பள்ளத் தாக்குகளிலும் மலையடிவாரங்களிலும் பல ஆண்டுகள் ஃபெர்மென் வாழ்ந்தான். இருட்டில் உறங்க அஞ்சினான். சிறு வயதில் பார்த்திருந்த காயமடைந்த போர்வீரர்களைவிடவும் கடுமையான வலியில் அழுதான். ஒப்பாரிப் பாடல்களைத் துயரத்துடன் பாடினான். மிருதுவான தொனியில் பேசும் கவிஞனான அஷ்யாவின் ஃபெர்மென் வேதனைதாளாமல் சவப்பெட்டிகளைத் தேடிச் சென்று இரவில் புலம்பி அழுதான். அன்பிற்கினிய காதலியிடமிருந்து பிரிக்கப்பட்டது மட்டுமல்லாமல் தனது சகோதரர்களின் ரத்தமும் அவன் கைகளில் படிந்திருந்தது. எல்லாவற்றுக்கும் மேலாக மரணத்தை விடவும் அதிகமாக நாம் அனைவரும் அஞ்சும் அழிக்க முடியாத விதி அவன் கழுத்தில் தொங்கியவாறிருந்தது. “எங்கே சூரியன் உதிக்கிறான் / எங்கே மறைகிறான் என்று எனக்குத் தெரியாது” எனத் தனது ஒப்பாரிப் பாடலில் வருந்தி அழுதான்.

காதல் பித்துப் பிடித்து வெகுதூரத்திலுள்ள வாழ்வின் கரையோரம் வீசி எறியப்படுபவர்களை மஜ்னு என்று விவரிப்பார்கள். காதலில் பித்துப் பிடித்துப் புத்தி பேதலித்தவனாய்ப் பாலைவனத்தில் வாழ்வை முடித்தவன் லைலாவின் மஜ்னு[2] எனில் காதல், சாவு என்ற இரண்டு பிசாசுகளுக்கும் பலியான ஃபெர்மென் இரண்டு (முறை) மஜ்னு ஆவான். மலைகள், பள்ளங்கள், மனித சஞ்சாரமற்ற இடங்கள் எனச் சமவெளியின் அனைத்துப் பகுதிகளும் ஃபெர்மெனுக்குப் பரிச்சயமாயின. இரவு நேரங்களில் அலைந்தான். மன இறுக்கம் தளர்ந்த அதிகாலையில் சிறிது உறங்கினான். வலி தணிய வேண்டுமென வானத்து நட்சத்திரங்களைப் பார்த்தவனாகப் பிரார்த்தித்தான். ஃபெர்மென் ஒருபோதும் புனிதராக இருந்ததில்லை. புத்தி பேதலித்துச் சமவெளிக்கு வந்தபோதும் அத்தகைய எண்ணங்கள் அவனுக்கு வரவில்லை. காதலும் சாவும் அவனைப் பிடித்து

2. லைலாவும் மஜ்னுவும்: மஜ்னு என்ற உண்மையான மனிதனின் கதையை அடிப்படையாகக் கொண்டு எழுதப்பட்ட அரேபிய கிளாசிக் கதையாகும். லைலாவின் மீது காதல் கொண்டான் மஜ்னு. லைலாவைத் திருமணம் செய்துகொள்ளக் கூடாதென அவளின் தந்தை தடுத்தார். அதனால் மஜ்னு பைத்தியமானான். மஜ்னு என்றால் பைத்தியக்காரன் என்று பொருள்.

ஆட்டின. இந்தப் பிசாசுகளுடனேயே தனக்குள் வாழ்ந்தான். தனது இருளில் சாவை எதிர்நோக்கியவனாக இருந்தான். கவி கூறியது போல:

இரவும் பகலும் வருந்தி வேலை செய்கிறாய்,
அதனால்
வாழ்வைப் படைத்தவன் நானே என்பதாக நீ கற்பனை செய்கிறாயா?
காலம் புழுதியாய் மாற்றிய மனிதர்களின் கதைகளை உற்றுக் கேள்,
அனைவரையும் ஆளுவது விதிதான்,
ஒவ்வொரு கதவையும் திறப்பதும்
தன் போக்கில் அவற்றைச் சாத்துவதும்
அதுதான்.

ஒரு கோடை நாளில் மங்கல் மலையின் கிழக்குப் பகுதியைக் கடந்து சென்றுகொண்டிருந்தபோது ஒரு பாறைக்குப் பின்னால் ஃபெர்மென் உறங்கிக்கொண்டிருந்ததைப் புகைப்படம் எடுக்கும் டாட்டர் பார்த்தான். ஃபெர்மெனை அவன் அடையாளம் கண்டுகொண்டான். தோற்றத்தை வைத்து அல்ல. அனைத்தும் விதியால் நிகழ்பவை என எல்லோரும் நம்புவதுபோல ஃபெர்மெனைச் சந்திக்க வேண்டும் என ஏற்கனவே எழுதப்பட்டிருந்த விதியால் டாட்டர் அவனைச் சந்தித்தான். தீயாய்ச் சுட்டெரிக்கும் வெயிலில் அசையாமல் அங்கேயே சிறிது நேரம் நின்றான் டாட்டர். எதற்கும் அஞ்ச வேண்டியதில்லை என முடிவுக்கு வந்தவனாகத் தனது கேமராவைப் பையிலிருந்து எடுத்தான்.

ஃபெர்மென் உறங்கிக்கொண்டிருந்தான். கேமராவின் க்ளிக் சத்தத்தால் வேதனை தரும் கொடுங்கனவிலிருந்து கண் விழித்தான். இருபத்தைந்து ஆண்டுகளுக்கு முன்பு அந்த மலையில் நடந்த கடுமையான போரில் தோல்வியுற்ற இரண்டு துருக்கிய – கிரேக்கப் போர் வீரர்கள் நேருக்கு நேர் சந்திக்கும்போது அதிர்ச்சி அடைவதுபோல் ஃபெர்மெனும் டாட்டரும் திடுக்கிட்டார்கள். அப்போது சூரியன் உதித்துக்கொண்டிருந்தான். வெகுதூரம் சேர்ந்து பயணம்செய்துவந்தவர்கள்போல, மூச்சை ஆழமாக இழுத்தவாறு அவர்கள் நின்றிருந்தார்கள். இருவரின் கண்களும் சந்தித்துக்கொண்டபோது, தாங்கள் இருவரும் ஒருவருக்கொருவர் தீங்கு இழைத்துக்கொள்வதில்லை என்பதை பரஸ்பரம் இருவருமே அறிந்திருந்தார்கள். இரண்டு வருடங்களாக மலிவு விலையில் புகைப்படம் எடுத்தவாறு அந்தச் சமவெளியில் அலைந்துகொண்டிருப்பதாக டாட்டர் கூறினான். சென்ற கோடையில் எடுத்திருந்த புகைப்படங்களைத் திருப்பிக் கொடுப்பதற்காக இப்போது சென்றுகொண்டிருப்பதாகக் கூறினான். "அஷ்யா" என்ற பெயரை ஃபெர்மென் உச்சரித்தான்.

மதிய வேளையில் டாட்டர் கிராமத்திற்கு வந்தான். இளம் பெண்களும் நீரூற்றருகே நின்றிருந்த மணப் பெண்களும் தன்னை ஆர்வத்துடன் பார்ப்பதைப் பொருட்படுத்தாது கேவேயின் வீடு நோக்கிச் சென்றான். பாட்டி கேவேயும் அவளின் கடைசிக் கணவரான ஹக்கோவும் ஆப்பிள் மரத்தடியில் அமர்ந்திருந்தார்கள். ஃபெர்மெனைச் சந்தித்ததையும் அவன் புகைப்படங்களைப் பார்த்த விவரங்களையும் கேவேயிடம் டாட்டர் சொன்னான். புகைப்படங்களை உற்றுப் பார்த்த ஃபெர்மென் அதிர்ச்சியில் ஸ்தம்பித்து நின்றான். புகைப்படத்திலிருந்த அவனுக்குத் தெரிந்த மனிதர்கள்

வயதாகி, மாறியிருந்தார்கள். ஒவ்வொரு புகைப்படத்தின் கீழும் ஒரு கண்ணாடி தோன்றுமெனவும், மறந்திருந்த ஒருவனின் முகத்தை அவனுக்கே அது காட்டுமெனவும் தான் நம்புவதாக ஃபெர்மென் குறிப்பிட்டான். இந்தக் கிராமத்தில் ஃபெர்மென் வாழ்ந்தபோது அவன் உலகம் சிக்கலில்லாமல் இருந்தது. அந்த உலகம் காலமற்ற தனது சுற்றுப் பாதையில் ஒவ்வொரு நாளும் சுற்றிக்கொண்டிருப்பதைப் போல் அவன் இருந்தான். ஆனால் இப்போதோ எங்கு ஓய்வுகொள்வதென அறியாத ஒரு நட்சத்திரத்தைப் போல ஓரிடத்திலிருந்து இன்னொரு இடத்திற்குச் சென்றவாறு தான் வழி தவறிப் போய்விட்டதாக நினைத்தான்.

“அஷ்யாவின் படத்தைப் பார்த்ததும் நானும் அந்தக் கறுப்பு வெள்ளைப் புகைப்படத்திலிருப்பதுபோல ஸ்தம்பித்து” நின்றதாக டாட்டர் கூறினான். “பின்னர் பிற அனைத்துப் புகைப்படங்களையும் அப்படியே போட்டுவிட்டு எழுந்து எங்கோ வெகுதூரம் சென்றான். தனது துப்பாக்கியையும் குதிரைமீது அமரும் இருக்கையுடன் இணைக்கப் பட்டிருந்த சேணத்தையும் அங்கேயே விட்டுச் சென்றிருந்தான். நான் கிளம்புவதாகச் சொன்னபோது அவன் பதில் சொல்லவில்லை. ரொட்டி, பாலாடைக் கட்டி, புகையிலை முதலியவை அவன் சேணத்திற்கருகே இருந்த எனது பையில் இருப்பதாகச் சொன்னேன். அதையும் அவன் கவனிக்கவில்லை. பாறைகளுக்குப் பின்னால் அவன் கறுப்புக் குதிரைகள் நின்றிருந்ததை அப்போதுதான் பார்த்தேன்.”

தனது மெலிந்த கையால் புகைப் படங்களைப் பிடித்தவாறு ஒவ்வொரு புகைப்படத்தையும் நிதானமாக உற்றுப் பார்த்தவாறிருந்தான் ஃபெர்மென். பதினாறு ஆண்டுகளுக்கு முன்னர் குளிர்கால இரவொன்றில் தனது தம்பிகளைச் சுட்டுக் கொன்றபோதிருந்த பீதியை இப்போது உணர்ந்தான். கடந்த காலம் என்றென்றைக்கும் தன்னைத் துரத்தும் என்பதை அறியும் முன்னரே அதை விட்டு ஓடிவிடுவதன் மூலம் அந்தப் பேரச்சத்திலிருந்து தப்பித்துக்கொள்ள முடியும் என்று நம்பினான். இடம் காலத்தை வெல்லும் என்பதிலும் காலம் வேதனையை வெற்றி கொள்ளும் என்பதிலும் அவனுக்கு நம்பிக்கை இருந்தது. அவன் இல்லாமலேயே இரண்டு தம்பிமார்களையும் புதைத்து அவன் வீட்டை அவர்கள் பூட்டினார்கள். குற்றத்திற்கான பிராயச்சித்தம் போல் அஷ்யாவின் பெற்றோர் ஒருவர்பின் ஒருவராக ஒரு மாதத்தில் மடிந்தார்கள். தமது ஞாபகத்திலிருந்து பழைய காயங்களைப் பின்னால் தள்ளும் முயற்சியிலேயே சாகும்வரை தங்கள் வாழ்நாளை அஷ்யாவின் பெற்றோர் கழித்தார்கள். இவையனைத்தும் தனது மனத்தில் பசுமையாக இருப்பதாக ஃபெர்மென் சொன்னான். பெற்ற பிள்ளைகளின் பாவங்களுக்காகப் பிராயச்சித்தம் தேடுவது நற்குணமாகும் என்று கருதப்பட்ட காலம் அது. இப்போது வலிப்பு நோயால் மயங்கி விழும் நிலைக்கு ஆளானாள் அஷ்யா. தன் சகோதரர்களுடன் அவள் பேசுவதில்லை. அவர்களும் அவளைக் கைவிட்டிருந்தார்கள். எந்த நேரத்திலும் ஃபெர்மென் திரும்பி வந்து பழிவாங்குவான் என்ற அச்சத்தில் வாழ்வதற்குப் பதிலாக எங்கோ தொலைவில் கண் காணாத இடத்திற்குச் செல்வதென அஷ்யாவின் சகோதரர்கள் முடிவு செய்தார்கள். வெகு சீக்கிரமே மக்கள் அவர்களை மறந்துவிட்டார்கள். அவர்களின் ஆரம்ப கால வாழ்வை அவர்கள் பிறந்து

வளர்ந்த இடமே தீர்மானித்தது. எனினும் அது உண்மை அல்ல என மறுக்கும் அணியுடன் அவர்கள் பின்னர் சேர்ந்துகொண்டார்கள்.

டாட்டர் ஊருக்கு வந்தபோது என் தாயாருக்குப் பத்து வயது. தனது தம்பிகளை ஃபெர்மென் சுட்டுக் கொன்றது, அஷ்யா, அஷ்யாவின் பெற்றோர், அண்ணன்கள் இறந்தது ஆகியவை தொடர்பான கதைகளைப் பல ஆண்டுகளுக்குப் பிறகு என் அம்மா என்னிடம் சொன்னார். நல்லவரோ கெட்டவரோ ஒவ்வொருவரையும் 'அப்பாவி' என்றே குறிப்பிட்டார். குறிப்பாக ஃபெர்மென், கேவே, கரடி தாக்கி முகம் சிதைந்த பெண்மணி ஆகியோரைப் பற்றிப் பேசுகையில்.

வெளியே சென்ற தனது இரண்டு பெண் குழந்தைகள் நாள் முழுக்க வீடு திரும்பவில்லையாதலால் கரடி தாக்கிய பெண்மணி அதுபற்றி விசாரிக்க கேவேயின் வீட்டிற்கு வந்தாள். புகைப்படங்கள் பற்றிய பயம் அவளுக்கு இருந்தது என்பது அனைவருக்கும் தெரியும். புகைப்படம் எடுப்பவர் மீதும் அவளுக்கு அச்சம் இருந்தது. அது வெளியே தெரிந்துவிடாதிருக்க முயன்றாள். புகைப்படம் பற்றிய பேச்சு வந்தால் அது காதில் விழாததுபோல இருப்பாள். அல்லது ஏதோ தோட்டத்திலிருந்த ஒரு செடியை அகன்ற பாத்திரத்தில் வைக்கும் வேலையில் மும்முரமாக இருப்பதுபோல் முகத்தை வைத்துக்கொண்டு தனது பயத்தை மறைப்பாள். பின் கேவேயிடம், "என் குழந்தைகளை எங்கும் காணோம். அஷ்யாவும் அவர்களைப் பார்க்கவில்லை. அவர்கள் இங்கே இருக்கலாம் என நினைத்தேன்" என்று சொல்வாள். கரடி தாக்கிய பெண்மணியின் இரு பெண் குழந்தைகளும் இப்போது பதின்ம வயதினர். எனினும் விதியே என வீட்டிற்குள் அடங்கிக் கிடப்பவர்கள் அல்ல; கலகலப்பாகச் சிரித்தவாறு கிராமத்தில் ஓடியாடித் திரிபவர்கள். அனைவருக்கும் இது தெரியும். கிராமத்திலுள்ள வயதான மூதாட்டிகளில் அதிக மதிப்பிற்குரியவர் கேவே.

அமைதியான கூச்ச சுபாவம் கொண்ட சிறுமியான என் அம்மா, "நீரோடையில் அந்தக் குழந்தைகள் காகிதப் படகு விடுவதை இன்று நான் பார்க்கவில்லை" என்றாள்.

அவளுடைய பிள்ளைகள் எத்தனையோ முறை வீட்டிற்குத் தாமதமாக வந்திருக்கிறார்கள் எனவும் இது ஒன்றும் புதிதல்ல எனவும் அதனால் கவலைப்பட வேண்டாமெனவும் நினைவூட்டி, கரடி தாக்கிய பெண்மணிக்கு கேவே ஆறுதல் சொன்னாள். "என் பிள்ளைகளும் உன் மகளைப்போல விவேகமாக நடந்துகொண்டால் நன்றாக இருந்திருக்கும்," எனக் கரடி தாக்கிய பெண்மணி வருந்தினாள்.

ஒரு மாதத்திற்கு முன் ஒரு பெண் ஆடு குட்டி போட்டிருந்தது. அதிகாலைவரை அந்தச் சிறுமிகள் அதனருகே அமர்ந்திருந்தார்கள். பின்னர் சிறு பொருட்களை விற்பனை செய்யும் தெரு வியாபாரியின் குதிரை வண்டியைப் பின்தொடர்ந்து சென்றனர். தாங்கள் சேகரித்து வைத்திருந்த சொலவடைகளாய் நிலவிய சாபங்களை அவனிடம் விலாவாரியாக நீண்ட நேரம் சொன்னார்கள். ஆனால் அவை எதுவும் அவனை ஈர்க்கவில்லை. அவர்கள் சொல்லும் சொலவடைகள் புத்திசாலித்தனமாக இருந்தால் அதற்காக அவர்களுக்குப் பரிசளிப்பான். நாள்முழுக்க அந்த வியாபாரியைப்

பின்தொடர்ந்து சென்றுகொண்டிருந்த அந்தச் சிறுமிகள் மலைக் குன்றில் சில கிராமவாசிகளைச் சந்தித்தார்கள். ஆனால் அவர்களுடன் வீடு திரும்ப மறுத்துவிட்டார்கள். இந்த விஷயத்தைக் கேள்வியுற்ற பின்னர் கேவேயும், கரடியால் தாக்கப்பட்ட பெண்மணியும் வீடு திரும்ப அவர்களை வற்புறுத்தினார்கள். அதன் பிறகே அந்தச் சிறுமிகள் வீடு திரும்ப ஒப்புக்கொண்டார்கள். பல வாரங்களாகச் சேகரித்துத் தொகுத்து வைத்திருந்த சிறந்த சாபங்களையும் அந்தத் தெரு வியாபாரி நிராகரித்துவிட்டதாக அந்தச் சிறுமிகள் புகார் சொன்னார்கள். சாபங்களை ஏற்றுக்கொள்ளாததால் வியாபாரி தரும் வறுத்த கொண்டைக் கடலை அவர்களுக்குக் கிடைக்காது. உரத்த குரலில் அவனைத் தொடர்ந்து சபித்தவாறிருந்த அந்தக் குழந்தைகள் அடுத்த முறை நல்ல சாபங்களுடன் வருவதாக, ஒருபோதும் சந்தித்திராத தங்களின் தந்தையர்மீது ஆணையிட்டுச் சொன்னார்கள்.

அஷ்யாவின் சகோதரர்கள் சென்றிருந்த தொலைதூர நாட்டிலுள்ள ஏதோ ஓர் இடத்தில் கடுமையான யுத்தம் நடப்பதாகக் கிராமத்தார் பேசிகொண்டார்கள். பல நாடுகள் ஒன்று மற்றொன்றை ஆக்கிரமித்திருந்தன. ஜெர்மனி உலகைத் தன் கட்டுக்குள் கொண்டுவர முயன்றது, ஸ்டாலின்கிரேடில் ஜெர்மெனி சரணடைந்தது, ஜெர்மெனிக்கு எதிரான நேச நாடுகள் வெற்றி பெற்ற விவரம், பெர்லின் வீழ்ச்சி ஆகிய எதனையும் அவர்கள் அறியாதிருந்தார்கள். வறட்சியான பரந்த புல்வெளிக்கு அப்பால் 1946இலும் கடுமையான போர் நடந்துகொண்டிருப்பதாகவே அவர்கள் நினைத்தார்கள். தன்னைப் பார்க்கவந்த மக்களிடம் போர் முடிவுக்கு வந்ததென டாட்டர் கூறினான். ஜெர்மெனி தோற்றுப் போகுமென அவர்களால் நினைத்துப் பார்க்கவே முடியவில்லை . அதனால் அவன் கூறியதை அவர்கள் பொருட்படுத்தவில்லை. எட்டு ஆண்டுகளுக்கும் முன்பே முஸ்தஃபா கமால் இறந்திருந்தார் என்று கேள்விப்பட்ட அவர்கள் திகைத்தார்கள். இந்தச் செய்தியைச் சென்ற ஆண்டு இங்கு வந்தபோது டாட்டர் ஏன் தங்களிடம் தெரிவிக்கவில்லை எனக் கேட்டார்கள். ”நீங்கள் கேள்விப்படவில்லை என்று எனக்கு எப்படி தெரியும்? உலகம் முழுவதும் அமளியும் ஆர்ப்பாட்டமாகவும் இருந்தது. ஈமச் சடங்கில் கலந்துகொள்ள உலகம் முழுவதிலிருந்தும் வந்த மன்னர்கள் இரவும் பகலுமாய் மூன்று நாட்கள் அழுதார்கள்” என்று டாட்டர் அவர்களிடம் சொன்னான். பல ஆண்டுகளாக நடந்த இந்தப் போரில் புல்வெளியில் நடந்த ராணுவத்தைத் தோல்வியுறச் செய்த படைத்துறைத் தலைவர் அந்தா – துர்க் தவிர வேறு யாருமில்லை எனவும் டாட்டர் அவர்களிடம் உறுதியாகக் கூறினான். போர்க் காயங்களாலோ எதிரிகளால் விஷமிடப்பட்டோ அவர் கொல்லப் படவில்லை. எல்லாரையும் போலவே இயற்கை மரணம் எய்தினார் என மேலும் சொன்னான். டாட்டர் கூறியதைக் கிராமத்தார் நம்பவில்லை. “புகைப்படம் எடுக்கும் இந்த ஆட்கள் குறித்து எச்சரிக்கையாக இருங்கள். அவர்கள் கடவுள்களாகத் தங்களைப் பாவித்துக்கொள்கிறார்கள்” என்று சென்ற ஆண்டு ஓஸ் சொல்லியிருந்த வார்த்தைகளை அப்போது நினைத்துக் கொண்டார்கள்.”

2

ஃபெரூஸ்ஸா

மேற்கு முனை

"என்னிடமிருக்கும் என் மாமாவின் ஒரே புகைப்படம் இதுதான். சிற்றுண்டிக் கடையில் இந்தப் புகைப்படம் எடுக்கப்பட்டது. புகைப்படத்தில் மாமாவுக்கு அடுத்து இருப்பவன் டாட்டர். அவன் கையில் கேமராவை வைத்திருப்பதால் வேறு யாரோ ஒருவர் இந்தப் புகைப்படத்தை எடுத்திருக்க வேண்டும்."

நான் பேசி முடித்ததும் ஃபெரூஸ்ஸா புகைப்படத்தைக் கையில் எடுத்தாள்.

வெளியே மழை பெய்துகொண்டிருந்தது.

ஃபெரூஸ்ஸாவை மூன்றுநாட்களாக எனக்குத் தெரியும். மில் சாலையிலுள்ள மேற்கு முனை என அழைக்கப்படும் தொல்பொருள் விற்பனைக் கூடத்திற்குக் கடந்த செவ்வாய்க் கிழமை சென்றேன். கடைக்குச் சொந்தக்காரியான மூதாட்டி கடையின் பின்புறமிருந்த முற்றத்துச் செடிகளுக்குத் தண்ணீர் ஊற்றிக்கொண்டிருந்தாள். நேரத்தைப் போக்குவதற்காகத் தொல்பொருள் விற்பனைக் கூடத்திற்கு வந்து அங்கிருக்கும் பொருட்களை இடம்மாற்றிவைத்து, ஒன்றுமே வாங்காமல் திரும்பிச் செல்லும் வேண்டாத வாடிக்கையாளனாக அவள் என்னைத் தவறாக நினைத்தாள். நான் நிதானமாகப் பொருட்களைப் பார்ப்பதற்குத் தோதுவாகச் செடிகளுக்குத் தண்ணீர் ஊற்றும் வேலையைத் தொடர்ந்து செய்து கொண்டிருந்தாள்.

"என்ன அருமையான வானிலை" என்றேன்.

"ஆமாம். உண்மையிலேயே இத்தகைய வானிலையே நமக்குத் தேவை" என்றாள்.

"ஏப்ரல் மாதத்திற்கு இந்த வெயில் அதிகம்தான்" என்று மேலும் சொன்னேன்.

"உங்கள் நாட்டில் இந்தக் காலகட்டம் வெப்பமாகவே இருக்கும் என உறுதியாகச் சொல்ல முடியும்."

என் உச்சரிப்பையும் கறுப்பு நிறத் தோலையும் வைத்து நான் மத்திய தரைக் கடற் பகுதியைச் சேர்ந்தவன் என அவள் நினைத்திருக்கலாம்.

தண்ணீர் ஊற்றும் காலிப் பாத்திரத்தை மேசையின் மீது வைத்தாள்.

கையில் வைத்திருந்த புகைப்படத்தை அவளிடம் காட்டினேன். புகைப்படத்திலிருக்கும் கேமராவைப் போல ஒரு கேமராவைத் தேடிக் கொண்டிருப்பதாக அவளிடம் சொன்னேன்.

புகைப்படத்தைப் பார்த்தாள்.

"இதில் இருப்பவர்கள் இன்னும் உயிருடன் இருக்கிறார்களா?" என்று கேட்டாள்.

"இல்லை" என்றேன்.

காபிக் கடைக்கு வெளியே நடைபாதையில் இருந்த முக்காலிகளில் ஹாட்டிஃப் மாமாவும் டாட்டரும் அமர்ந்திருந்தார்கள். அவர்களுக்கு முன்னால் பல காலி தேநீர்க் குவளைகள் இருந்தன. கேமரா உற்பத்தி செய்த நிறுவனம் முதலிய விவரங்களை டாட்டரிடமிருந்த கேமராவில் பார்க்க முடியவில்லை. கேமராவின் முன்னால் நீண்டிருந்த லென்ஸை ஒரு துண்டுத் தோல் மூடியிருந்தது.

"அவர் புகைப்படம் எடுப்பவரா?"

"ஆம்."

முதலில் என் முகத்தைப் பார்த்தாள். பின்னர் புகைப்படத்தை மிகக் கவனமாகப் பார்த்தாள்.

"புகைப்படத்திலிருப்பவர் உன்னைப் போல் இல்லை" என்றாள்.

"ஆம்" என்றேன்.

மேசைக்கு அருகே இருந்த நாற்காலியில் அமர்ந்தாள். பின்னர் ஒரு முக்காலியைச் சுட்டிக் காட்டி அதில் அமரும்படிச் சைகை செய்தாள்.

"வெதுவெதுப்பான இந்த வானிலை இன்னும் சில நாட்கள் நீடிக்க வேண்டுமென்பது என் ஆசை," என்றாள்.

அவள் தலையை உயர்த்தினாள். அவள் கண்ணிமைகள் தாழ்ந்திருந்தன. எந்த நேரமும் அவள் தூங்கிவிடலாம்போல் தெரிந்தது.

"ஆம். நீடிக்குமென நம்புகிறேன்" என்றேன்.

பேசுவதற்கு அவளுக்கு நேரம் இருப்பது தெரிந்தது.

"இங்கிலாந்து உனக்குப் பிடித்திருக்கிறதா?" எனக் கேட்டாள்.

“கேம்ப்ரிட்ஜ் எனக்குப் பிடித்திருக்கிறது” என்றேன்.

“அழகான நகரம். இங்குதான் நான் பிறந்தேன்” என்றாள்.

“நீங்கள் அதிர்ஷ்டசாலி” என்றேன்.

கையால் கூந்தலை மெதுவாகக் கோதியவாறு சூரிய வெளிச்சம் நிறைந்திருந்த தோட்டத்தை ஆழ்ந்து பார்த்தவாறிருந்தாள்.

“நீ கூறுவது சரிதான். பிறந்த ஊரில் வாழ்வோருக்கு வயதாவதில்லை” என்றாள்.

“உண்மைதான்” என்றேன்.

தனது பெயர் ஸ்டெல்லா என்று கூறினாள். என்னை அறிமுகம் செய்துகொண்டேன்.

“உன் பெயரை உச்சரிக்க நான் முயற்சிசெய்ய மாட்டேன். வெளிநாட்டுப் பெயர்களை உச்சரிப்பதில் நான் சுத்த மோசம்” என்று சிரித்தவாறு சொன்னாள்.

கதவு அழைப்பு மணி ஒலித்தது. நீலநிற உடை அணிந்த ஓர் இளம்பெண் உள்ளே வந்தாள். கதவில் அழைப்பு மணி இருப்பதை அப்போதுதான் கவனித்தேன். என்னைப் பார்த்ததும் விருந்தாளியை வரவேற்கும் எளிமையான புன்னகை இயல்பாக அவளிடமிருந்து வெளிப்பட்டது. பின்னர் அங்கிருந்து சமையலறைக்குச் சென்றாள். பால் பாக்கெட்டுகள் கொண்ட அட்டைப் பெட்டியும் காபிக் குடுவையும் அவளிடம் இருந்தன.

ஸ்டெல்லா புகைப்படத்தை மீண்டும் பார்த்தாள்.

“புகைப்படத்தில் இருக்கும் அந்த மற்றொருவர் யார்?” என்று கேட்டாள்.

“என் மாமா.”

மேசையிலிருந்த மூக்குக் கண்ணாடியை எடுத்து மீண்டும் அணிந்து கொண்டாள்.

“இந்தக் கேமரா முதல் ஒலிம்பிக் போட்டி நடந்த காலகட்டத்தின் மாடல்போல் உள்ளது” என்றாள்.

நீல நிற உடை அணிந்த அந்த இளம் பெண் இரண்டு குவளைகளில் காபி கொண்டுவந்து மேசையில் வைத்தாள். வியப்புடன் அவளுக்கு நன்றி கூறினேன். சர்க்கரையையும் பாலையும் என் காபியில் சேர்த்துக் கொண்டேன்.

“நீங்கள் எப்படியாவது கேமராவைக் கண்டுபிடித்துவிடுவீர்கள் என நம்புகிறேன்” என்றேன்.

ஸ்டெல்லா பின்புறக் கதவுக்கு அருகே இருந்த கண்ணாடிப் பெட்டியைச் சுட்டிக் காட்டினாள். நிறைய பழைய கேமராக்கள் அதில் இருந்தன.

“உன்னிடமிருக்கும் கேமராவைப் போல் இவை அவ்வளவு பழையவை அல்ல. என் வீட்டிலுள்ள கேமராக்கள் பட்டியலில் இன்று இரவு தேடிப் பார்க்கிறேன்; அதில் ஏதாவது கிடைக்கலாம். இந்தப் புகைப்படத்தை நான் வைத்துக்கொள்ளட்டுமா?” என்று கேட்டாள்.

“வைத்துக்கொள்ளுங்கள். என்னிடம் இன்னொரு பிரதி இருக்கிறது” என்றேன்.

“கிங்ஸ் பரேட் சதுக்கத்தில் புகைப்படம் எடுப்பவர் ஒருவர் இருக்கிறார். அவரிடம் கேட்டுப் பார்த்தீர்களா?”

“இன்னும் இல்லை.”

இரண்டாம் உலகப் போருக்குப் பிறகு ‘செய்தி’ என்ற உள்ளூர்ப் பத்திரிகையில் பணிபுரிந்ததாகவும் அப்போதிருந்து புகைப்படமெடுப்பதில் தனக்கு ஆர்வம் ஏற்பட்டதாகவும் ஸ்டெல்லா விளக்கம் தந்தாள்.

நான் காபியைக் குடித்து முடித்தேன்.

“நாளை பார்க்கலாம்” என்றேன்.

அங்கிருந்த பழைமையான ஓவியங்கள், சர விளக்குகள், செதுக்கு மர வேலைப்பாடுகள் ஆகியவற்றை நின்று கவனிக்காமல் நான் கதவை நோக்கிச் சென்றேன். ஒரு சிங்கத்தின் சிலைக்கருகே நீல நிற உடை அணிந்த பெண்ணைப் பார்த்தேன். காபிக்காக மீண்டும் நன்றி தெரிவித்தேன்.

“நல்வரவு” எனப் பதில் அளித்தாள். அவள் உச்சரிப்பு நன்றாக இருந்தது. என் உச்சரிப்பைப் பற்றி அவள் என்ன நினைத்தாளோ தெரியாது. ஆனால் “நீங்கள் ஈரான் நாட்டைச் சேர்ந்தவரா?” என்று கேட்டாள்.

“இல்லை” என்றேன்.

அவள் தயங்கினாள்.

“நீங்கள் எந்த நாட்டைச் சேர்ந்தவரெனச் சொல்ல வேண்டாம். அதனை நானே யூகிக்க முயல்கிறேன்” என்றாள்.

“நாளை மீண்டும் வருவேன். அதுவரை உங்களுக்கு நேரம் இருக்கிறது” என்று சிரித்தவாறு சொன்னேன்.

வெளியே சென்றேன். வெயில் நாட்களில் உலகம் சற்றுப் பெரியதாகி விட்டாற்போலத் தோன்றியது. கேம்ப்ரிட்ஜ் நகரத்தின் தெருக்களும் பெரியதாகியிருந்தன. மொழியைப் பாடமாகக் கற்கும் மாணவர்களையும், தெருக்களில் தங்கள் நாய்களுடன் சுற்றித் தெரியும் வீடற்ற மனிதர் களையும் கடந்து சென்றேன். சைக்கிளில் செல்வோருக்கு வழிவிட்டேன். சிட்டி சென்டரில் இருந்த புத்தகக் கடைகளுக்குச் சென்று புத்தகங்களை மேலெழுந்தவாரியாகப் புரட்டினேன்.

ஒரு திருமண நிகழ்ச்சிக்காக சோஹாம் சென்றபோது மாலை ஆறரை மணிகூட ஆகியிருக்கவில்லை. எனினும் நீண்ட வரிசையில் புனித ஆண்ட்ரூஸ் தேவாலயக் கதவருகே மக்கள் நின்றிருந்தார்கள். 210

ஆண்டுகளுக்கும் முன்னர் இறந்த ஆப்பிரிக்க அடிமையின் திருமண நிகழ்வு மீண்டும் நாடகமாக நடத்தப்படுகிறது. நான் நினைத்ததை விடவும் இது முக்கியமானதாக இருக்கலாம் எனத் தெரிந்தது. என் அழைப்பிதழைப் பையிலிருந்து வெளியே எடுத்து வேகமாக நடக்கத் தொடங்கினேன். பணக்கார ஆண்களும் பெண்களும் நின்ற வரிசையில் சேர்ந்துகொண்டேன். நேர்த்தியான கருப்பு – வெள்ளை மாலை உடையில் அவர்கள் வந்திருந்தார்கள். எல்லாரும் கம்பீரமாகத் தோற்றமளித்தார்கள். வெளியே எங்கேயாவது ஒரு சந்தையில் இவர்களைப் பார்த்தால் இந்தக் கம்பீரம் இவர்களிடம் இருந்திராது. தேவாலய முற்றத்தருகே இருந்த கல்லறைப் பகுதிக்குப் போகும் பாதை முழுவதும் வாசனைத் திரவியத்தின் நறுமணம் வீசிற்று.

தொல்பொருள் விற்பனைக் கூடத்தில் பார்த்த நீலநிற உடையணிந்த பெண் நீண்ட வரிசையில் எனக்குப் பின்னால் நின்றிருந்ததைச் சில நிமிடங்களுக்குப் பிறகு கவனித்தேன். இப்போது அவள் கறுப்பு உடையில் தனியே நின்றிருந்தாள். அவளுடன் சேர்ந்துகொண்டேன்.

“ஹலோ நீங்கள் ஈரானியரா?” என்று கேட்டேன்.

“ஆம்”

இருவரும் புன்னகைத்தோம்.

“நான் ஈரானியன் அல்ல எனக் கடையில் உங்களிடம் சொன்னேன். அப்போது நீங்கள் சற்று ஏமாற்றமடைந்ததாகத் தெரிந்தது.”

ஏறத்தாழ மன்னிப்புக் கோரும் தொனியில், “இல்லவே இல்லை” என்றாள். “தவறாகச் சொல்லிவிட்டேனே என்று வருந்தினேன். அவ்வளவுதான்” என மேலும் சொன்னாள்.

“நான் துருக்கியைச் சேர்ந்தவன்” என்றேன்.

“இப்போதுதான் எனக்கு ஆச்சரியமாக இருக்கிறது. உங்கள் உச்சரிப்பு முறை துருக்கியரைப் போல இல்லை.”

அவள் பெயர் ஃபெரூஸ்ஸா. ஆங்கில இலக்கியத்தில் முனைவர் பட்டத்திற்காகப் படித்துக்கொண்டே பகுதிநேர வேலை செய்துகொண் டிருந்தாள்.

எங்கள் இருவருக்குமாகச் சேர்த்து எனது அழைப்பிதழை வாசலில் காண்பித்தேன்; ஃபெரூஸ்ஸா தனது அழைப்பிதழை வெளியே எடுக்க வில்லை. தேவாலயத்தில் கூட்டம் நிரம்பியிருந்தது. பின்னால் காலியாக இருந்த இருக்கைகளில் அமர்ந்தோம்.

முதல் நிகழ்வாகச் சிலர் மேடையில் பேசினார்கள். அந்தக் காலத்தில் ஆப்பிரிக்க அடிமையின் நிஜமான திருமணச் சடங்கு 1792இல் நடந்தது. அப்போது அலவ்டா என்ற விடுதலையடைந்த அடிமை, உள்ளூர்ப் பெண் சுசானாவை இந்தத் தேவாலயத்தில் திருமணம் செய்துகொண்டான். தனது பதினொன்றாம் வயதில் ஆப்பிரிக்காவிலுள்ள தனது கிராமத்திலிருந்து

அலவ்டா இங்கு கடத்தப்பட்ட பிறகு இது நிகழ்ந்தது. இதனைக் கேட்டதும் நானும் ஃபெரூஸ்ஸாவும் ஒருவரையொருவர் பார்த்துக்கொண்டோம்.

பேச்சு முடிந்ததும் கிறிஸ்துவத் திருக்கோயிலுக்கான சிறார் பாடகர் குழு மேடை ஏறியது. கப்பல் சமுத்திரத்தைக் கடந்துசென்றுகொண்டிருந்தது. சரக்குகள் வைக்கப்படும் சிறிய அறையிலிருந்த அலவ்டாவுக்காக அவர்கள் பாடினர். மிகச் சிறிய அந்த அறை ஈரமாக இருந்தது. அடிமைகள் நோயினால் மாண்டார்கள் அல்லது சங்கிலிகளை அறுத்துக் கடலில் குதித்தார்கள். அலவ்டா சாகவில்லை. அவன் திறமையான கடலோடியானான். எழுதவும் படிக்கவும் கற்றுக்கொண்டான். பத்து ஆண்டுகளுக்குப் பின்னர் எஜமானன் அவனை விடுவித்தான். ஓர் அடிமையாகத் தான் அனுபவித்த கொடுமைகளைப் புத்தகமாக எழுதினான். அடிமை முறையை ஒழிப்பதற்காகப் பரப்புரை மேற்கொண்டான். ராபின்சன் க்ரூஸோபோல அலவ்டாவின் புத்தகமும் பிரபலமானது. உண்மையில் இரண்டும் ஒரே கதையைக் கூறின. கறுப்பின அடிமைகள் தங்கள் வெள்ளை எஜமானர்களின் நடத்தையைப் பின்பற்றி விடுதலை அடைந்தார்கள். சிறார்குழு பாடுவதை நிறுத்தியபோது நாடகத்தில் அலவ்டா தன் அறையிலிருந்து வெளியேறிக் கப்பலின் மேல்தளத்திற்கு வந்து ஆழமாக மூச்சை இழுத்தான்.

நாடகத்தில் அலவ்டாவும் சுசானாவும் திருமணம் செய்துகொண்டு ஆசீர்வதிக்கப்பட்டபோது, ஃபெரூஸ்ஸா சிகரெட் புகைப்பதற்காக வெளியே செல்ல விரும்பினாள். கூட்டத்திலிருந்து நழுவிக் கல்லறைகளுக்கு அருகே நின்றோம். காற்று குளுமையாக வீசியது. ஃபெரூஸ்ஸா தன் தோள்களைச் சுற்றி மெல்லிய சால்வையைப் போர்த்தியிருந்தாள். எங்களுக்கருகே புகை பிடித்துக்கொண்டிருந்த ஓர் இளைஞன் தனது மேல் சட்டையைக் கழற்றித் தன்னுடன் இருந்த பெண்ணிடம் கொடுத்தான். ஃபெரூஸ்ஸாவிற்குத் தர நானும் என் மேல் சட்டையைக் கழற்ற முயன்றேன். ஆனால் ஃபெரூஸ்ஸா அதற்குச் சம்மதிக்கவில்லை.

தாமதமாகிவிட்டதால் பேருந்து கிடைப்பது சிரமம். எனவே ஒரு டாக்சியைப் பிடித்தோம். அவளை வீட்டில் இறக்கிவிட்ட பின் டாக்சி ஓட்டுநருக்கு ஒரு வார உணவிற்கான பணத்தை கொடுத்தேன். பின் வீடு திரும்பி இரவு நீண்ட நேரம் கவிதைகள் வாசித்தேன்.

மறுநாள் தொல்பொருள் விற்பனைக் கூடத்திற்கு வந்தபோது ஸ்டெல்லா தனியாக இருந்தாள்.

“ஹலோ இளைஞனே” என்ற அவள் “கேமராவைப் பற்றிய செய்தி எதுவும் இன்னும் எனக்குக் கிடைக்கவில்லை. கேமரா கிளப்பில் இருக்கும் என் நண்பன் கேமராக்களின் பட்டியலை வைத்திருக்கிறான். அதில் தேடிப் பார்க்கிறேன். நிச்சயம் நமக்கு ஒரு வழி கிடைக்கும்.”

“நன்றி.”

“மகிழ்ச்சி.”

பழைய புத்தகம் ஒன்றின் மேலட்டையைப் பழுதுபார்த்தவாறு அவள் அமர்ந்திருந்தாள்.

“இன்று வெயில் அடிக்கிறது.”

“கடவுளுக்கு நன்றி.”

“வெப்பமான நாட்களில் தனிமையை அவ்வளவாக உணர்வதில்லை” என்றேன்.

அவள் என்னைப் பார்த்தாள்.

“நீங்கள் இங்கே தனியாகவா இருக்கிறீர்கள்?”

“நண்பர்கள் இருக்கிறார்கள்.”

“இருந்தாலும் நீங்கள் தனிமையை உணர்வது நின்றுவிடாது.”

நான் சிறிது யோசித்தேன். சூரிய வெளிச்சத்தில் கடைக்குப் பின்னால் தோட்டம் தெரிந்தது.

“குறுகியும் நீண்டும் ஆழமாகவும் வெவ்வேறு வடிவங்களில் தனிமை வரும். இரண்டுவிதமான தனிமைகள் ஒன்றுபோல இருப்பதில்லை” என்றேன்.

“நீங்கள் சொல்வது சரிதான்” என்ற அவள், “இரவில்தான் தனிமையை ஆழமாக உணர்கிறேன்” என்றாள்.

நான் சற்றுக் காத்திருந்தேன். பின்னர் கடையிலிருந்த தொல் பொருட்களைச் சிறிது நோட்டமிட்டேன்.

“புத்தகங்கள் வாசிப்பது உங்களுக்குப் பிடிக்குமா?” என்று கேட்டாள்.

“ஆம்” என்றேன்.

கையிலிருந்த புத்தகத்தை என்னிடம் காட்டினாள். கிழிந்திருந்த அதன் மேலட்டையில் ‘All quiet on the western Front’ என அச்சிடப்பட்டிருந்தது.

“1929இல் வெளிவந்த முதல் பதிப்பு இது” என்றாள்.

புத்தகத்தைப் பழுதுபார்க்கும் வேலையைத் தொடர்ந்தாள்.

பழைய ஓவியங்களை உன்னிப்பாகப் பார்த்தேன். வெளிச்சத்தை மட்டுப்படுத்த பல்பைச் சுற்றிலும் பொருத்தப்பட்டிருந்த குடைகளையும் மர வேலைப்பாடுகளையும் ஒவ்வொன்றாகத் தொட்டுப் பார்த்தேன். சிங்கத்தின் சிலை அருகே இருந்த முகம் பார்க்கும் கண்ணாடியின் சட்டகங்கள் ரோஜா மலர்போல் வடிவமைக்கப்பட்டுச் சித்திர வேலைப்பாடு கொண்டதாக இருந்தது. அந்தக் கண்ணாடியின் முன் நின்று எனது மூக்குக் கண்ணாடியைச் சரிசெய்தேன். பின்னர், சென்று வருகிறேன் என்று கூறி விடைபெற்றேன்.

தெரு நேற்று விசாலமாக இருந்தது. அதன் சுவடும் இப்போது இல்லை. வெளியிலிருந்து வந்த கார்களின் சத்தத்தில் வீட்டு அழைப்பு மணியின் ஓசை காதில் விழவில்லை. மிகவும் வெப்பமாக இருந்தது. தெருவில் கூட்ட நெரிசல் அதிகமாக இருந்தது.

மறுநாள் சிட்டி சென்டருக்குச் சென்றபோது மூன்றாவதுமுறையாக ஃபெரூஸ்ஸாவை அங்கே தற்செயலாகச் சந்தித்தேன். சனிக்கிழமை ஃபெரூஸ்ஸா அம்மாவின் பிறந்த நாள். அம்மாவுக்காக ஒரு பரிசுப் பொருளை ஃபெரூஸ்ஸா அங்கே தேடிக்கொண்டிருந்தாள்.

“மூன்று நாட்களில் மூன்றாவது முறையாக நாம் சந்திக்கிறோம்” என்றேன்.

“ஆம் சிறிய நகரங்களில் அடிக்கடி சந்திப்பது எப்போதும் நிகழ்வது தான்” என்றாள்.

“இன்று நீங்கள் வேலைக்குப் போகவில்லை போலிருக்கிறது. நீங்கள் கடைகளுக்குச் சென்று பொருட்களை வாங்கிய பின் காபி சாப்பிடப் போகலாமா?” என்று கேட்டேன்.

“போகலாமே” என்றாள் அவள்.

“ஒருசில நிமிடங்களில் ஒருவரை நான் சந்திக்க வேண்டும். அது அரைமணிநேரத்தில் முடிந்துவிடும்” என்றேன்.

“சரி அதற்குள் என் வேலையும் முடிந்துவிடும். நாம் எங்கு சந்திக்கலாம்?”

“புனித ஜார்ஜ் கோட்டைக்கு அருகே இருக்கும் பொதுவிடுதி (பப்) உங்களுக்குத் தெரியுமா? அதனை ஒட்டி ஓர் ஆறு இருக்கிறது.”

“இன்னும் ஒருமணிநேரத்தில் அங்கு உங்களைச் சந்திக்கிறேன்” என்றாள் அவள்.

எங்கள் இருவரின் வீடுகளுக்கிடையே சரியாகப் பாதிவழியில் அந்தப் பொதுவிடுதி இருந்தது. நான் அங்குச் செல்லத் தாமதமாகிவிட்டது. கடைக்குப் பின்புறமிருந்த அறையில் ஆற்றினைப் பார்த்தவாறிருந்த ஒரு மேசைக்கு முன்னால் ஃபெரூஸ்ஸா அமர்ந்திருந்தாள்.

அவளுக்கு முன்னால் ஒரு புத்தகம் இருந்தது.

“நண்பருடனான சந்திப்பு எதிர்பார்த்ததை விடவும் அதிக நேரம் எடுத்துக்கொண்டது. வருந்துகிறேன். உங்களின் கைப்பேசி எண் இல்லாததால் உங்களுக்குத் தெரிவிக்க முடியவில்லை” என்றேன்.

“கவலைவேண்டாம்.நான் என் புத்தகத்தை வாசித்துக்கொண்டிருந்தேன்.”

என் கையில் வைத்திருந்த பிளாஸ்டிக் உறையை மேசையில் வைத்தேன்.

“சிறிய தனி மருத்துவமனை ஒன்றில் ஒரு நோயாளி பேசுவதை உடனுக்குடன் மொழிமாற்றிக் கூறும் வேலை செய்துகொண்டிருந்தேன். மருத்துவர் எங்களைக் காத்திருக்கும்படிச் செய்துவிட்டார்” என்றேன்.

“ஒவ்வொரு நாளும் மொழி மாற்றிக் கூறும் வேலையில் ஈடுபடுவீர்களா?” என்று கேட்டாள்.

“வாரத்தில் இரண்டு மூன்று முறை.”

“உங்களைப் போல ஸ்டெல்லாவுக்கு வாரத்தில் மூன்றுமுறை நான் உதவுகிறேன்.”

“ஸ்டெல்லா அன்பானவர்” என்றேன்.

“அவருடன் சேர்ந்து நீண்ட காலம் நான் பணிபுரிந்துவருகிறேன்; அவர் எனக்கு அம்மாவைப் போன்றவர்.”

“டீ, காபி ஏதாவது குடித்தீர்களா?”

“இல்லை” என்றாள்.

“இப்போது என்ன குடிப்பீர்கள்?”

“டீ.”

நான் தேநீருக்குச் சொன்னேன்.

“நான் பல ஆண்டுகள் கேம்ப்ரிட்ஜில் வாழ்ந்திருக்கிறேன். இந்தப் பொது விடுதிக்கு வருவது இதுவே முதல்முறை. இது இவ்வளவு அமைதியாக இருக்குமென்று தெரியாது” என்றாள்.

“வார நாட்களில் எப்போதும் இதுபோலவே இருக்கும். படிப்பதற்காக இந்த நகரில் எனக்குப் பிடித்தமான சில இடங்களைத் தேர்வு செய்து வைத்திருக்கிறேன். அவற்றில் இதுவும் ஒன்று. இங்கே கூட்டமிராது. நான் வழக்கமாக அமரும் மேசையையே நீங்கள் தேர்வு செய்திருக்கிறீர்கள்; ஆற்றைக் கடந்து செல்லும் படகுகளைப் பார்ப்பேன். மணிக்கணக்காகப் புத்தகங்களை வாசிப்பேன்.”

ஃபெரூஸ்ஸாவுக்கு முன்னாலிருந்த புத்தகத்தைப் பார்த்தேன். புத்தக அட்டையின் மீது ரோஜா மலரின் படம் இருந்தது. அது பார்ஸி மொழியில் எழுதப்பட்ட புத்தகம் என யூகித்தேன். அந்தப் புத்தகத்தை என்னருகே நகர்த்தினாள்.

“இதனை உங்களால் வாசிக்க முடியுமா?”

“எழுத்தைவிட அதிகமும் பூத்தையல் வேலைப்பாடு கொண்டதாக இருக்கிறது” என்றேன்.

தேநீர் வந்தது. அதனுடன் பால் சேர்த்துக்கொண்டோம். நான் சர்க்கரை சேர்க்கவில்லை. அவள் போட்டுக்கொண்டாள்.

“நீங்கள் காபிக்குச் சர்க்கரை போடுகிறீர்களே?” என்றாள்.

“நீங்கள் கூர்மையாகக் கவனிக்கிறீர்கள்.”

தனது புத்தகத்தை அவள் பார்த்தாள்.

“அந்தக் காலத்தில் ஒவ்வொருவரிடமும் ஒரு புத்தகம் இருக்கும். அது அவர்களின் ஆன்மாவுக்கு இணையானதாக இருக்கும். தங்கள்

'ரகசியங்களின் புத்தகம்'[1] என அதனை அழைப்பார்கள். எங்கு சென்றாலும் எப்போதும் அந்தப் புத்தகம் அவர்களிடம் இருக்கும். இது எனது புத்தகம்" என்றாள் அவள்.

அவளின் மெலிதான விரல்கள் புத்தகத்தின் எழுத்துக்களில் அமர்ந்திருந்தன. புத்தகத்தின் குறுக்கே பறவைக் கூட்டம் போல் வரிசையாக அந்த எழுத்துக்கள் நீண்டுசென்றுகொண்டிருந்தன.

"ஈரானிலுள்ள ஒவ்வொருவரும் 'ரகசியங்களின் புத்தகம்' என்ற புத்தகத்தை எப்போதும் கையில் எடுத்துக்கொண்டு போகிறார்களா?" என்று கேட்டேன்.

"அப்படிப் போனால்..?" என்றாள்.

தன் கூந்தலை குதிரை வாலைப் போல் அள்ளி முடிந்திருந்தாள். அதன் மத்தியில் ஒரு ரோஜா மலரைப் பதக்கமாகச் செருகியிருந்தாள்.

"நீங்கள் அடிக்கடி ஈரான் செல்வதுண்டா?" என்று கேட்டேன்.

"இல்லை" என்றாள்

"உங்களின் பி.எச்.டி ஈரானிய இலக்கியத்தின் ரகசியங்கள் பற்றியதா?"

"எனது முனைவர் பட்டத்திற்கான ஆராய்ச்சி ஆங்கிலக் கவிதை மீதான முதலாம் உலகப் போரின் தாக்கம் பற்றியது" என அடக்கமாகப் புன்னகை செய்தவாறு கூறினாள்.

"ஆங்கிலக் கவிதைக்கும் ஈரானியக் கவிதைக்கும் இடையேயான தொடர்பு பற்றி நீங்கள் ஏன் தேர்வு செய்யவில்லை? அது இங்கிலாந்தில் வாழும் ஈரானியரான உங்களின் நிலைமைக்குப் பொருத்தமாக இருந்திருக்கும்."

"எனது நிலைமை? அப்படியானால் என்ன?"

"இரு மொழிகளும் இரண்டு கலாசாரங்களும் உங்களுக்குத் தெரியுமென்பதால் இரண்டையும் ஒப்பீடு செய்ய உங்களால் முடியும். நான் சொல்லவருவது அதுதான்."

"என் அம்மாவைப் போலவே நீங்களும் சிந்திக்கிறீர்கள். நான் ஒரு பெண், எனவே பெண்களின் பிரச்சினைகளில் நான் ஈடுபட்டிருக்க முடியும். நான் ஒரு முஸ்லிம், எனவே மதம் பற்றிய ஆராய்ச்சியை மேற்கொண்டிருக்க முடியும். நான் ஈரான் நாட்டைச் சேர்ந்தவள், எனவே கீழைநாடுகளின் பிரச்சினைகளில் ஈடுபட்டிருக்க முடியும். இவ்விதம் எல்லைகளுக்கு உள்ளேயே என்னை ஏன் சுருக்கிக்கொள்ள வேண்டும்?"

"நீங்கள் கவிதை எழுதுகிறீர்கள் இல்லையா?"

---

1. பெரும்பாலான ஈரானியர் தம் வாழ்வின் வழிகாட்டியாக ஒரு நூலைத் தேர்வுசெய்து கொள்வர். அவர்களின் ரகசியங்களின் புத்தகம் என அந்த நூல் அழைக்கப்படுகிறது. அந்தப் புத்தகத்தின் ஏதாவது ஒரு பக்கத்தில் தென்படும் ஒரு வாசகத்தை அந்த நாளின் வழிகாட்டியாக எடுத்துக்கொள்வர். பழங்காலத்திலிருந்தே பாரசீகத்தில் இருந்து வரும் இந்த மரபினை ஈரானில் இப்போதும் பரவலாகக் காணலாம்.

“ஆங்கிலக் கவிதைகளைப் பயில அது தேவை என்று நினைக்கிறீர்களா?”

தேநீரை மெல்ல உறிஞ்சினேன்.

ஃபெரூஸ்ஸா தொடர்ந்தாள், “உங்களுக்குப் பிடித்தமான விஷயத்தை ஆராய்ச்சி செய்வதும் அதுபற்றி எழுதுவதும் போதும். இல்லையா?”

“நீங்கள் சொல்வதில் அர்த்தம் இருக்கிறது. உங்கள் அம்மாவைப் போல எனது சிந்தனை இல்லை.”

“ஆக, என் ஆராய்ச்சியை நீங்கள் ஒப்புக்கொள்கிறீர்கள் . . .”

“ஆம்.”

அவள் தேநீர் குடித்து முடித்தாள். நான் கேட்டிருந்த கேள்வி அப்போது தான் அவளுக்கு ஞாபகத்திற்கு வந்தாற்போல, “என் ஏழாம் வயதில் என் தங்கையையும் என்னையும் அழைத்துக்கொண்டு என் அம்மா ஈரானிலிருந்து வெளியேறினாள். அதன்பிறகு நான் ஈரானுக்குத் திரும்பிச் செல்லவில்லை.”

“ஈரான் புரட்சியின்போதா நீங்கள் வெளியேறினீர்கள்?”

“ஆம்.”

“உங்கள் தந்தை?”

“ஷா நாடு கடத்தப்படுவதற்குச் சில தினங்களுக்கு முன்னர் என் தந்தை சிறையில் அடைக்கப்பட்டார். அதிகாரத்தை முல்லாக்கள் கைப்பற்றிய பிறகு என் தந்தை இறந்துவிட்டதாகச் சொன்னார்கள். அவருக்கு என்னவானது என ஒருபோதும் எங்களால் கண்டுபிடிக்க முடியவில்லை.”

“அவர் அரசியலில் ஈடுபட்டிருந்தாரா?” என்று கேட்டேன்.

“அவர் பல்கலைக்கழகப் பேராசிரியர். என் தந்தையின் மரணத்திற்கு மன்னராட்சியையும் முல்லாக்களின் ஆட்சியையும் அம்மா குற்றம் சாட்டினார்.”

“பழைய நினைவுகளை எண்ணி ஏக்கம்கொள்வீர்களா?”

“என் தந்தை பற்றியா?”

“ஈரான் பற்றிக் கேட்கிறேன்.”

“அது பற்றிய ஞாபகம் அதிகமும் இல்லை. எதை இழந்திருக்கிறேன் என்று துல்லியமாக என்னால் சொல்ல முடியவில்லை. எனினும் இழந்துவிட்டதான உணர்வு நிச்சயமாக எனக்கிருக்கிறது. ஈரான் என் தந்தையைப் போல. கண் முன்னால் இருக்கும் நடப்பு உலகில் ஈரானோ என் தந்தையோ இல்லை. என் நினைவில் இருக்கும் ஓர் உலகில்தான் அவர்கள் உயிர்வாழ்கிறார்கள்.”

“எங்கே இறந்துபோக விரும்புகிறீர்கள்?” என்று கேட்டேன்.

“இங்கே என்று சொல்லலாம்.”

"ஈரானில் இறந்துபோகவே உங்கள் அம்மா விரும்புவார் என்று உறுதியாகச் சொல்வேன்."

"நிச்சயமாக. நான் சிறுமியாக இருந்தபோது எனக்கும் என் தங்கைக்கும் பார்ஸி எழுத அம்மா கற்றுக் கொடுத்தாள். ஒருநாள் ஈரானுக்கு நிச்சயமாகத் திரும்புவோம் என்று அவள் உறுதியாகச் சொல்வது வழக்கம்."

"தனது முனைவர் பட்ட ஆராய்ச்சியின் பகுதியாக எனது நண்பன் ஒருவன் வெவ்வேறு நாடுகளைச் சேர்ந்த நபர்களிடம் இந்தக் கேள்வியைக் கேட்டான். பிறந்த இடத்திலோ அல்லது வளர்ந்த இடத்திலோ சாக விரும்புவதாகவே பெரும்பாலோர் சொன்னார்கள். தன் தாய் மண்ணில் தான் ஒருவர் இறக்க விரும்புகிறார் என்பதே என் நண்பனின் முடிவு."

"இருக்கலாம். இதில் உங்களின் விருப்பம் என்ன?"

"நான் பிறந்த கிராமத்தில் என் சமாதி இருக்க வேண்டுமென்று நான் விரும்புகிறேன்," என்றேன்.

காலியாக இருந்த எங்கள் குவளைகளில் மேலும் தேநீர் ஊற்றினேன்.

"ஸ்டெல்லாவிடம் நீங்கள் கொடுத்த புகைப்படத்தைப் பார்த்தேன். அது கிராமத்திலிருக்கும் உங்களின் குடும்பப் புகைப்படமா?" என்று கேட்டாள்.

எனது கோப்பின் உறையைத் திறந்து எனது புகைப்படப் பிரதியை வெளியே எடுத்தேன்.

"இது ஒன்றுதான் என்னிடமிருக்கும் என் மாமாவின் புகைப்படம், ஒரு சிற்றுண்டிக் கடையில் இது எடுக்கப்பட்டது. புகைப்படத்தில் மாமாவுக்கு அருகே இருப்பது டாட்டர். கேமராவை டாட்டர் கையில் பிடித்துக் கொண்டிருப்பதால் வேறு யாரோ ஒருவர்தான் புகைப்படத்தை எடுத்திருக்க வேண்டும்."

ஃபெரூஸ்ஸா புகைப்படத்தை எடுத்துக்கொண்டாள்.

டாட்டர், என் மாமா, என் பாட்டி ஆகியோரைப் பற்றி அவளிடம் கூறினேன்.

வெளியே மழை மெல்லத் தூறியவாறிருந்தது.

3

கேவே

தரிசு நிலத்தின் பாடல்

சென்ற கோடையில் புகைப்படமெடுக்கும் டாட்டர் கிராமத்திற்கு வந்திருந்தான். வாழ்வின் சுமை கல்லறையைப் போல் பாரமாய் அழுத்த ஆப்பிள் மரத்தின் மீது சாய்ந்தவாறு ஓய்வாய் அமர்ந்திருந்தாள் கேவே. காலத்தை நிறுத்துபவன் என்று டாட்டரைப் பற்றிய வதந்தி உலவிற்று. ஒரு வார்த்தையும் பேசாமல் கேமராவையே பார்த்தவாறிருந்தாள் கேவே. கையிலிருந்த புகைப்படத்தைத் தொட்டதும் எங்கோ வெகுதொலைவிலிருந்த கிராமத்தில் கழித்த தனது குழந்தைப் பருவம் அவளுக்கு ஞாபகம் வந்தது. தலையை உயர்த்தி பேச முடியாத குழந்தைபோல் நின்றிருந்த மரத்தைப் பார்த்தாள். திறந்த கதவின் நிழல் மரத்தை முழுவதுமாக மறைத்திருந்தது. தொன்மையான அவளின் கண்கள் கருமைகொண்டிருந்தன.

கடந்த காலத்தில் தனது ஒரே மகளான கேவேயுடன் இந்த உலகில் அவள் தந்தை தனியே இருந்தார். இரவு வெகுநேரம் கண்விழித்து மிகுந்த சிரத்தையுடன் இறை வணக்கத்தில் ஈடுபடுவார். விதி எனும் வாளின் முன் தலைகுனிந்து நிற்பாள் கேவே. குழந்தைப் பருவத்தில் அவளின் ஏழு அண்ணன்மாரும் அம்மாவும் எதிரியின் தாக்குதல்களாலும் நோய்நொடியாலும் ஒருவர்பின் ஒருவராக இறந்தார்கள். தோட்டத்தில் ஆப்பிள் மரத்தடியில் அமர்ந்து இரவும் பகலும் பறவைகளுடன் பேசும் வழக்கம் அப்போதுதான் தொடங்கிற்று.

போகுமிடமெல்லாம் மரணம் கேவேயைத் தொடர்ந்தவாறிருந்தது. பல ஆண்டுகளுக்கும் முன்னர் அவள் தந்தை ஒரு ஆகா[1]வின் வீட்டிற்கு விருந்தினராகச் சென்றார். சூப், இறைச்சிக் கஞ்சி, புல்கர்[2] ஆகியவற்றை விருந்தினரான என் தந்தைக்குப் பரிமாறுவதற்குப் பதிலாக

---

1. அந்தஸ்தைக் குறிக்கும் சொல். பிரபு என்பது இதன் நேரடிப் பொருளாகும்.
2. சிறு பருப்புடன் உடைத்த கோதுமையைச் சேர்த்து சமைத்த உணவு.

வெண்ணெய் இல்லாத போரெக்[3]கை மட்டுமே அவருக்குத் தந்தார். இதனால் சிறுமைப்படுத்தப்பட்டதாக கேவேயின் தந்தை உணர்ந்தார். அதனைச் சரி செய்வேன் எனத் தனது மஞ்சள் நிறப் பெண் குதிரையின் மீது ஆணையிட்டார். ஆனால் அந்தப் பிரபு இவ்விதம் நடந்துகொண்டதற்கான காரணம் கேவேயின் தந்தைக்குத் தெரியாது. முந்திய தினம் பிரபுவின் வீட்டிற்கு வந்திருந்த இரண்டு ஆங்கிலேயர்களும் ஒரு அதிகாரியும் ஒரு குவளை சர்பத் அருந்தும் நேரமே பிரபுவின் வீட்டில் இருந்தார்கள். இவ்விதம் மிகக் குறுகிய நேரம் அவர்கள் வீட்டில் இருந்தது பிரபுவின் மனத்தைக் காயமுறச் செய்திருந்தது. அது மட்டுமல்லாமல் உதுமானியப் பேரரசுக்கு வரி செலுத்துவதை எப்போது தவிர்த்தாரோ அப்போதிருந்து பிரபுவின் நடத்தையும் மாறிவிட்டிருந்தது. எதிர்பாராமல் வந்து சிறிது நேரம் மட்டுமே இருந்து உடனே திரும்பிவிட்ட விருந்தினர்களால் காயமடைந்த பிரபு இரவில் சிறிது நேரமும் உறங்கவில்லை. அது மட்டுமல்லாமல் பிரபு திருமணம் செய்துகொள்ள விரும்பிய ஓர் அழகிய பெண் யாருமே அறிந்திராத ஒருவனுடன் காணாமல் போயிருந்தாள். கேவேயின் தந்தையும் இதற்கு உடந்தை என்ற சந்தேகம் சமவெளியிலிருந்த ஒவ்வொருவருக்கும் இருந்தது. கோடை கால வெப்பத்தைப்போல இரு வீடுகளுக்குமிடையே பழிவாங்கும் உணர்வு மெல்ல உருவாகத் தொடங்கியிருந்ததும் அந்தப் பகை தங்களுக்கு இடையேயும் விரைவிலேயே வரும் என்பதும் சமவெளியிலுள்ளோருக்குத் தெரிந்திருந்தது.

சாபத்தின் நிழலில் வளர்ந்திருந்த கேவே தனது மெலிந்த உடல், பனிபோன்ற வெண்ணிறத் தோற்றம், மிருதுவான குரல் ஆகிய அனைத்தையும் மறந்து பெரும்பாலான நேரத்தை ஆப்பிள் மரத்தடியில் கழித்தாள். இதன் காரணமாக நீரூற்றுக்கு அருகே இருந்த ஒவ்வொரு பெண்ணின் இதயத் துடிப்பாக இருந்த ஆலடின், கேவையைத் தவிர வேறு யாரையும் காதலிக்கவில்லை என அறிவித்தபோது அவளால் நம்ப முடியவில்லை. மணப்பெண்ணிற்குத் தர வேண்டிய பணம் பற்றி அவர்களின் தந்தையரிடையே உடன்பாடு ஏற்படாததால் அவளைக் கடத்திச் செல்வதைத் தவிர ஆலடினிற்கு வேறு வழியில்லை. முட்களும் தண்டுகளும் கொண்ட சிறிய காட்டுச் செடிகளைச் சேகரிக்க இளம் பெண்கள் சென்றிருந்தபோது ஆலடின் ஒருநாள் தனது வெண்ணிறக் குதிரையில் வயல்வெளியில் பாய்ந்து வந்து கேவையை அலாக்காகத் தூக்கிக் குதிரையின் பின்னால் ஏற்றிக்கொண்டு, இளம்பெண்கள் மகிழ்ச்சியில் கிறீச்சிட, ஆனந்தமாகக் கூச்சலிட்டவாறு மேற்கேயுள்ள கிராமங்களை நோக்கிக் குதிரையை ஓட்டிச் சென்றான். இவ்விதம் நடக்குமென்றுதான் கேவையைத் தவிர அனைவரும் அறிந்திருந்தார்கள், இதனை ஏதோ மாயா ஜாலக்கதைபோல கேவே என் அம்மாவிடம் கூறுவாள். "ஆலடின் நிறுத்து உன் குதிரையை. மரணத்தை நோக்கிச் செலுத்தாதே" என இடையிடையே கேவே சொல்லவும் செய்தாள். எல்லா மாயா ஜாலக் கதைகளையும் போலவே இந்தக் கதையும் மகிழ்ச்சியில் முடியுமெனக் கதை கேட்கும் ஒவ்வொரு முறையும் என் அம்மா நினைப்பாள்.

---

3. இறைச்சி அல்லது வெண்ணெய் கலந்து தயாரிக்கப்படும் ஒரு வகை இனிப்புப் பண்டம். இதனை வாட்டவும் பொரிக்கவும் உலையடுப்பில் சமைக்கவும் முடியும்.

தலைப் பிள்ளையை வயிற்றில் சுமந்தபடி வயக்காட்டிற்குக் கழுதையில் வந்திறங்கினாள் கேவே. செம்மறியாட்டுக் குட்டியின் இறைச்சி, உடைத்த கோதுமையைச் சிறு பருப்புடன் சேர்த்துச் சமைத்த புல்கர், வெங்காயம் முதலியவற்றை உணவுப் பொட்டலமாகக் கட்டி அதனைச் சுமந்தவாறு விவசாயக் கூலிகள் அங்கே கதிரறுப்பு வேலை செய்துகொண்டிருந்தார்கள். சூரியன் மறைந்திருந்ததால் இருட்டில் தானியக் கதிர்கள் கண்ணுக்குத் தெரியவில்லை. அதனால் அனைவரும் வைக்கோல் குவியல்களுக்கு அருகே தரையில் அமர்ந்தார்கள். அந்த இரவில் பிரமிக்க வைக்கும் நட்சத்திரங்களின் ஒளி அவர்களின் மீது வீசிற்று. கண்ணுக்கு எட்டிய தூரத்தில் மின்மினிப் பூச்சிகளின் வெளிச்சத்தை அவர்களால் அதன்மூலம் பார்க்க முடிந்தது.

பெரும்பாலான விவசாயக் கூலிகள் தாழ்ந்த நிலையிலிருப்பவர்கள். தங்களைக் கடவுள் கைவிட்டுவிட்டதாக உண்மையிலேயே நம்பினார்கள். தங்களின் தோள்களில் துப்பாக்கியைப் போல அரிவாளைச் சுமந்து கிழக்கே தொலைதூரத்திலுள்ள நகரங்களிலிருந்து அவர்கள் வந்திருந்தார்கள். இது தவிர அவர்களிடமிருந்தவை தோள்கள், மூச்சு, அவர்களுடைய எஜமானர்களின் கருணை ஆகியவைதாம்.

மேற்பார்வையாளனான பீகோஹன் சூதாடினான். திருப்பிச் செய்யவே வெட்கப்படும் மானக்கேடான செயல்களைச் செய்திருந்த அவன் அதற்கான விலையை இப்போது தந்துகொண்டிருந்தான். தன் வீட்டிலிருந்து வெளியேறி வெளியூர் வயல்களில் கடுமையாக உழைத்துத் தன் பாவங்களுக்குப் பரிகாரம் தேடிக்கொண்டான். மனம் திருந்திவிட்டதாக மனைவி மக்களிடம் செய்திருந்த சத்தியத்தை அவர்கள் ஏற்றுக்கொள்வதற்காகக் காத்திருந்தான். கேவேயிடம் தனது கதையைக் கூறி முடித்த பீகோஹன் கண்களை மூடியவாறு ஒரு நாட்டுப் புறப் பாடலைப் பாடினான். மணற்காற்று மெல்ல வீசிற்று. பீகோஹன் பாடிய நாட்டுப் புறப்பாடலை ஒருமுறை கேட்டதுமே கேவேக்கு மனப்பாடமாகிவிட்டது. நாற்பது ஆண்டுகளுக்குப் பிறகு தன் கண்களை மூடியவாறு அந்தப் பாடலை என் அம்மாவிடம் பாடினாள் கேவே. நாற்பது ஆண்டுகளுக்குப் பின் தன் கண்களை மூடியவாறு இதனை எனக்குப் பாடிக்காட்டினாள் என் அம்மா. வெளிநாட்டில் கல் கட்டடங்கள் சூழ்ந்திருக்கும் ஒரு நகரில் இப்போது இதே பாடலை இந்த இரவு வேளையில் எனக்குள் முணுமுணுத்துக்கொள்கிறேன். வாழ்வின் சுமைகளைத் தாங்குவதற்காகச் சில சமயங்களில் தொன்மையான கட்டடங்களைப் போலவே நானும் கண்களை மூடிக்கொள்கிறேன்.

“உனக்கு ஆண் பிள்ளை பிறந்தால் அவனுக்கு என் பெயரை வை” என மேற்பார்வையாளனான பீகோஹன் கேவேயின் கணவனான ஆலடின் ஆகாவிடம் அன்று இரவு கூறினான். இலையுதிர் காலத்தில் கேவேக்குக் குழந்தை பிறந்தது. வானில் நட்சத்திரங்களுக்கு அடியில் தனது பெயரை வைக்க வேண்டும் என்று பீகோஹன் கூறியதை மறந்து வேறு பெயரைத் தேடிக்கொண்டிருந்தான் ஆலடின். இந்த உறுதிமொழியை ஆலடினுக்கு நினைவூட்டினாள் கேவே. இது விவசாயக் கூலிகளின் நட்புக்கும் எல்லையற்ற வான்வெளிக்கும் அஞ்சலியாக அமைந்தது; காதலில் கசிந்துருகிய அந்த இரவின் ஞாபகத்திற்கும் பரந்த புல்வெளியின் நாட்டுப்புறப் பாடலுக்கும் அவள் உண்மையாக இருந்தாள்.

இறந்துபோன அம்மாவுக்கும் ஏழு அண்ணன்மார்கள் ஒவ்வொரு வருக்கும் ஆப்பிள் மரத்தைச் சுற்றித்துண்டுத்துணியைக் கட்டினாள் கேவே. அவள் தந்தையும் அவரைத் தொடர்ந்து அவள் மாமாவும் இறந்தார்கள். அந்தச் சமயத்திலும் இவ்விதமாகவே துணியைக் கட்டினாள். ஒருநாள் இரவு அவளது கணவனான ஆலடின் வாசற்படியில் திடீரென விழுந்து இறந்தான். அழுதுகொண்டிருக்கும் நான்கு குழந்தைகளைத் தவிர வேறு எவருக்கும் என் மார்பைத் தரமாட்டேன் என அப்போது கேவே சபதமேற்றாள். குடும்ப உறுப்பினர்கள் இறந்தால் ரத்தம் வன்முறை ஆகியவற்றிலிருந்து விடுபடுவதற்காக, ஆடறுத்து ரத்தம் சிந்தும் வழக்கம் ஹேம்னா சமவெளியில் அப்போது இருந்தது. அதன்படி மரத்தைச் சுற்றித் துணியைக் கட்டுவதற்குப் பதிலாக ஆடறுத்துத் தியாகம் செய்தாள். அந்த ரத்தத்தில் தன் விரலை முக்கித் தன் குழந்தைகளான பீகோஹன், சமில், சைட், மானா ஆகியோரின் நெற்றியில் பூசினாள். அரிவாளை வைத்திருந்த விவசாயக் கூலியின் நினைவாக பீகோஹன் என்ற பெயர் மூத்த மகனுக்கு வைக்கப்பட்டிருந்தது.

ஒடுக்குமுறை நிரம்பியதாக அவள் வாழ்க்கை மாறிக்கொண்டிருந்தது. அவளின் மாமியாரும் இரண்டு நாத்தனார்களும் கேவேயைப் பண்ணையை விட்டு வெளியேற்றிக் குழந்தைகளை அவளிடமிருந்து பறித்துக்கொண்டார்கள். இருபது ஆடுகளுடனும் தனது நாயுடனும் கழுதையுடனும் தனது தந்தையின் அமைதியான வீட்டிற்குத் திரும்பினாள் கேவே. அந்தக் காலகட்டத்தில் நிலவிய வழக்கத்தின்படித் தனது கணவனின் மேற்சட்டையை அணிந்துகொண்டாள். ஆப்பிள் மரத்தடியில் இரவும் பகலும் பறவைகளுடனான தனது உரையாடலை மீண்டும் தொடர்ந்தபோது அவளுக்கு முப்பதுவயதுகூட நிறையவில்லை.

குளிர்கால இறுதியில் கேவேயின் மூத்த மகனான பீகோஹன் வீட்டுக்கு வந்திருந்தான். மழையில் நனைந்த அவன் உடல் முழுவதும் சேறு படிந்திருந்தது. காற்றினால் அவன் தோற்றம் குலைந்திருந்தது. "பாட்டி அனுப்பினாள். சமீலுக்குக் காய்ச்சல்" என்றான். உடனே இருவரும் அங்கிருந்து கிளம்பினார்கள். பரந்த புல்வெளியில் இருந்த அவர்களின் பண்ணை வீட்டிற்கு வந்து சேர்ந்தபோது நள்ளிரவாகிவிட்டிருந்தது. சமிலின் படுக்கை அருகே அவர்கள் இருவரும் அமர்ந்தார்கள். சமில் அதிகாலையில் இறந்தான். மூன்றுநாட்களுக்குப் பிறகு தம்பியின் அம்மை நோயினால் மிகக் கடுமையாகப் பாதிக்கப்பட்டு பீகோஹனும் இறந்தான். வசந்த காலம் கடந்ததும் அவள் மாமியாரும் இறந்துபோகவே, இரண்டு பெண் குழந்தைகளையும் தன்னுடன் அழைத்துச் சென்றாள் கேவே.

தனது இரண்டு மகள்களை ஆப்பிள் மரத்தடியில் அமரச் செய்து அவர்களிடம் கிராமியப் பாடல்களைப் பாடினாள் கேவே. மகிழ்ச்சியில் முடியும் கதைகளை அவர்களிடம் சொன்னாள். மூத்த மகள் சைட் உயரமாக, நல்ல வடிவத்துடன் கவர்ச்சியாக இருந்தாள். அது காண்பவரின் கண்களை உறுத்தியது. தனது கணவனுக்கு இரண்டாம் தாரமாக வாழ்க்கைப் பட்டால் தங்கத்தில் கழுத்து மாலை போடுவதாகக் கிராமத்திலிருந்த குழந்தையற்ற பெண்மணி சைட்டிற்கு வாக்குறுதி தந்தாள். கேவே அந்தத் திருமணத்திற்கு எதிர்ப்புத் தெரிவித்தாள். ஆனால் சைட் வீட்டை விட்டு வெளியேறி, இரண்டாம் தாரமாக அந்தக் குடும்பத்துடன் சேர்ந்துகொண்டாள். ஒருநாள்

கிராமத்துப் பெண்களுடன் சிறிய காட்டுச் செடிகளைச் சேகரிக்கப் பரந்த புல்வெளிக்குச் சென்றபோது சைட் ரத்த வாந்தி எடுத்துக் கீழே விழுந்தாள். அவளை வீட்டிற்குத் திரும்பக்கொண்டுவந்தபோது கை கால்களையும் உடலையும் ஓரளவே அவளால் அசைக்க முடிந்தது. இரவு முழுக்க மகளின் படுக்கையருகே இருந்து அழுதாள் கேவே. அதிகாலையில் கண்களைத் திறந்த சைட், “அம்மா நன்றாகத் தூங்கிக்கொண்டிருந்தேன். நீ எழுப்பி விட்டாய்” என்றாள். மறுநாள் அவளைப் புதைத்தார்கள். தனது கடைசி மகளான மானாவுடன் கேவே தனியே விடப்பட்டாள்.

ஒருநாள் காலை போர்ப் பறை அடிக்கும் சத்தத்தில் அவர்கள் கண் விழித்தார்கள். கிரேக்க ராணுவ வீரர்கள் ஆனட்டோலியா முழுவதையும் கடந்து ஹேம்னா சமவெளியை நெருங்கிக்கொண்டிருந்தார்கள். போரில் சண்டையிட வேண்டும் அல்லது கொள்ளையர்களாக வாழ வேண்டும் என ஆண்கள் நிர்ப்பந்திக்கப்பட்டார்கள். கேவேயைப் போன்ற தாய்மார்கள் தங்களின் இளம் பெண்குழந்தைகளின் மானத்தைக் காக்க தூரத்துக் கிராமங்களுக்குத் தப்பி ஓடினார்கள். அவர்களின் ஒரே வாழ்வாதாரம் சாக்கு மூட்டையிலிருந்த பார்லி, கோதுமை தானியங்கள்தாம். தானியத்தைக் கையில் பாதி அள்ளிக் கொதிக்கும் நீரில் இட்டுக் குடித்தார்கள். ஒரு வருடத்திற்குப் பிறகு மலைப் பகுதிக்குப் பின்னாலிருந்து அவர்கள் திரும்பி வந்தார்கள். கிராமத்திலிருந்த ஓர் இளைஞனுக்கு மானாவைப் பெண் கேட்டு வந்தார்கள். ஆனால் திருமண இரவில் மணமகனுக்குப் பதிலாக மந்தப் புத்திகொண்ட அவனின் மூத்த அண்ணனை மணவறையில் வைத்து ஜோடி சேர்த்தார்கள். இந்த உலகில் முழுக்கவும் தான் தனிமைப்பட்டு விட்டதாகவும் தனது விதியைத் தாங்கிக்கொள்ளும் வலு இல்லாது போய்விட்டதாகவும் உறுதியாக உணர்ந்தாள் என் பாட்டி கேவே. சில ஆண்டுகளுக்கும் முன்னர் தன் கணவன் இறந்தபோது இனித் திருமணம் செய்ய மாட்டேன் எனச் சத்தியம் செய்திருந்தாள். அந்தச் சத்தியத்திலிருந்து இப்போது பின்வாங்க முடிவுசெய்து, தான் அணிந்திருந்த மாஜிக் கணவனின் மேற்சட்டையை அகற்றி மீண்டும் திருமணம்செய்துகொண்டாள்.

“நான் விரக்தியடைந்திருந்தேன். அதனால் இந்தக் கிராமத்திற்கு வந்து உன் தந்தையை மணந்தேன்” என்று அப்போது சிறுமியாக இருந்த என் அம்மாவிடம் பாட்டி சொன்னாள். “ஆடு மேய்ப்பவரான உன் தந்தை ஆப்டோ மிகவும் ஏழை. எங்களுக்கென எதுவுமில்லை; என் குழந்தைகள் ஒன்றுகூட உயிருடன் இல்லை. வெளியூர்களிலுள்ள வயல்வெளிகளில் வேலைசெய்து பிழைக்கச் செல்வதென முடிவுசெய்து, சமைப்பதற்குத் தேவையான கைப்பிடி வைத்த பாத் திரத்தையும், மெல்லிய மெத்தைப் போர்வையையும் கழுதை மேல் ஏற்றிப் புறப்பட்டோம். போலாட், சிவ்ரீஹீசர், சிஃப்டெலர், எஷ்கஷெகீர், போசுயுக், பெர்ஷா ஆகிய ஊர்களுக்குச் சென்று அங்கிருந்த விளைநிலங்களில் கடுமையாக உழைத்தோம்; பண்ணை வேலை செய்தோம். ஏழு ஆண்டுகளுக்குப் பிறகு ஒரு மாட்டு வண்டியுடனும் ஒருஜோடி எருதுகளுடனும் ஊர் திரும்பினோம் . சேர்த்த பணத்தில் அறுபது ஆடுகள் வாங்கினோம். ஓர்அறைகொண்ட இந்த வீட்டைக் கட்டினோம்.

தனது சொந்த ஊரிலிருந்து ஆப்பிள் மர விதைகளைக் கொண்டு வந்திருந்த கேவே இப்போது வாழ்ந்துவரும் வீட்டிற்கு முன் அவற்றை

விதைத்தாள். இவ்விதம் குழந்தைப் பருவத்திலிருந்தே தனக்கு ஆதரவாக இருந்துவந்த ஆப்பிள் மரத்தை உரிய இடத்தில் இருக்கும்படிப் பார்த்துக் கொண்டாள். கடந்துபோன நாட்களைப் போல மரத்தின் கீழ் அமர்ந்தாள். தன்னுடன் பேசிக்கொள்வதற்காகப் பறவைகளின் வருகைக்குக் காத்திருந்தாள்.

குளிர்காலத்தில் பனி அடர்ந்திருந்த ஒருநாள் காலையில் மகள் மானா இறந்துவிட்ட செய்தி கிடைத்தது. கடுமையான காய்ச்சலில் படுத்திருந்த கணவனை அப்படியே விட்டுவிட்டு உடனே ஊருக்குக் கிளம்பினாள் கேவே. மானாவின் மந்த புத்தியுடைய கணவன்தான் இந்தச் செய்தியைக் கொண்டுவந்தவன். சொந்தக் கிராமத்திலிருந்து செங்குத்தான பாறையின் சமதளத்தை அடைந்தபோது அவளின் கால்கள் பனியில் விறைத்துப் போயிருந்தன.

பல நூற்றாண்டுகளுக்கும் முன்னர் இந்தச் செங்குத்தான பாறையிலிருந்து கீழே குதித்து உயிர்துறந்த முகலாய இளம்பெண் பற்றிக் கிராமத்தார் பேசுவதுண்டு. கேவே அவளை நினைத்துக்கொண்டாள். நிராசை கொள்வது வாழ்வை அழித்துவிடும். நீண்ட காலத்திற்கு முன்னர் தைமூர் ராணுவப் படையெடுப்பிற்குப் பிறகு முகலாயச் சக்கரவர்த்தி உதுமானியர்களைத் தோல்வியுறச் செய்தார். செங்குத்தான இந்தப் பாறையின் சமதளப் பகுதியில் ஓய்விற்காகச் சிறிது தங்கிக் கோடை வெப்பத்தைத் தணிப்பதற்காகக் கூடாரங்களை அமைத்தார். வானத்து நட்சத்திரங்களைப் போல எண்ணற்ற கூடாரங்கள் எழுப்பப்பட்டன. அந்த இரவில் யாருக்குமே தெரியாமல் தைமூரின் பதின்பருவத்து மகளான மானா கூடாரத்திலிருந்து வெளியேறிச் செங்குத்துப் பாறையிலிருந்து கீழே குதித்தாள். மகள்மீது அளவுக்கு அதிகமாகப் பாசம் வைத்திருந்த தைமூர் வலுவற்ற தன் கால்களால் நொண்டியவாறு பாறைக்குச் சென்றான். முன்னர் ஒரு யுத்தத்தில் அவன் கால்கள் காயமடைந்திருந்தன. அடுத்தடுத்த யுத்தங்களில் மூர்க்கமாய்ப் போரிட்டு அதற்குப் பழிதீர்த்துக்கொண்டான். வெளியே இருளையும் வானையும் ஆட்சி செய்யும் நட்சத்திரங்களைப் பார்த்தான். தனது முஷ்டியை வானில் உயர்த்தி அசைத்தவாறு “ஹே மானா” என உரத்தக் குரலில் சத்தமிட்டான். முதன்முதலாய் அவன் தேம்பியழுவதைக் கண்ட போர் வீரர்கள் அந்தப் பகுதிக்கு ‘ஹே–மானா சமவெளி’ எனப் பெயரிட்டார்கள். அந்தப் பெயர் உள்ளூரில் வழங்கிவரும் மரபுவழிக் கதைகளின் ஒரு பகுதியாக மாறியது. தலைமுறை தலைமுறையாய் மரணங்களைத் தாண்டி வந்திருந்த அந்த மரபு அதன் நீண்ட பயணத்தில் கேவேயிடம் இப்போது வந்து சேர்ந்தது. கவிஞர் கூறியதுபோல:

விடியலின் புதிய ஒளி
புது வண்ணங்கள்
உங்களை ஏமாற்றாதிருக்கட்டும்,
மரத்தின் கனி ஏற்கனவே
பச்சை நிறத்தில் இருக்கிறது
அதன் பெயரோ கடந்துபோன நாட்களுக்கு
முந்தியது

முகலாயச் சக்கரவர்த்தியின் மகளின் பெயர்கொண்ட கேவேயின் கடைசி மகளான மானா இறந்ததும், தன் மருமகனுடன் கேவே கிராமத்திற்கு

வந்தபோது இருட்டிவிட்டிருந்தது. கேவேயின் மனத்தில் சூறாவளி அடித்தது. மானாவின் குழந்தைகள் இரண்டையும் கைகளில் ஏந்திக்கொண்டு இரவு முழுக்க அழுதாள். அவர்கள் இருவரையும் இறுகப் பிடித்தவாறிருந்த கேவேக்குக் காலையில்தான் தூக்கம் வந்தது. உறங்குவதற்காகக் கீழே சாய்ந்தாள். அவளுடன் தனியே இருந்த அந்தப் பெண் குழந்தைகள் அவளிடம், “ஒரு ரகசியத்தைச் சொல்லப் போகிறோம்; அம்மாவை அவர்கள் உயிருடன் புதைத்துவிட்டார்கள்” என்று சொன்னார்கள். இவ்விதம் கிராமத்தார் அரசல்புரசலாகப் பேசிக்கொள்வதை ஏற்கெனவே கேவே கேள்விப் பட்டிருந்தாள். கடுமையான காய்ச்சலில் மூன்று நாட்கள் உணர்விழந்த நிலையில் படுக்கையில் கிடந்த மானாவை இறந்துவிட்டதாகக் கருதி, அவள் உடலைத் தண்ணீரால் கழுவிச் சுத்தம் செய்து புதைத்துவிட்டார்கள். கிராமத்து ஆட்டு இடையனான ஹீலோ தினந்தோறும் ஆடுகளைக் கிடையில் அடைப்பது வழக்கம். ஆனால் அன்று அவனுக்குப் பதிலாக அவனுடைய தம்பி சென்றான். ஆடுகள் கல்லறைப் பகுதியைக் கடந்தபோது அவற்றின் கழுத்துமணிச் சத்தம் கேட்டது. புதிதாக வெட்டப்பட்ட புதைமண்ணிற்குக் கீழே இருந்து மானா உரக்கக் கத்திய குரல் கேட்டது. “ஹீலோ ... ஹீலோ இங்கிருந்து என்னை வெளியே கொண்டு வா.” தன் சகோதரனின் பெயர் கேட்டதும் பீதியடைந்த அந்த இளம் இடையன் இறந்த பெண்ணின் வீட்டிற்கு ஓடினான்.

வீட்டில் மானாவின் மாமியார் மட்டுமே இருந்தார். “இதுபற்றி யாரிடமும் மூச்சுவிடாதே. புதைகுழியிலிருந்து சடலத்தை வெளியே எடுத்தால் வாழ்வின் மீதி நாட்களைப் பயத்திலேயே நாங்கள் கழிக்க வேண்டும்” என அவள் அவனிடம் சொன்னாள்.

ஒரு மாதத்திற்குப் பிறகு மானாவின் இரண்டு மகள்களும் அம்மை நோய் வந்து இறந்தார்கள். சிறிய இரண்டு புதைகுழிகளில் அருகருகே அவர்கள் புதைக்கப்பட்டார்கள்.

கேவேக்குக் குழந்தைகள் எதுவும் இப்போது இல்லை. எனவே தனது இரண்டாம் கணவனான ஆப்டோவிற்கு ஒரு பெண்ணைத் திருமணம் செய்துவைத்து ஒரு புதிய குழந்தையை வீட்டிற்குக் கொண்டுவர முடிவு செய்தாள். “குழந்தையை வைத்துக்கொண்டு நாம் என்ன செய்வது முட்டாள் பெண்ணே? எனக்கோ அறுபது வயதாகிவிட்டது” என்றான் ஆப்டோ. அது 1935ஆம் ஆண்டு. எமீன் என்ற ஓர் இளம்பெண்ணின் பாட்டி தனது உறவினரைப் பார்க்க தூரத்துக் கிராமத்திலிருந்து வந்திருந்தாள். தன் கணவனுக்கு எமீனைத் திருமணம் செய்துதர முடியுமா? என அவளிடம் கேட்டாள். திருமணமான ஒருவனுக்குத் தன் சொந்த மகளை இரண்டாம் தாரமாகக் கட்டிக்கொடுத்தபோது உணர்ந்த வேதனையைத் தன் நினைவடுக்கில் பின்னுக்குத் தள்ளினாள் கேவே.

என் பத்துவயது அம்மாவிடம் அவள் இப்படி சொன்னாள். “அன்று பண்ணையில் வேலைசெய்துகொண்டிருந்தோம். உன் தந்தை கதிர் அறுத்துக்கொண்டிருந்தார். உன் அம்மா எமீன் அவருக்குப் பின்னால் நடந்தவாறு கதிர் அறுத்தாள். அறுப்பு முடிந்ததும் கீழே கிடக்கும் தண்டுகள் அனைத்தையும் அள்ளிக் குவியல்களாகச் சேர்த்தாள். அங்குமிங்கும் மீந்து கிடந்த கதிர்கள், தண்டுகளைப் பொறுக்கிச் சேர்த்தாள். எமீனுக்குப்

பிரசவவலி வந்ததும் வீடு திரும்பினோம். காலையில் நீ பிறந்தாய். ஆப்டோ வெளியே காத்திருந்தான். "முட்டாள் பெண்ணே... என்ன குழந்தை?" என்று கேட்டான். "பெண் குழந்தை" என நான் கூறினேன். "அதுபற்றிக் கவலை வேண்டாம்" என எனக்கு ஆறுதல் சொன்னான். எமீனின் நிறம் கறுப்பு. உனது நிறம் வெள்ளை. கறுப்பு நிற ஆடு ஒன்றின் முன் வெண்மையான ஆட்டுக்குட்டிபோல் நீ இருந்தாய். கதிர் அறுப்பு முடிந்தது. குளிர்கால மத்தியில் உன் தந்தை படுத்த படுக்கையானார். ஒரு பண்டிகை விடுமுறை நாளில் கடுமையாக மழைபொழிந்துகொண்டிருந்தபோது அவரைப் புதைத்தோம்."

எமீன் இன்னும் இளம்பெண்ணாகவே இருந்தாள். வசந்த காலத்தில் அவளின் சகோதரர் ஹாட்டிஃப் வீட்டிற்கு வந்து எமீனைத் திருமணம் செய்துகொள்ளச் சொந்த ஊரிலேயே ஒரு மாப்பிள்ளை இருப்பதாகச் சொன்னார். ஆப்பிள் மரத்தடியில் அவர்கள் அமர்ந்திருந்தார்கள். கேவேயின் இதயத் துடிப்பு அதிகமானது. மூச்சு விடவும் முடியவில்லை. குழந்தையை இங்கேயே விட்டுச் செல்லுமாறு இருவரிடமும் கூறினாள். குழந்தையற்ற மணப் பெண்ணாகவே புதிய வீட்டிற்குச் செல்வது நல்லது என்று உணர்ந்த எமீன், கேவேயின் அருகே சென்று மண்டியிட்டு அழுதாள். ஒருநாள் அதிகாலையில் என் அம்மாவை விட்டுவிட்டுத் தன் சகோதரர் ஹாட்டிஃப்புடன் வீட்டை விட்டுப் புறப்பட்டாள் எமீன். வாழ்வெனும் மாட்டு வண்டி மிகுந்த சோர்வுடன் மெல்ல நகர்ந்தது. ஊரில் ஒரு பள்ளிவாசலைக் கட்டியபோது அதில் தொழுகை நடத்திவைக்கும் இமாம் ஆனார் வயதான ஹக்கோ. கேவேயை மணந்து அவள் வீட்டில் குடிபுகுந்தார். வெவ்வேறு பாதைகளில் வாழ்ந்துவந்த, இப்போது தனியே இருக்கும் முதிர்ந்த அந்த இரு ஜீவன்களும் ஒருவர் மற்றவருக்காக என மட்டுமல்லாமல் அதற்கும் மேலாக வாழத் தொடங்கினர். இருவரும் கைக் குழந்தையான என் அம்மாவை அணைத்தவாறு உறங்கினார். அவளின் உண்மையான அம்மா எங்கோ தூரத்தில் ஒரு கிராமத்தில் வாழ்ந்தாள்.

கேவே பேசுவதை அமைதியாகக் கேட்டுக்கொண்டிருந்தான் டாட்டர். ஆப்பிள் மரத்தடியில் அமர்ந்திருந்த கேவே, ஹக்கோ, என் அம்மா மூவரையும் புகைப்படத்தில் பதிவுசெய்து காலத்தை உறையச் செய்வதென முடிவுசெய்தான் டாட்டர். இதில் விசித்திரமானது வாழ்வல்ல, சாவு; உடைமையாக்கிக் கொள்ளும் பெருவிருப்பத்தில் பாதையில் வரும் ஒவ்வொன்றையும் காவு வாங்கிய பிறகும் ஒருபோதும் அது (சாவு) திருப்தியுறுவதில்லை. பள்ளிவாசலுக்குச் செல்லும் ஹக்கோ சிறிது நேரத்தில் கிராமத்தாருடன் திரும்புவான். பின்னர் பல்வேறு விஷயங்களைப் பேசுவார்கள். தேநீரும் புகையிலையும் எப்போதும் அவர்களின் முன் இருக்கும். "எனது மகள்கள் எங்கே?" எனக் கரடி தாக்கிய பெண்மணி அங்கு வந்து சத்தமிட இன்னும் நீண்ட காலம் இருந்தது. அப்போதுதான் இருட்டத் தொடங்கிற்று. வெளியே ஆப்பிள் மரத்தில் தனியே ஒரு பறவை பாடிக் கொண்டிருந்தது.

4

அஸீத்தா

புனித ஆப்பிள் மரம்

ட்ரினிட்டி கல்லூரியின் பிரதான நுழைவாசலுக்கு வந்து சேர்ந்தேன்.

வலப்புறமிருந்த ஆப்பிள் மரத்தைப் பார்த்தேன். நுழை வாசலிலிருந்த மிகப் பெரிய கதவு அந்த மரத்தை மறைத்திருந்தது. என்னால் பார்க்க முடியவில்லை. நேற்று ஃபெரூஸ்ஸா இந்த மரத்தைப் பற்றிக் குறிப்பிட்டதால் இது எனக்கு ஞாபகம் வந்தது.

புல்வெளியில் மெல்ல நடந்தேன். ஆப்பிள் மரத்திலிருந்த நான்கு கிளைகள் நடுமரத்திலிருந்து பிரிந்து மரத்தைச் சுற்றியவாறிருந்தன. ஒரே மாதிரியான அளவுகொண்ட அந்தக் கிளைகளைத் தொட்டேன்.

தங்களைப் புகைப்படம் எடுக்கும்படி இரண்டு இளம் பெண்கள் என்னைக் கேட்டார்கள். மரத்தைத் தழுவிக்கொண்ட அவர்கள் மலர்களை மிதித்துவிடாதிருப்பதில் கவனமாக இருந்தார்கள். தென் கொரியா நாட்டைச் சேர்ந்த அவர்கள் ஆங்கிலம் கற்பதற்காக கேம்ப்ரிட்ஜிற்கு வந்திருந்தார்கள். கல்லூரியைப் பார்வையிட அனுமதிப்பார்களா என என்னிடம் அவர்கள் கேட்டார்கள். இவ்விதம் பேசிக்கொண் டிருந்தபோது அவர்களின் புகைப்படத்தில் நானும் இருக்க வேண்டுமென விரும்பினர். மரத்தின் சொந்தக்காரர்போல் உணர்ந்தேன்.

நியூட்டனின் தலையில் விழுந்த ஆப்பிள் பற்றித் தொடக்கப் பள்ளியில் நாம் படித்திருக்கிறோம். நியூட்டன் இந்தக் கல்லூரியில் கற்பித்தார் என்பதும் கல்லூரி நுழை வாசலிலிருந்த ஆப்பிள் மரத்தின் சில விதைகள் அவரின் சொந்த நகரத்திலிருந்து வந்தவை என்பதும் பலரும் அறியாதது.

ஆப்பிள் மரத்தில் பூத்திருந்த மலர்கள் ஏப்ரல் மாதச் சூரிய ஒளியில் பிரகாசித்தன.

எனக்குப் புரியாத மொழியில் பேசியவாறு ஓர் இளம் தம்பதியர் என்னை நோக்கி வந்துகொண்டிருந்தார்கள். அவர்களையும் புகைப்படம் எடுத்தேன். அப்போது கல்லூரி நுழைவாயிலிலிருந்த வாயில் காவலர் புற்களை மிதிக்க வேண்டாமெனக் கண்ணியமாகக் கேட்டுக்கொண்டார். நான் வருத்தம் தெரிவித்தேன்.

அது சனிக்கிழமை வானிலை வெப்பமாக இருந்ததால் கூட்டம் அதிகமாகிக்கொண்டிருந்தது.

கண்களை மூடி ஒரு சைக்கிள்மீது சாய்ந்துகொண்டேன். முந்திய இரவில் தூங்காததால் கண்கள் எரிந்தன.

இப்போதெல்லாம் தூங்க முடியாதபோது அதுபற்றிய கவலையே என்னைத் தொடர்ந்து தொந்தரவுசெய்ய விடுவதில்லை. தூக்கமின்மை படிப்படியாகக் குறைந்து வந்தது. அது அடிக்கடி நிகழ்வதுமில்லை ஒன்றிரண்டு நாட்கள்தாம். தொடக்கத்தில் நம்பிக்கை எல்லாவற்றையும் இழந்து பைத்தியம் பிடிக்கும் நிலைக்கு நான் சென்றதுண்டு. என்ன மருந்து உட்கொண்டாலும் எந்தப் பயனும் இல்லாதிருந்தது. பாதி உணர்விழந்த நிலையில் நாட்கணக்கில் படுக்கையில் கிடப்பேன். மூச்சு விடவும் முடியாமல் சிரமப்படுவேன். ஞாபகமோ நினைவுகளோ அற்று மனம் வெறுமையாகிவிடுவதுண்டு.

வழக்கம்போல நேற்று இரவும் புத்தகத்துடன் படுக்கைக்குச் சென்றேன். சீக்கிரமே என் கண்கள் பாரமாக அழுத்துவதை உணர்ந்தேன். விளக்கை அணைத்துக் கனவுலகினுள் நழுவினேன். என் எண்ணங்கள் கிராமஃபோன் இசைத் தட்டில் சுற்றிவரும் தொடு ஊசி போன்றவை. அந்த விரிவான வெளி குறுகும்போது அவை உறக்கத்தின் இருளுக்குள் மறைந்துவிடுகின்றன, கருந்துளையின் மையத்துள் சுழன்றவாறிருக்கும் நட்சத்திரம் போல் நான் இருந்தேன். அந்த இருளின் ஆற்றல்மிகுந்த ஈர்ப்பு விசையிலிருந்து ஒளி உட்பட எதுவும் வெளியேற முடியாது. டீசல் எஞ்சின்கள் உறுமும் சத்தம், குடிகாரர்களின் கூக்குரல்கள் என வெளியிலிருந்து வரும் சப்தங்கள்தாம் என்னைத் தொந்தரவு செய்தன. நள்ளிரவுக்கு முன் அடுத்த குடியிருப்பு வீட்டில் வசிக்கும் கனத்த பெண்மணி உடலுறவு கொள்கையில் வெளிப்படுத்தும் சத்தமும் பின்னர் அது தணிந்து தேய்வதும் காதில் விழுந்தது.

இரண்டு மாதங்களுக்கும் முன்பு ஒருநாள் இரவில் இசையின் ஓசை காதில் விழுந்தது; படுக்கை அருகேயிருந்த மேசை அசைந்தது. அதனால் கண் விழித்தேன். இரவில் அந்த நேரத்தில் பக்கத்து வீட்டுப் பெண்மணி உடலுறவு கொள்வதில்லை. அன்று அவள் தன் சினேகிதிகளை விருந்துக்கு அழைத்திருந்தாள். அவள் வீட்டுக் கதவைத் தட்டினேன், குட்டைப் பாவாடை அணிந்த ஒரு பெண் கதவைத் திறந்தாள். மூன்று நாட்கள் தூங்கவில்லை. கடைசியில் இப்போதுதான் தூங்கத் தொடங்கினேன். இசை ஒலியைச் சிறிது குறைக்க முடியுமா என்று கேட்டேன். ஒரு கையில் சிகரெட்டை வைத்திருந்த அவள் மறு கையால் என்னைப் பிடித்து உள்ளே இழுத்துச் சென்றாள். பைஜாமாவுடனிருந்த என்னை வீட்டிலிருந்த அனைவரும் கண் இமைக்காமல் பார்த்தார்கள். "விருந்தில் நீங்கள் ஏன் கலந்துகொள்ளக்

கூடாது?" என ஒரு பெண் அழைத்தாள். அப்போது தூக்கம் எனக்கு மிகவும் தேவையாக இருந்தது. அதனால் அவள் அழைப்பை ஏற்கவில்லை. என் பக்கத்து வீட்டுப் பெண்மணியை எங்கும் காணோம். ஒரு பெண் சிகரெட் புகையை என் முகத்தில் ஊதினாள். என்மீது இரக்கம் கொண்ட அவள் இசை ஒலியைச் சிறிது குறைத்தாள். மீண்டும் படுக்கச் சென்றேன். அன்று இரவு என் சைக்கிள் களவு போனது. சைக்கிளின் பூட்டைத் திருடன் உடைத்ததும் என் காதில் விழவில்லை. அந்த அளவு ஆழ்ந்த உறக்கம். அதற்குப் பின் எனக்குத் தூக்கம் வராத சமயங்களில் "என் சைக்கிளை மட்டுமல்ல, வேறு எதை வேண்டுமானாலும் திருடிக் கொள்ளட்டும். எனக்கு வேண்டியது உறக்கம்" என்று எனக்கு நானே சொல்லிக்கொண்டேன்.

நேற்று இரவு வாசித்த புத்தகம் நட்சத்திரங்களைச் சென்றடைய வீட்டை விட்டு ஓடிப் போகும் ஒரு சிறுவனைப் பற்றிய கதை. ஒரு கப்பலுக்குள் அவன் ரகசியமாக ஒளிந்துகொள்கிறான். ஆனால் அது மூழ்கிவிடுகிறது. கடைசியில் அவன் ஒரு பாலைவனத் தீவைச் சென்றடைகிறான். அத்துடன் கதை முடிகிறது. இரவு வேளையில் படங்களுடன் கதை சொல்லும் புத்தகங்கள் வாசிப்பது எனக்குப் பிடிக்கும்; அவை தூங்குவதற்கு எனக்கு உதவின. சென்ற இரவு புத்தகங்கள் வாசித்தும் பயனில்லை. என் தலைக்குள் சுற்றியவாறிருந்த தொடு ஊசி நகராமல் நின்றுவிட்டிருந்தது. தட்டு இடைவிடாது வீணே சுற்றிக்கொண்டிருந்தது. கருந்துளைக்கு வெளியே இருந்த நட்சத்திரம் மையச் சுழிக்குள் ஈர்க்கப்படவில்லை.

என் கண்களைத் திறந்தேன், சாய்ந்திருந்த சைக்கிளிலிருந்து நிமிர்ந்தேன். மெல்ல நடந்து சாலையைக் கடந்தேன். மிகவும் களைத்துச் சோர்ந்தவனாக அஞ்சலகம் அருகே சென்று கீழே அமர்ந்தேன்.

ஒரு சிறுவன் தன் சகோதரனைத் தள்ளினான். அவன் கையில் வைத்திருந்த ஐஸ்கிரீம் தரையில் விழுந்தது. அப்பா அவனைத் திட்டினார். தெரு மூலையிலிருந்த ஐஸ்கிரீம் விற்கும் ஊர்தியை நோக்கி அவர்கள் திரும்பிச் சென்றனர்.

ஒருவன் ஒரு வரைபடத்தை என்னிடம் காட்டிச் சந்தையைச் சுட்டிக் காட்டி வழி கேட்டான். இடதுபக்கம் செல்லும்படி அவனிடம் சைகை செய்தேன்.

ஃபெரூஸ்ஸாவைப் பார்த்ததும் எழுந்து நின்றேன்.

"இங்கே நீண்ட நேரமாக இருக்கிறீர்களா?" என்று கேட்டாள்.

"இல்லை" என்றேன்.

வசீகரமான கல்லூரிக் கதவைப் பார்த்தாள்.

"சுவரில் தொங்கும் அழகிய படங்கள் கொண்ட மிகப் பெரிய சீலையை அந்தக் கதவு நினைவூட்டுகிறது" என்றாள்.

"மன்னிக்கவும். நீங்கள் ஈரானியரா? அப்படி இருப்பதற்கான வாய்ப்பு உள்ளதா?"

சிரித்தவாறு "ஆம்" என்றாள்.

“தூரத்திலிருந்து சுவரில் தொங்கும் சீலையைப் பார்க்கையில் அனைத்தும் ஒன்றுபோலத் தெரிகிறது. ஆனால் அருகே நெருங்கிப் பார்த்தால் சுவரில் தொங்கும் சீலையின் வண்ணங்கள், வரை வடிவங்கள், அழகு, நேர்த்தி அனைத்தும் மறைந்து பிரபுத்துவ ஒடுக்குமுறையின் அச்சமூட்டும் நிழல் தெரிகிறது.”

ஆப்பிள் மரத்தை நோக்கி நடந்தோம். நான் மகிழ்ச்சியாக இருப்பதை ஃபெரூஸ்ஸா கவனித்தாள்.

“நீண்ட காலமாகப் பார்க்காத உறவினரை இப்போது சந்தித்தது போலத் தெரிகிறீர்கள்.”

“அவ்வளவு வெளிப்படையாகவா தெரிகிறது?”

“ஆம்.”

மரம் இருக்கும் இடம்வரை செல்லவில்லை. வாயிற் காவலன் கல்லூரியின் கதவுக்கு முன்னால் நின்றுகொண்டிருந்தான்.

“உங்களுக்காகக் காத்திருக்கையில் சில சுற்றுலாப் பயணிகளைப் புகைப்படம் எடுத்தேன். நீங்கள் உங்கள் கேமராவைக் கொண்டு வந்திருந்தால் உங்களையும் புகைப்படம் எடுத்திருப்பேன்” என்று ஃபெரூஸ்ஸாவிடம் கூறினேன்.

“நான் அதைக் கொண்டுவரவில்லை. ஆனால் உங்களைத்தான் நான் புகைப்படம் எடுக்க வேண்டும்.”

“அடுத்த தடவை” என்றேன்.

“உங்கள் பாட்டி வளர்த்த ஆப்பிள் மரம் இது போன்றதா?” என்று கேட்டாள்.

“எங்கள் மரம் பெரியது.”

“உங்கள் மரம்...” என அழுத்தமாகச் சொன்னாள்.

நான் தலையாட்டினேன்.

“நியூட்டனின் தலைமீது விழுந்த ஆப்பிள் பழம் எந்த மரத்தில் காய்த்ததோ அந்த மரம்தான் கல்லூரி வாசலில் இருக்கும் ஆப்பிள் மரத்தின் பூர்வீகம் என்று படித்திருக்கிறேன். ஆனால் பாட்டி தன் பூர்வீக நிலத்திலிருந்து கொண்டுவந்திருந்த ஆப்பிள் மரத்திற்கு நேர்ந்த அதே கதிதான் இந்த மரத்திற்கும் நேர்ந்தது என எனக்குத் தோன்றவில்லை” என்றேன்.

“நியூட்டன் இறந்து நீண்ட காலத்திற்குப் பிறகுதான் இந்த மரத்தைக் கல்லூரியில் நட்டார்கள்.”

“இது பழங்கதை என்று மட்டும் சொல்ல வேண்டாம்” என்றேன்.

“மரத்தின் பூர்வீகம் பற்றிய அனைத்துச் சந்தேகங்களையும் போக்குவதற்காக நடந்த விசாரணையில் இந்த இரண்டு மரங்களும் தொடர்புடையவை என்று நிரூபிக்கப்பட்டுள்ளது.”

“இது அச்சு அசலாக ஆங்கிலேயர்களின் செயல்முறை” என்று புன்னகை செய்தவாறு கூறினேன்.

புகைப்படம் எடுக்கும்படி யாரும் எங்களைக் கேட்கவில்லை. வழியில் யாராவது கண்ணில் பட்டால் அவர்களை அணுகுகிறார்கள்.

கல்லூரியின் கதவைச் சுட்டிகாட்டி “உள்ளே போய்ப் பார்க்கலாமா?” என்றேன்.

“நான் இன்னும் காலைச் சிற்றுண்டி சாப்பிடவில்லை” என்றாள் ஃபெரூஸ்ஸா.

“எங்கு சாப்பிட விரும்புகிறீர்கள்?”

சிறிய யோசனைக்குப் பின், “இன்று அதனை நான் தேர்வு செய்கிறேன்” என்றாள்.

“சரி.”

ஆப்பிள் மரம், பெரிய கதவு பற்றிய பேச்சை அப்படியே விட்டுவிட்டுக் கீழே தெருவில் நடக்கத் தொடங்கினோம்.

தெருவில் ஓர் இளம்பெண் விவால்டியின் வசந்த காலப் பாடலை வயலினில் வாசித்துக்கொண்டிருந்தாள்.

காலாற நடந்தவாறு சுற்றுலாப் பயணிகளின் மனம்கவர்ந்த, அவர்களின் பாராட்டிற்குரிய கட்டடங்களைக் கடந்துசென்றோம். நகரம் முழுமைக்கும் பிரமாண்டக் காட்சியாக விளங்கிவருவதும், ஐந்து நூற்றாண்டுகளுக்கும் முன்னர் இறையியலாளர் அராஸ்மஸ் போதனை செய்த இடமுமான புனித மேரி தேவாலயத்தைக் கடந்தோம். உமர் கய்யாமின் கவிதைகளை பார்ஸியிலிருந்து ஆங்கிலத்திற்கு முதன்முதலில் மொழிபெயர்த்த ஃபிட்ஸ்ஜெரால்டின் இருநூறு ஆண்டுகள் பழைமையான வீட்டினைக் கடந்துசென்றோம். சிறிய கிறிஸ்துவத் தேவாலயமான கிங்ஸ் சேப்பலில் எளிதில் அழிக்க முடியாத வண்ணங்கள் கொண்ட கண்ணாடிச் சன்னல்கள் பொருத்தப்பட்டிருந்தன. இரண்டாம் உலகப் போரினால் அந்தச் சன்னல்கள் சேதமடையக் கூடாதென்பதற்காக அவை அகற்றப் பட்டிருந்தன. அந்தத் தேவாலயத்தைக் கடந்து இடதுபுறம் திரும்பினோம்.

ஈகிள் பொது விடுதியின் தோட்டம் முழுவதும் ஆட்கள் நிரம்பி இருந்ததால் விடுதிக்கு உள்ளே சன்னலுக்கு அருகே இருந்த நாற்காலிகளில் அமர்ந்தோம்.

“டோஸ்ட் சாண்ட்விட்ச் சாப்பிடப் போகிறேன். நீங்கள் என்ன சாப்பிடுகிறீர்கள்?” என்று ஃபெரூஸ்ஸா கேட்டாள்.

“நானும் உங்களுடன் வருகிறேன்.”

“வேண்டாம்” என்றாள்.

“எனக்கு டீ மட்டும் போதும்” என்றேன்.

"நிஜமாகவா? சாப்பிட வேறு ஒன்றும் வேண்டாமா?"

"பிறகு பார்த்துக்கொள்ளலாம்."

தேநீர் வாங்கச் செல்லும் முன்னர் தனது பையில் பிளாஸ்டிக் உறைக்குள் வைத்திருந்த ஒளி நகல்களை வெளியே எடுத்து என்முன் வைத்தாள் ஃபெரூஸ்ஸா.

முதல் பக்கத்தைப் பார்த்தேன். 'Impressions of Turkey during 12 years wanderings' எனப் புத்தகத்தின் பெயர் இருந்தது. அதன் கீழ் Professor William Ramsey என அச்சிடப்பட்டிருந்தது.

நான் பக்கங்களைப் புரட்டினேன்.

எங்களுக்கு அடுத்த மேசையில் நிறையப் பேர் ஒரு குழுவாக அமர்ந்திருந்தார்கள். அவர்கள் விடுதியின் மேற்கூரையில் வரையப்பட்டிருந்த படங்களைப் பற்றி உரத்த குரலில் பேசத் தொடங்கினர். விடுதிச் சுவரில் வரையப்பட்டிருந்த விமானங்களின் படங்களைச் சுட்டிக்காட்டிப் பேசி விடுதிக்குள் இருந்த அனைவரின் கவனத்தையும் ஈர்த்தார்கள்.

எனது கவனம் எங்கெல்லாமோ அலைந்தது. மிகவும் களைப்பாக இருந்த கண்களை மெல்ல மூடினேன். நீரின் மேலிருக்கும் இலைபோல என் மனம் நடுங்கிற்று.

ஃபெரூஸ்ஸா திரும்பி வந்து தேநீர்க் கோப்பையை மேசையில் வைத்தாள்.

"நீங்கள் களைப்பாக இருக்கிறீர்களா? கண்கள் சிவந்திருக்கின்றனவே!" என்றாள்.

"கவலைப்படாதீர்கள். நன்றாக இருக்கிறேன். இது எங்கு கிடைத்தது?"

என் கையிலிருந்த கோப்பினை எடுத்துக்கொண்டாள்.

"நேற்று நூலகத்திற்குச் சென்றிருந்தேன். உங்களுக்காக ஆனட்டோலியா செல்லும் பயணிகள் யாரேனும் இருக்கிறார்களா என்று தேடினேன். என் கண்ணில்பட்டது இதுதான். அதை நகலெடுத்துக்கொண்டேன்."

"இங்கே சுவாரசியமான விஷயங்கள் நிச்சயம் இருக்கும்."

"இருக்கின்றன. விரைவாக நோட்டமிட்டதில் தொல்லியலாளர் ராம்சே எழுதிய புத்தகம் கண்ணில்பட்டது. நீங்கள் வாழ்ந்த பகுதிக்கு அவர் 19ஆம் நூற்றாண்டில் சென்றார்."

முன்னரே அடிக்கோடு இடப்பட்டிருந்த ஒரு பக்கத்தைத் திருப்பி, "உன் பாட்டியின் கதையில் வரும் பிரபுவின் வீட்டைப் பார்வையிட்ட பயணி அவர்தான் என நினைக்கிறேன். இதைப் படித்துப் பார்..." சர்க்கரையால் இனிப்பூட்டப் பட்ட சர்பத் என அழைக்கப்படும் துப்புரவில்லாத தண்ணீரை எங்களுக்குத் தந்து உபசரித்தார். அதனைத் தைரியமாகக் குடித்து நாகரிக நடத்தையைப் பேணிக்கொண்டார் ஸ்டெர்ரெட். ஆனால் என்னால் அதனைக் குடிக்க முடியவில்லை,' என்று அவர் எழுதுகிறார்" என்று ஃபெரூஸ்ஸா சொன்னாள்.

ஃபெரூஸ்ஸா சுட்டிக் காட்டிய பத்தியை வாசித்தேன்.

“இது ஆச்சரியம்தான்” என்றேன்.

இரண்டாம் உலகப் போருக்குச் சென்றிருந்த விமானிகள் தங்களின் பெயர்களை விமானத்திற்கு உள்ளே மேற்கூரையில் எழுதியிருந்ததைப் பக்கத்து மேசையிலிருந்த நபர்கள் உரத்த குரலில் விமர்சனம் செய்து கொண்டிருந்தார்கள்.

“நீங்கள் பேசுவது சரியாகக் காதில் விழவில்லை” என்றாள் ஃபெரூஸ்ஸா.

“அந்த மேசையில் இருப்பவர்களைப் போல நாமும் உரத்த குரலில் கத்திப் பேச வேண்டும்.”

“எப்போதாவது நாம் இருவரும் சேர்ந்து நூலகம் செல்லலாம். உங்கள் பாட்டியின் வீடு பற்றிய வேறு குறிப்புகள் உங்களுக்குக் கிடைக்கலாம்.”

“நானும் போக விரும்புகிறேன். சரி. என் பாட்டியின் வீட்டிலிருக்கும் ஆப்பிள் மரம்தான் நூலகத்திலும் உள்ளதென நீங்கள் நினைக்கிறீர்களா?” என்று கேட்டேன்.

“நான் அல்ல. என் அம்மா. உங்கள் கதைகளை நேற்று அவளிடம் கூறியபோது நியூட்டனின் ஆப்பிள் மரம் நினைவுக்கு வந்ததாக அவள் சொன்னாள். இதனை உடனே உங்களுக்குக் கைப்பேசியில் தெரிவித்தேன்.”

“என் கதைகளை உங்களின் அம்மாவிடம் சொன்னீர்களா?”

“ஆம்.”

பணியாளர் உணவைக் கொண்டுவந்து மேசையில் வைத்தார்.

முறுகலான சாண்ட்விச் சூடாக இருந்தது, சூடு தணிவதற்குக் காத்திராமல் ஃபெரூஸ்ஸா அதைச் சிறிது கடித்தாள். பின்னர் “என் அம்மாவிடம் சொல்லலாம்தானே?” என்று கேட்டாள்.

“நான் சொல்லவருவது அது அல்ல.”

எனது தேநீரில் சர்க்கரை போட்டு அதனை மெல்லக் கலக்கினேன்.

ஃபெரூஸ்ஸா பார்த்தவாறிருந்தாள்.

“என்ன ஆயிற்று?”

“சர்க்கரை இல்லாமல் நீங்கள் தேநீர் குடிப்பீர்கள் என்று நினைத்தேன்.”

நான் சிறிது நேரம் எதுவும் பேசவில்லை.

“தூங்காதிருக்கையில் இதுபோலவே நிகழ்கிறது. சில சமயங்களில் என்ன செய்கிறோம் என்றே எனக்குத் தெரிவதில்லை.”

“நேற்று இரவு தூங்கவில்லையா?”

“அவ்வளவாக நான் தூங்குவதில்லை. ஆனால் அதற்காக நான் கவலைப் படுவதில்லை” என்று சொல்லியவாறு சர்க்கரை போட்ட தேநீரை ஒரு மிடறு குடித்தேன்.

"உங்களுக்குத் தூக்கமின்மை நோய் இருந்தால் டாக்டரைப் பார்க்க வேண்டும்."

"கடந்த பத்து ஆண்டுகளாக உலகத்திலுள்ள அனைத்து மருந்துகளையும் சாப்பிட்டுக்கொண்டிருக்கிறேன்."

"அதனால் எந்தப் பயனும் இல்லையா? பத்து ஆண்டுகள் நீண்ட காலம் ஆயிற்றே."

"மருந்துகளைவிடவும் காலம்தான் பிணி தீர்க்கும் நல்ல மருந்து."

"என் அம்மாவுக்கும் கொஞ்ச காலம் தூக்கமின்மைப் பிரச்சினை இருந்தது. ஆனால் குணமடைந்துவிட்டாள். உங்கள் பிரச்சினைக்கு டாக்டர்கள் என்ன சொல்கிறார்கள்?"

"கவலையால் உங்கள் மனதை நெருக்கடிக்கு உள்ளாக்காதீர்கள். அமைதியாக இருங்கள் என்று அவர்கள் சொல்கிறார்கள். நான் இறுதி மருந்தினை எடுத்துக்கொள்ளக்கூடும் என்ற கவலை முன்பு அவர்களிடம் இருந்ததாக என்னிடம் கூறினர்."

கையில் தேநீர்க் கோப்பையைப் பிடித்தவாறு, "அது என்ன இறுதி மருந்து?" எனக் கேட்டாள் ஃபெரூஸ்ஸா.

"ஒருநாள் டாக்டருக்காகக் காத்துக்கொண்டிருந்தபோது தூக்கமின்மைப் பிரச்சினையால் துன்புற்றுக்கொண்டிருந்த ஒரு நோயாளி இதற்கான இறுதி மருந்து தற்கொலையே" என்றான்.

"அது அவ்வளவு மோசமா?"

"அழுவதால் பயனில்லாதபோது தலையைச் சுவரில் மோதிக் கொள்ளும் நிலைக்குச் செல்கிறீர்கள்."

தேநீரைக் குடிக்காமலேயே கோப்பையைக் கீழே வைத்தாள் ஃபெரூஸ்ஸா.

"தூக்கமின்மைப் பிரச்சினை திடீரெனவா ஆரம்பித்தது?" என்று கேட்டாள்.

"அப்படி சொல்ல முடியும்..."

"எதிர்பாராமல் திடீரென வந்ததா..."

"ஒரு விபத்திற்குப் பிறகு."

"கார் விபத்தா?"

"போலீசுடன் நடந்த விபத்து. எனது நாட்டில் தீவிர அரசியலில் ஈடுபட்டால் உங்கள் தந்தைக்கு ஏற்பட்ட நிலைமையே உங்களுக்கும் நேரும்."

"உங்களைக் கொல்ல முயன்றார்கள் என்றா சொல்கிறீர்கள்?"

நாங்கள் ஒன்றும் பேசவில்லை. ஃபெரூஸ்ஸாவின் தேநீர்க் கோப்பையைத் தொட்டேன்.

"உங்கள் டீ ஆறிவிட்டது" என்றேன்.

"பரவாயில்லை" என்றாள்.

அப்போது அவள் கைப்பேசி ஒலித்தது. அந்த வாய்ப்பில் அங்கிருந்து எழுந்து சென்றேன். தேநீர்த் தட்டினை எடுத்துக்கொண்டு திரும்பியபோது அவள் கைப்பேசியில் பேசி முடித்திருந்தாள்

"நீங்கள் புதிதாகத் தேநீர் கொண்டுவந்திருக்க வேண்டாம். ஆறிய தேநீர் என்றாலும் எனக்குப் பரவாயில்லை."

"சர்க்கரை போட்ட தேநீர் எனக்குப் பிடிக்காது."

"கைப்பேசியில் அம்மா பேசினாள். கொஞ்சம் சாமான்கள் வாங்கி வருமாறு கேட்டுக்கொண்டாள். கடைக்குச் செல்ல வேண்டும். இன்று இரவு பிறந்த நாளைக் கொண்டாடுகிறாள். அதற்கு உங்களையும் அழைத்திருக்கிறாள்" என்று சொன்னாள்.

"நன்றி, பிறந்த நாள் நிகழ்ச்சிக்கு வருவேன். ஆனால் நித்திரை தேவதை வராமலிருக்க வேண்டும்."

தேநீரை ஒரு மிடறு குடித்தேன்.

"உங்களின் தூக்கமின்மை பற்றிப் பேசிக்கொண்டிருந்தோம்" என்றாள்.

"உங்கள் அம்மாவின் பிறந்த நாள் முக்கியமானது. பிறந்த நாள் பரிசாக அவளுக்கு என்ன வாங்கிவர வேண்டும்?" என்று கேட்டேன்.

"நீங்கள் எதுவும் வாங்கிவர வேண்டாம். ஆனால் நகைகள், பழைமையும் அருமையும் வாய்ந்த புத்தகங்கள் அவளுக்குப் பிடிக்கும்" என்றாள்.

"உங்களைப் போலவா?" என்றேன்.

"நகைகளைப் பொறுத்தவரை நீங்கள் சொல்வது சரிதான்" என்றாள்.

அவளின் காதணிகளைப் பார்த்தேன். செம்பழுப்பு நிற உலோகக் கம்பியிலான அது நேர்த்தியாகவும் வேலைப்பாடு மிக்கதாகவும் இருந்தது. உறைந்த ரத்தத் துளிகளின் நிறத்தில் இரண்டு கற்கள் அதில் பதிக்கப்பட்டிருந்தன. அவள் நெக்லசும் உலோகக் கம்பியிலானதுதான். நெக்லசின் மத்தியில் ஒரு ரோஜா மலர் போன்ற கல் ஒன்று பதிக்கப் பட்டிருந்தது.

"அன்பளிப்பாக என்ன தருவதென முடிவு செய்துவிட்டேன்" என்றேன்.

"இவ்வளவு சீக்கிரமாகவா?"

"ஆம்."

"என் அம்மா பிறந்த நாள் கொண்டாடிப் பல வருடங்கள் ஆகி விட்டன. இரண்டு வாரங்களுக்கு முன்பு படிக்கட்டிலிருந்து கீழே விழுந்து கணுக்காலை முறித்துக்கொண்டாள். தனது சினேகிதிகளுடன் சேர்ந்திருக்க விரும்புகிறாள்."

"உன் அம்மாவின் பெயர் என்ன?" என்று கேட்டேன்.

"அஸீத்தா."

நடு எழுத்தை நீட்டி அவளைப் போல உச்சரிக்க முயன்றேன்.

"அம்மா என்ன செய்கிறார்?"

"ஆங்கிலப் புத்தகங்களைப் பார்ஸிக்கு மொழிபெயர்க்கிறாள்."

"மொழிபெயர்க்க கடந்த சில வாரங்களில் அவருக்கு நிறைய நேரம் இருந்திருக்கும்" என்றேன்.

"என் அம்மாவைக் கவனிப்பதற்காக லண்டனிலிருந்து என் அத்தை வந்திருக்கிறார். டிவி பார்ப்பது, அரட்டை அடிப்பது தவிர வேறு எதற்கும் அவர்களுக்கு நேரமில்லை."

"சோம்பலாய் இருப்பது மிகவும் மகிழ்ச்சிகரமான பாவம்" என்றேன்.

"உங்களுக்குப் பிடித்தமான பாவங்கள் எவை?" என்று கேட்டாள்.

தேநீரை உறிஞ்சியவாறே அதுபற்றி யோசித்தேன். கோப்பையை மெல்ல மேசையில் வைத்தேன்.

"என்னால் எதையும் நினைத்துப் பார்க்க முடியவில்லை" என்றேன்.

"நீங்கள் பாவம் செய்யாதவரா?"

"இல்லை. டால்ஸ்டாய்போல ஏராளமான பாவங்களை இன்னும் செய்யவில்லை."

"ஆனால் பாவங்களைப் போக்க அவரளவு உறுதி கொண்டவரா நீங்கள்?"

"அது இன்னும் கடினமான கேள்வி" என்றேன்.

"எளிதான கேள்விகளுக்கு நீங்கள் பதில் சொன்னால் கடினமான கேள்விகளைக் கேட்க வேண்டிய அவசியம் இருக்காது."

"அப்படியானால் உங்களுக்கு மிகவும் பிடித்த ஒரு பாவம் என்ன வென்று சொல்வீர்களா?"

"நான் பொய் சொல்ல வேண்டுமென்று விரும்புகிறீர்களா?" என்றாள்.

"ஆம்."

"உங்களின் பாவம் என்ன என்று கண்டுபிடிக்கும்போது நான் அதனைச் சொல்வேன்" என்றாள்.

தேநீரை உறிஞ்சினாள்.

மற்ற மேசையிலிருந்தவர்கள் தணிந்த குரலில் தொடர்ந்து பேசிக் கொண்டிருந்தார்கள். அவர்களின் பேச்சுச் சத்தம் அடுத்த மேசையிலிருந்து வந்த இரைச்சலுடன் கலந்தது.

அங்கிருந்து கிளம்பிக் கடைகளுக்குச் சென்றோம். ஃபெரூஸ்ஸாவிற்குத் தேவையான பொருட்களை வாங்கினோம். பிறகு ஆற்றின் அருகே நடந்தவாறு வீடு வந்து சேர்ந்தேன்.

படுத்தேன். உறக்க தேவதை வரவில்லை.

சூரியன் மறைந்ததும் ஃபெரூஸ்ஸாவின் வீட்டிற்குப் புறப்பட்டேன். வழியில் பதின்ம வயதுப் பையன்கள் சிலர் சுவர்களில் வண்ணச் சாயத்தில் ஏதோ எழுதியவாறிருந்தார்கள். வணிக மையத்திற்கு அருகே இருந்த சுரங்கப் பாதையில் இரண்டு நபர்களின் தோள்மீது நின்றவாறு மெலிந்த ஒரு பையன் சுவரின் உச்சிப் பகுதிக்குச் செல்ல முயன்றான்.

“ஏதாவது உதவி வேண்டுமா?” எனச் சிரித்தவாறு அவனைக் கேட்டேன்.

“மகிழ்ச்சி நண்பரே. நாங்கள் பார்த்துக்கொள்கிறோம்.”

எழுத்துக்களையும் வரைபடங்களையும் நகரத்திலுள்ள அனைத்துச் சுவர்களிலும் இவர்கள்தான் வரைந்திருப்பார்களோ என்று வியந்தேன்.

ஃபெரூஸ்ஸா கதவைத் திறந்தாள். கூட்டுறவுச் சங்கத்திலிருந்து வாங்கிய அதிக விலையில்லாத சிவப்பு ரோஜா மலர்களை அவளிடம் தந்தேன். அவிழ்ந்த தலைக் கூந்தலின் நுனியை முடிந்திருந்தாள்.

முன் அறையில் அமர்ந்திருந்த முதல் இரண்டுபேருக்கு வணக்கம் தெரிவித்தேன். சன்னலுக்கு அருகேயிருந்த தன் அம்மாவிடம் ஃபெரூஸ்ஸா என்னை அழைத்துச் சென்றாள். அவள் அணிந்திருந்த நீளமான ஆடைக்குக் கீழே இருந்த இடது கால் விரலில் பிளாஸ்திரி ஒட்டப்பட்டிருந்ததைப் பார்க்க முடிந்தது.

ஃபெரூஸ்ஸா என்னை அறிமுகம் செய்வதற்கும் முன் அவள் அம்மா என் பெயரைக் கூறினாள்.

“ப்ரானி டாவோ… சரியா?” என்றாள்.

என்னை அன்புடன் அணைத்துக்கொண்டாள். என் கண்கள் பனித்தன.

ஏதோ பல ஆண்டுகளுக்கும் முன்னர் வெளியேறியிருந்த எனது வீட்டில் இருப்பதாக உணர்ந்தேன். அந்தச் சமயத்தில் எவ்விதம் உணர்ந்தேன் என்று இப்போது ஞாபகம் இல்லை.

“பிறந்த நாள் வாழ்த்துகள்” என்றேன்.

“நீங்கள் வந்ததற்கு நன்றி. ஃபெரூஸ்ஸாவிடம் நீங்கள் சொல்லியிருந்த கதைகளிலிருந்து உங்களைப் பற்றி அறிந்துகொண்டேன்” என்றாள்.

அத்தகைய கனிவான அன்பை எதிர்பார்க்கவில்லை. முகம் சிவந்தேன். அப்போது எங்களுக்கருகே இருந்த ஒரு பெண்ணிடம் அஸீத்தா என்னை அறிமுகம் செய்தாள், “இவர் ப்ரானி டாவோ” என்றாள்.

என் பெயரை அவள் உச்சரித்த விதம் மிகவும் வசீகரமாக இருந்தது. அதனைக் கேட்பதற்காகவே ஒவ்வொரு நாளும் அவளுடன் கைப்பேசியில் பேசிக்கொண்டிருக்கலாம்போலத் தோன்றியது.

“நீங்கள் ஃபெரூஸ்ஸாவின் நண்பர் இல்லையா?” என அந்தப் பெண் கேட்டாள்.

“ஆம்” என்றாள் அஸீத்தா. பின்னர் என்னிடம் திரும்பி “இது என் சகோதரி டீனா” என்றாள்.

டீனா என் கன்னத்தில் மெதுவாக முத்தமிட்டாள்.

“ஃபெரூஸ்ஸா அழைப்பதுபோல நீங்களும் என்னை அத்தை என்று அழைக்கலாம்” என்றாள்.

“எப்போதாவது ‘மூன்று வார்த்தை’ ஆட்டத்தை ஃபெரூஸ்ஸா உன்னுடன் விளையாடியிருக்கிறாளா?” என்று கேட்டாள் டீனா.

“இல்லை” என்றேன்.

“நல்லது. இன்று இரவு விளையாடுவோம்” என்றாள்.

ஃபெரூஸ்ஸா எங்கோ வெளியே போயிருந்தாள். அவளிடம் ரோஜா மலர்க் கொத்து கொடுத்திருந்தேன். ஆனால் அஸீத்தாவிற்குத் தர வேண்டிய பரிசு இன்னும் என் கையிலேயே இருந்தது.

“உங்களுக்கு என் பிறந்த நாள் பரிசு” என அவளிடம் அதைக் கொடுத்தேன்.

என் கன்னத்தை முத்தமிட்டவளாக, “அன்பானவரே நன்றி” என்றாள் அஸீத்தா.

போர்ச்சுக்கீசியப் பாடகியும் நடிகையுமான அமாலியா ரோட்ரிக்ஸி[1]ன் பாடல் ஸ்டீரியோவில் ஒலித்துக்கொண்டிருந்தது. நீண்ட மேசையில் வைக்கப்பட்டிருந்த ஹுமஸ்[2], டோல்மா[3], கேசிக்[4] சாலெட் சிக்கன் சிப்ஸ் ஆகிய உணவுப் பொருட்களை எனது உணவுத் தட்டில் எடுத்து வைத்துக்கொண்டேன். தட்டு நிறைய உணவுடன் வந்துகொண்டிருந்த ஃபெரூஸ்ஸாவைச் சமையலறையில் சந்தித்தேன்.

“மூன்று வார்த்தை ஆட்டம் என்றால் என்ன?” என்று கேட்டேன்.

“நீங்கள் அத்தையைச் சந்தித்திருக்கிறீர்கள் இல்லையா?” என்று சிரித்தவாறு கூறினாள்.

“அவள் மிகவும் இனிமையானவள்.”

“அந்த வார்த்தையை மறந்துவிட வேண்டாம்” என்றாள்.

“எந்த வார்த்தை?”

“இனிமை.”

---

1. 1929–1999

2. சுண்டல், ஆலிவ் எண்ணெய், பூண்டு கலந்த துருக்கியின் பிரசித்தி பெற்ற உணவு.

3. இறைச்சி மசாலா கோசு கலந்த உணவு.

4. தயிருடன் உப்பு, ஆலிவ் எண்ணெய், பூண்டு, வெள்ளரி கலந்த உணவு.

"சரி" என்றேன்.

"அம்மாவுக்கு என்ன வாங்கினீர்கள்?" என்று கேட்டாள்.

"உங்களால் ஒருபோதும் யூகிக்க முடியாது" என்றேன்.

"நான் பார்சலின் அளவைப் பார்த்தேன். அது நிச்சயம் நகையாக இருக்க முடியாது. புத்தகமா?"

"நான் சொல்லப் போவதில்லை" என்றேன்.

சமையலறையில் வேறு இரண்டு பெண்கள் இருந்தார்கள். அவர்களுக்கு வணக்கம் தெரிவித்து என்னை அறிமுகம்செய்துகொண்டேன். புத்தம் புதிய பழங்களிலிருந்து உணவுப் பதார்த்தங்களை அவர்கள் தயார் செய்து கொண்டிருந்தார்கள். கையிலிருந்த முலாம் பழத்தை வெட்டி முடித்திருந்தாள் ஃபெரூஸ்ஸா. வெட்டிய முலாம் பழத்தை உணவு மேடையின் ஓரத்தில் வைத்தாள்.

"நீங்கள் கொடுத்த பரிசுப் பொருள்தான் என்ன? அங்கு போய் மறைந்திருந்து உடனே பார்க்கப் போகிறேன்."

"யாருக்கும் தெரியாமல் திருட்டுத்தனமாகப் பார்ப்பது பாவம் இல்லையா?"

அவள் சிரித்தாள். "அது இன்னும் உங்கள் தலையில் இருக்கிறது. நீங்கள் பெரிய பாவி என்று தெளிவாகத் தெரிகிறது" என்றாள்.

உணவு மேடையிலிருந்த கத்தியில் அவளின் கை பட்டு, அது எங்கள் கால்களுக்கிடையே விழுந்தது.

அங்கே வந்து கத்தியை எடுத்த ஒரு பெண் ஃபெரூஸ்ஸாவிடம் பார்ஸியில் பேசினாள்.

"நீங்கள் நன்றாக இருக்கிறீர்கள்தானே?"

"ஆம்" என்றாள் ஃபெரூஸ்ஸா.

அவள் சுவாசத்தை என்னால் உணர முடிந்தது.

எனது உணவுத் தட்டை உணவு மேடையில் வைத்தேன். "நான் ஏறத்தாழத் தட்டைக் கீழே போட்டுவிட்டேன்" என்றேன்.

உணவுமேடையிலிருந்த மதுக் கிண்ணத்திலிருந்து ஒரு மிடறு ஒயினை உறிஞ்சினாள். பின்னர் அதனை என்னிடம் நகர்த்தினாள். "கொஞ்சம் குடியுங்கள். அது உங்களுக்கு நல்லது" என்றாள்.

"சரி" என்றவாறு அவளின் மதுவைப் பகிர்ந்துகொண்டேன்.

உண்மையில் நான் குடிப்பவன் அல்ல. அப்படி குடித்திருந்தால் சிவப்பு ஒயின்தான் எனக்குப் பிடித்தமானதாக இருந்திருக்கும்.

"ஸ்டெல்லா வரவில்லையா?" என்று கேட்டேன்.

“சீக்கிரம் வந்துவிடுவாள்” என்று சொன்ன அவள் “இப்போது வரவேற்பறைக்குச் சென்றால் அங்கே இருப்பவர்களை நீங்கள் சந்திக்கலாம்” என்றாள்.

உணவுத் தட்டை எடுத்துக்கொண்டு வரவேற்பறைக்குச் சென்றேன். ஃபெரூஸ்ஸாவின் தெருவில் வசிக்கும் ஒரு ஆங்கிலேயத் தம்பதியரைப் பார்த்தேன். அந்த ஆங்கிலேயர் ஆட்சி மன்றத்தில் வேலை செய்பவர். அவர் மனைவி லண்டன் பதிப்பாளரிடம் ஆசிரியையாகப் பணியாற்றினாள். ஒரு வாரத்தில் கேம்ப்ரிட்ஜ் இலக்கிய விழா நடக்கவிருப்பது பற்றிச் சொன்னாள். இதனைக் கேட்ட ஓர் இளம்பெண் எங்களுடன் பேச்சில் கலந்துகொண்டாள். விழா அமைப்பாளர்களில் அவளும் ஒருவர். இலக்கியம் பற்றி விவாதித்துக்கொண்டிருந்தபோது எழுத்தாளர்களின் விசித்திரத் தன்மை பற்றிய பேச்சு வந்தது. அப்போது வெண்ணிறத் தாடியுடன் இருந்த ஒருவர் எங்களுடன் சேர்ந்துகொண்டார். பி.பி.சி செய்தி வாசிப்பாளரைப் போல ஒவ்வொரு வார்த்தையையும் சரியாகவும் தெளிவாகவும் உச்சரித்தார். மக்களின் நேசமும் கவனமும் தனக்கும் வேண்டுமெனக் கடவுளே வேண்டி நிற்கும் இன்றைய உலகில் எழுத்தாளர்களின் இந்தச் சிறிய பலவீனத்திற்கு அதிக முக்கியத்துவம் தரக் கூடாது என்று கூறினார். சிரித்தவாறு நாங்களும் ஒப்புக்கொண்டோம்.

விளக்குகள் அணைந்தன. பிறந்த நாள் கேக் சமையலறையிலிருந்து வந்தது. மெழுகுவத்திகளை ஊதி அணைத்தாள் அஸீத்தா.

“பிறந்த நாள் வாழ்த்துக்கள்” என நாங்கள் அனைவரும் சொன்னோம். பின்னர் ஈரானியர் அனைவரும் தங்கள் மொழியில் ஒரு பாடலை ஒன்றிணைந்து பாடினர். விளக்குகள் மீண்டும் பளிச்சிட்டன.

எனது உணவுத் தட்டினைச் சமையலறைக்கு மீண்டும் எடுத்துச் சென்று கொதிகலத்தில் சூடாக இருந்த வெந்நீரில் நானே தேநீர் தயாரித்துக் கொண்டேன்.

ஒருசிலரைத் தவிர மற்ற அனைவரும் பெரிய மேசையின் முன் கூடியிருந்தார்கள். தன்னருகே வருமாறு ஃபெரூஸ்ஸா கை அசைத்தாள். அவள் அமர்ந்திருந்த பெரிய சோஃபாவுக்குச் சென்று அவளருகே அமர்ந்தேன். எனக்கு ஒரு கேக் துண்டை வெட்டினாள்.

மிக உரத்த குரலில் டீனா பேசிக்கொண்டிருந்தாள். அங்கே அனைவரையும் அவளுக்குத் தெரிந்திருந்தது. ஒவ்வொரு விருந்தினரிடமும் பேசுவதற்கு அவளுக்கு விஷயம் இருந்தது.

ஏதோ தனது பிறந்த நாள் போல “பரிசுப் பொருட்களைக் கொஞ்சம் பார்க்கலாம்” என்றாள்.

முதல் பொட்டலத்தைப் பிரித்தபோது பரிசுப் பொருளாகக் கோடை காலச் சட்டை அதில் இருந்தது. இரண்டாவதாக வந்திருந்த உறையில் இரண்டுபேர் சினிமா பார்ப்பதற்கான பிக்சர் ஹவுஸ் திரையரங்க உறுப்பினர் அட்டை பரிசாக வைக்கப்பட்டிருந்தது.

அங்கிருந்த பல பரிசுப் பொருட்களில் மூன்றாவதாக ஒரு பார்சலை அஸீத்தா எடுத்தாள். அதற்குள் ஒரு பெரிய ப்ளாஸ்டிக் உறை இருந்தது. அதற்குள் இருந்த ஒரு குறிப்பை வாசித்தாள்.

"இது எப்போது வந்தது?" என்று கேட்டாள்.

"சென்ற வாரம். அத்தையும் நானும் இன்றுவரை அதைத் திறக்காமல் வைத்திருக்க முடிவுசெய்தோம்" என்றாள் ஃபெரூஸ்ஸா.

உறையிலிருந்த பரிசுப் பொருள் கேப்ரியல் கார்சியா மார்க்கேஸ் எழுதிய சமீபத்திய நாவலின் பார்ஸி மொழிபெயர்ப்பின் முன்வரைவாகும். ஒரு தெஹரான் பதிப்பாளரின் முயற்சியால் மூல மொழியான ஸ்பானிஷ் மொழியிலிருந்து அந்த நாவல் பார்ஸிக்கு மொழியாக்கம் செய்யப்பட்டிருந்தது. இவ்விதமாக அந்த நாவல் ஈரானில் தடை செய்யப்படாதிருக்க வழி வகை செய்யப்பட்டது. இதனை ஆங்கில மொழியாக்கத்துடன் ஒப்பிடவும், அவசியமெனில் பிறர் மனம் புண்படாத வண்ணம் சில திருத்தங்களை மேற்கொள்ளவும் அஸீத்தாவைப் பதிப்பாளர் கேட்டிருந்தார்.

மகிழ்ச்சியுடனும் உற்சாகத்துடனும் இருந்தாள் அஸீத்தா. அதற்குக் காரணம், அவள் ஏற்கெனவே மார்க்கெஸ்ஸை ஒருமுறை சந்தித்துப் பேசியிருந்ததும் அவருக்குச் சில கடிதங்கள் எழுதியிருந்ததுமாகும்.

"ஸ்பானிஷ் மொழியில் அந்த நாவலை வாசிக்க விரும்புகிறேன்" என்றாள்.

"மார்க்கஸ்ஸின் ஆங்கிலம் எப்படி இருக்கும்?" என ஆட்சி மன்றத்தில் வேலை செய்பவர் கேட்டார்.

"அவரை முதன்முதலாகச் சந்தித்தபோது அவரின் வார்த்தைகளைக் கவிதைகளாக நினைத்தேன்" என்று அஸீத்தா கூறினாள்.

அனைவரும் சிரித்தார்கள்.

"இன்னும் அப்படித்தான் நினைக்கிறேன்" என்றாள்.

"நோபல் விருதாளர் ஒருவரின் நாவல் ஈரானில் ஏதாவது பிரச்சினையை ஏற்படுத்துமா?" என்று ஆட்சி மன்றத்தில் வேலை செய்பவர் கேட்டார்.

"சாடி[5] எழுதிய குலிஸ்தான் உரைநடை நூலின் ஒரு சில பகுதிகள் ஆட்சேபணைக்குரியவை என்பதற்காகச் சண்டை போட்டவர்கள் மார்க்கேஸை விதிவிலக்காக விட்டுவிடுவார்கள் என்று நினைப்பது சந்தேகம்தான்."

"அப்படியானால் என்ன செய்வீர்கள்?" என்று விழா அமைப்பாளர் கேட்டார்.

---

5. ஏறத்தாழ கி பி 1100க்கும் 1500க்கும் இடைப்பட்ட கால கட்டத்தின் மாபெரும் கவிஞர்களில் ஒருவர். பாரசீக உரைநடை இலக்கியத்தின் திருப்புமுனையாகக் கருதப்படும் குலிஸ்தான் என்ற உரைநடை நூல் பார்ஸி மொழியில் மிகுந்த தாக்கத்தை ஏற்படுத்தியது.

அஸீத்தா மேசையிலிருந்த நாவல் முன்வரைவின் முதல் பக்கத்தைத் திருப்பினாள்.

"ஒரு சிறிய பொந்தில் நுழைவதற்காக ஒரு பூனை தன் உடலை அதன் தலையளவு குறுக்கிப் பொருத்தமாகவைத்துக்கொள்ள முடியும்" என்றாள் அஸீத்தா. "சோகமான எனது அழகியரின் ஞாபகங்கள்" என்று பதிப்பாளரே புத்தகத்தின் தலைப்பை மாற்றியிருக்கிறார் பார்" என்று மேலும் கூறினாள்.

"'துயரமான எனது விபசாரிகள் பற்றிய நினைவுகள்' என்ற தலைப்புக்குச் சிறந்த மாற்றுத் தலைப்புதான் இது" என்றான் கறுப்பு ஃப்ரேம் கண்ணாடி அணிந்தவன்.

அவனை எங்கோ பார்த்திருந்ததாய் எனக்குத் தோன்றியது. ஏதாவதொரு மாநாட்டில் அவன் பேசுவதைக் கேட்டிருப்பேன் அல்லது சந்தையில் வேலை செய்துகொண்டிருந்ததை நான் பார்த்திருக்கக் கூடும்.

"நீங்கள் எப்படி அதனை மொழிபெயர்ப்பீர்கள்" என்று கேட்டார் லண்டன் பதிப்பக ஆசிரியை.

"ஒரு முதியவனின் தவறாக வழிநடத்தப்பட்ட வாழ்க்கை" என்று பதிலளித்தாள் அஸீத்தா.

"உண்மையாகவா?"

"நான் ஒன்றை உறுதியாகச் சொல்வேன். புத்தகத்தின் தலைப்பை எப்படி வேண்டுமானாலும் பதிப்பாளர் வைத்துக்கொள்ளட்டும். ஆனால் கதையில் ஒரு வார்த்தையையும் அவர் மாற்றக் கூடாதென விரும்புகிறேன்."

மேசையைச் சுற்றிலும் இருந்தவர்கள் அதனை ஆமோதித்தார்கள்.

"நான் இன்னும் வாசிக்கவில்லை. புத்தகம் உன்னிடம் இருக்கிறதா?" என்று கேட்டாள் டீனா.

"ஆம்" என்று சொன்ன அஸீத்தா புத்தகத்தை எடுத்து வருமாறு ஃபெரூஸ்ஸாவைக் கேட்டுக்கொண்டாள்.

மதுக் கிண்ணத்தை மேசையில் வைத்துவிட்டு அடுத்த அறைக்குச் சென்றாள் ஃபெரூஸ்ஸா. சுவர்களை ஒட்டிப் புத்தக அலமாரிகள் இருப்பதைத் திறந்திருந்த கதவு வழியே பார்த்தேன்.

"மீதியிருக்கும் பரிசுப் பொருட்களைப் பார்க்கும் முன்னர், 'மூன்று வார்த்தை ஆட்ட'த்தை விளையாடலாமே" என்றாள் டீனா.

இதற்காகவே நான் காத்திருந்தேன்.

"விளையாட்டைத் தொடங்க முதலில் யாரை நியமிக்கப்போகிறீர்கள்?" என்றார் வெண் தாடி நபர்.

பக்கவாட்டில் திரும்பி டீனா என்னைப் பார்ப்பாள் என்று எனக்குத் தெரியும்.

“ப்ரானி டாவோ” என்ற அவள், “மூன்று வார்த்தைகளில் என்னை விவரிப்பீர்களா?” என்றாள்.

“உங்களை இப்போதுதான் சந்தித்திருக்கிறேன்” என்றேன்.

“முதன்முதலாய் மனத்தில் தோன்றும் எண்ணம் முக்கியமானது. அது ஆட்டத்திற்கு விறுவிறுப்பு கூட்டுகிறது” என்று பதிலளித்தாள்.

எல்லாரும் என்னைப் பார்த்தார்கள்.

மற்றோர் அறையில் புத்தகத்தைத் தேடிக்கொண்டிருந்தாள் ஃபெரூஸ்ஸா.

“இனிமையானவள்” என்றேன்.

அதனைத் தாழ்ந்த குரலில் ஏற்றுக்கொண்டார்கள். நான் அடுத்த இரண்டு சொற்களைப் பற்றிச் சிந்தித்தேன்.

“தோழமை, கூருணர்வு.”

“கூருணர்வு என்ற வார்த்தையை எங்கிருந்து பெற்றாய்?” என்று கறுப்பு ஃப்ரேம் கண்ணாடி அணிந்தவன் கேட்டான். அவனுக்குச் சந்தையில் ஒரு கடை இருந்ததென நினைக்கிறேன்.

அனைவரும் சிரித்தார்கள்.

“ப்ரானி டாவோ கூறியது சரிதான். அவர் புத்திசாலியாக இருப்பதை உடனடியாக என்னால் கண்டுகொள்ள முடிந்தது” என்றாள் டீனா.

எளிதாகத் தப்பிவிட்டோம் என்று நினைத்தேன்.

“இப்போது உன்னைப் பற்றி மூன்று வார்த்தைகளில் விவரித்துச் சொல்” கட்டளையிட்டாள் டீனா.

“துயரம்” உடனடியாகச் சொன்னேன்.

“உண்மையாகவா?” எனக் கேட்டாள்.

எனக்குப் பதிலாக “ஆம்” எனப் பதிலளித்தான் அஸீத்தா.

இரண்டாவது வார்த்தையாக “தூக்கமின்மை” என்று நான் சொன்னேன்.

“ஆட்சேபிக்கிறோம்” என்று மேசையைச் சுற்றிலுமிருந்த அனைவரும் ஒருமித்த குரலில் சொன்னார்கள். அது உங்களின் தினசரிப் பிரச்சினை எனவும் ஆளுமையின் பகுதி அல்ல எனவும் சொன்னார்கள். இந்த விளையாட்டு நேற்று நடந்திருந்தால் இதே போன்ற பதிலை என்னால் சொல்லியிருக்க முடியாது. தூக்கக் குறைபாடு எனது இருப்பிற்கே அடிப்படையானதாய் இருப்பதையும், என் முழு வாழ்வை, என் உறவுகளை எனது குணாம்சத்தையே அது மாற்றிருப்பதையும் நான் அவர்களிடம் சொல்லவில்லை.

திரும்பி வந்த ஃபெரூஸ்ஸா அஸீத்தா கேட்ட புத்தகத்தை அம்மாவிடம் கொடுத்த பின், “அது உண்மைதான். அவருக்குத் தூக்கமின்மைப் பிரச்சினை இருக்கிறது” என்றாள்.

மேசையைச் சுற்றிலும் இருந்தவர்கள் அமைதியாயினர். அவள் சொல்லியதை யாரும் எதிர்க்கவில்லை.

“சரி தொடருங்கள்” என்றாள் டீனா.

நான் யோசித்தேன். கடைசி வார்த்தை எதனையும் உடனே என்னால் நினைத்துப் பார்க்க முடியவில்லை.

“பாவமற்றவர்,” என்றாள் ஃபெரூஸ்ஸா.

அதனை மறுக்க நினைத்தேன். ஆனால் ஆட்டத்திலிருந்து விடுபட வேண்டுமெனில் அதனை மறுக்காமல் ஏற்றுக்கொள்ள வேண்டுவதை உணர்ந்துகொண்டவனாக “பாவமற்றவர்” என்று சொன்னேன்.

“அவர் பாவமற்றவர் என்பதை நம்மால் நிரூபிக்க முடியாது” என்று கறுப்பு ஃப்ரேம் கண்ணாடி அணிந்தவன் சொன்னான்.

நான் ஃபெரூஸ்ஸாவைச் சந்தித்த தேவாலயத்தில் இவன் போதகராக இருந்திருக்கலாம். அன்று அவன் கண்ணாடி அணியாமல் இருந்திருக்கலாம்.

சில விஷயங்களை விவாதித்த பின் மேசையைச் சுற்றிலும் இருந்த குழு என் பதில்கள் ஏற்புடையவையாய் இருந்ததாக அறிவித்தது.

கேள்விகள் முடிந்தன என நிம்மதியாகப் பெருமூச்சு விட இருந்த சமயத்தில், “வேறு யாரையாவது உடனே கேளுங்கள்” என ஃபெரூஸ்ஸா என் காதில் முணுமுணுத்தாள்.

ஆனால் விழா அமைப்பாளர் என்னை முந்திக்கொண்டாள்.

“மூன்று வார்த்தைகளில் என்னை விவரிக்க நீங்கள் பயன்படுத்தும் வார்த்தைகள் என்னென்ன?” என்று கேட்டாள்.

தூக்கக் குறைபாடு தண்டனை போதாதென இது வேறா என்று உணர்ந்தேன்.

தன்னருகே இருந்த ஒருவரிடம் திடீரென உரத்த குரலில் “மார்க்கேஸ் எழுதிய புத்தகம் அல்ல இது” என்று அஸீத்தா கூறினாள். என்னைக் காப்பாற்றுவதற்கான உத்தியாக இதை உணர்ந்தேன்.

“அது எப்படி?”

அந்தக் கேள்விகளுக்குப் பதில் சொல்வதன்மூலம் அவள் விளையாட்டை முடிவுக்குக் கொண்டுவந்தாள்.

“மூன்று ஆண்டுகளுக்கும் முன்னர் ‘துயரமான எனது வேசைகள் பற்றிய நினைவுகள்’ புத்தகம் வெளிவர இருந்த சமயத்தில் நடந்தவற்றை அஸீத்தா எங்களிடம் கூறினாள். புத்தகம் அச்சில் இருந்தபோது அதைத் திருட்டுத்தனமாக நகல் எடுத்து விற்கும் பதிப்பகங்கள் அந்தப் புத்தகத்தைச் சந்தையில் வெளியிட்டன. பத்து ஆண்டுகளுக்குப் பிறகு வெளிவரும் மார்க்கேஸின் நாவல் என்பதாலும் அவரின் கடைசி நாவலாக அது இருக்கக்கூடும் என்பதாலும் முழு உலகும் பெரிய எதிர்பார்ப்புடன் அந்தப் புத்தகத்திற்காகக் காத்திருந்தது. கடும் கோபத்தில் புத்தக வெளியீட்டை

உடனே நிறுத்தும்படிச் செய்தார் மார்க்கேஸ். நாவலின் இறுதிப் பகுதியில் சில திருத்தங்கள் செய்தபின் திருத்தப்பட்ட பதிப்பை வெளியிட்டார்.

"சுவாரசியமாக இருக்கிறது. எனவே திருட்டுப் பிரதிதான் நாவலின் உண்மையான வடிவம் இல்லையா?" என்றான் வெண் தாடி மனிதன்.

"இல்லை. எழுத்தாளர் இறுதியாக முன்வைக்கும் வடிவமே உண்மையான நாவல்" என்றாள் அஸீத்தா.

"திருட்டுப் பிரதிகளைத் திரும்பப் பெறுவதற்காக மார்க்கஸ் திருத்தங்கள் செய்தார். இந்தத் திருத்தங்கள் புத்தகத்தின் உண்மையான உணர்வைப் பிரதி பலிக்கவில்லை. எனவே நான் வாசிக்க விரும்புவது நாவலின் உணர்வைப் பிரதிபலிக்கும் திருட்டுப் பிரதிதான்" என்றான் வெண் தாடி மனிதன்.

"இது நாவலின் உண்மையான வடிவம் இல்லையென்றால் அதனை நான் வாசிக்காமலே இருப்பது நல்லது" என்றாள் டீனா.

"முட்டாள்தனமாகப் பேசாதே" அஸீத்தா எதிர்த்தாள்.

மேசையைச் சுற்றிலுமிருந்தவர்கள் இடைவேளைபோலப் பத்து நிமிடங்கள் அவகாசம் எடுத்துக்கொண்டார்கள். பின்னர் ஒவ்வொருவரும் ஒரே நேரத்தில் பேசத் தொடங்கினார்கள்.

திருட்டுப் பிரதிகளை விற்பவர்களிடம்தான் உண்மையான பிரதி உள்ளது என்று வெண் தாடி மனிதர் கூறுவது, அவர்கள் தாம் நாவலுக்கு உரிமையாளர்கள் என்று ஆக்கிவிடும். அதுசரி அல்ல. திருட்டுப் பிரதிகளை விற்பனை செய்பவர்கள் புத்தகத்தைத் திருடுவது சாத்தான் சத்தியத்துடன் குளறுபடி செய்வது போலாகிவிடும். அவசியம் கருதியே புத்தகத்தில் எழுத்தாளர் திருத்தங்கள் செய்கிறார். சாத்தான், கடவுளின் விருப்பத்திற்கு எதிராக அவனை ஆதரித்தான். தனக்கு இணையில்லாத கடவுள் தன்னைப் போலவே மனிதனைப் படைத்துத் தன்னைத் தாழ்த்திக்கொள்கிறான் என்று சாத்தான் எச்சரிக்கிறான். திருட்டுப் பிரதிகளை விற்பனை செய்பவர்கள் எழுத்தாளருக்கு எதிராகப் புத்தகத்தை ஆதரிக்கிறார்கள்.

"அதை நீங்கள் வாசித்திருக்கிறீர்களா?" என்று கேட்டாள் ஃபெரூஸ்ஸா.

"ஆம்" என்றேன்.

"அதுபற்றி என்ன நினைக்கிறீர்கள்?"

"நாவலில் வரும் கதாபாத்திரம் பாக் எழுதிய Cello suites[6] இசையை வீட்டில் கேட்கிறான். பாக்கின் செல்லோ சூட்ஸ் இசையுடனான நாவல் ஒன்றினை எழுதும் கற்பனை எனக்கும் இருந்தது. எனக்கும் முன்பே மார்க்கேஸ் தனது புத்தகத்தில் பாக்கின் செல்லோ சூட்ஸ் பற்றிப் பதிவு செய்திருந்ததால் அதனை வாசிப்பதை நிறுத்தினேன். இரண்டு நாட்கள் அந்தப் புத்தகத்தை என்னால் தொட முடியவில்லை."

மேசையைச் சுற்றிலுமிருந்தவர்கள் விவாதத்தை மேலும் தொடர்ந்தார்கள்.

---

6. சம காலத்தில் மிகப் பெருமளவு கேட்கப்படும் இசை செல்லோ சூட்ஸ் இசையாகும்.

மனிதன் கடவுளின் கற்பனையில் தோன்றியவன். அதனால் கடவுள் தன் மூச்சை அவனுக்குள் ஊதினான். அனைத்தும் சரியாக இருக்கும் கற்பனை உலகைப் படைத்தது கடவுள் அல்ல. மனிதர்கள். தான் படைக்கப் படுவதை மனிதனால் தவிர்க்க முடியாது. ஆனால் தங்களின் வாழ்வை எப்படி வாழ்வதென்று அவர்களால் தீர்மானிக்க முடியும். முதல் பெண்ணும் மனித இனம் முழுமைக்கும் தாயுமாகிய ஈவா விலக்கப்பட்ட கனியை உண்டாள். இதன் காரணமாகவே அவள் வாழ்வின் எல்லை மனிதர்களின் கற்பனையில் நின்றுவிடுகிறது.

"கடவுளின் விதிகளுக்கு அது எதிரானது. ஆனால் தடுக்கப்பட்ட கோட்டைத் தாண்டியே தங்களின் (லட்சியக்) கற்பனை உலகை மனிதர்கள் அடைகிறார்கள். எழுத்தாளன் எதிர்க்கிறான், ஆனால் தடைகளை மீறியே புத்தகத்தின் உண்மையான பிரதியில் திருடர்கள் கை வைக்கிறார்கள்" என்றான் கறுப்பு ஃப்ரேம் கண்ணாடி மனிதன். அவன் பல்கலைக்கழகப் பேராசிரியராக இருக்கக்கூடும்

விவாதத்தை முடித்துவைக்க வேண்டிய பொறுப்பை அஸீத்தாவிடம் கொடுத்தார்கள்.

"எனது எழுத்தாளர் மார்க்கேஸைத் தவறாகப் பேசும் ஒவ்வொருவரும் தீயவர்தான்" என்று அவள் சொன்னாள்.

அங்கே அமைதி நிலவியது.

ஃபெரூஸ்ஸா என்னிடம் குனிந்து, "பாக்கின் செல்லோ இசைக் குறிப்பு இல்லாமலேயே உங்களின் நாவலை நீங்கள் எழுதலாம்" என்றாள்.

"நாவலில் பாக் செல்லோ இசையைத் தவிர்த்து எதை வைத்தாலும் கதை ஏதோ ஒன்றை இழந்திருப்பதாக அப்போதும் உணர்வேன்" என்றேன்.

உணவுத் தட்டை என் கையிலிருந்து வாங்கிக்கொண்டாள் ஃபெரூஸ்ஸா.

"இன்னும் கொஞ்சம் கேக் சாப்பிடுகிறீர்களா?"

"வேண்டாம். நன்றி. கண்களைத் திறக்க முடியாத அளவுக்குத் தலை வலிக்கிறது" என்றேன்.

"உங்களுக்கு ஒரு காபி போடட்டுமா?"

"வீட்டுக்குப் போய்ப் படுக்க வேண்டும்."

"ஆனால் இரவு இருட்டத் தொடங்கிவிட்டதே…"

"எந்த நேரத்திலும் 'மூன்று வார்த்தை ஆட்ட'த்தை அவர்கள் தொடங்கலாம்."

"உங்களை நான் காப்பாற்றுவேன்" என்றாள் ஃபெரூஸ்ஸா. "கறுப்பு ஃப்ரேம் கண்ணாடி மனிதன் யார்?" என்று கேட்டவாறு எழுந்தேன்.

"அந்த அயர்லாந்து மனிதனா? அவன் பெயர் ஓ'ஹாரா. உன்னைப் போல் புரட்சியாளனாகப் பிறந்தவன்" என்றாள் ஃபெரூஸ்ஸா.

“அவன் என்ன செய்கிறான்?”

“இப்போதெல்லாம் என் அத்தைக்குக் காதல் கவிதைகள் எழுதுவதே அவனது முக்கிய வேலை.”

“அது அவனுக்கு நல்லதுதான்” என்றேன்.

“ஆனால் தனக்கு இதில் ஆர்வமே இல்லாததுபோல் அத்தை பாசாங்கு செய்கிறாள்.”

சமையலறைக்குச் சென்றோம். சில கேக்குகளையும், வீட்டில் தயார் செய்த இனிப்புப் பண்டங்களையும் எனக்குப் பொட்டலமாகக் கட்டித் தந்தாள் ஃபெரூஸ்ஸா.

“நீங்கள் நாளை இவற்றைச் சாப்பிடலாம்” என்றாள்.

“நன்றி.”

“இன்னும் கொஞ்சம் வேண்டுமா?”

“இதுவே அதிகம்” என்றேன்.

அஸீத்தா உள்ளே வந்தாள்.

“கிளம்புகிறாயா?” என்று கேட்டாள்.

“நேற்று இரவு தூங்க முடியவில்லை; சோர்வாக இருக்கிறது” என்றேன்.

“உன் கண்களில் அது தெரிகிறது.”

“எல்லாவற்றுக்கும் நன்றி. உங்களைச் சந்தித்ததில் மிகவும் மகிழ்ச்சி.”

“உங்களின் அதிர்ஷ்டப் புத்தகம் கூறியது என்ன?”

“என்ன அதிர்ஷ்டம்?”

“உங்களின் அதிர்ஷ்டப் புத்தகம் பற்றி ஃபெரூஸ்ஸா உங்களிடம் எதையும் கூறவில்லையா? ”

“இல்லை” என்று ஃபெரூஸ்ஸாவும் நானும் ஒன்றாகச் சொன்னோம்.

“இந்த வீட்டிற்கு முதன்முதலாக வந்திருக்கிறீர்கள். உங்களின் அதிர்ஷ்டப் புத்தகம் குறித்துத் தெரிந்துகொள்ளாமல் நீங்கள் இங்கிருந்து வெளியே போகக்கூடாது” என்றாள் அஸீத்தா.

ஃபெரூஸ்ஸா புத்தகத்தை எடுத்து வருவதற்காகப் போனாள்.

“இளவயதில் டீனாவும் நானும் எங்களின் அதிர்ஷ்டம் பற்றி எப்போதும் பேசிக்கொண்டிருப்போம். எங்கள் எல்லோரிடமும் ஒரு புத்தகம் இருந்தது. புத்தகத்தை யதேச்சையாகத் திறப்போம். திறந்திருந்த பக்கத்தில் இருக்கும் கவிதையே எங்களின் அதிர்ஷ்டத்தைச் சுட்டுவதாக இருக்கும்” என்றாள் அஸீத்தா.

“நீங்கள் இன்னுமா இப்படி அதிர்ஷ்டத்தைச் சொல்கிறீர்கள் ?”

“ஆம்” என்றாள்.

முன்பொருநாள் ஒரு பொது விடுதியில் நான் ஏற்கெனவே பார்த்திருந்த ரோஜா வடிவமைப்புடனான ஒரு புத்தகத்துடன் ஃபெரூஸ்ஸா திரும்பி வந்தாள்.

“இது உங்கள் ‘ரகசியங்களின் புத்தகம்’...” என்றேன்.

“ஆம்” என்றாள் ஃபெரூஸ்ஸா.

“அந்தப் புத்தகத்தின் ஏதாவது ஒரு பக்கத்தில் விரலை வைத்துத் தேர்வுசெய்யும்படிக் கூறினாள்.

நான் புத்தகத்திற்குள் விரலை வைத்தேன். திறந்திருந்த அந்தப் பக்கத்தைத் தாயும் மகளும் சேர்ந்து பார்த்தார்கள்.

“இங்கே உள்ள ஒரு கல்லறைக்கு எப்போதாவது நீங்கள் சென்றிருக்கிறீர்களா?” என்றாள் அஸீத்தா.

“இல்லை” என்றேன்.

“இறந்தவர்கள் என்றென்றும் நன்மை செய்வார்கள். அவர்களைப் பார்த்தால் முடிவற்ற காலம் உனக்குள்ளேயே இருப்பதை நீ காண்பாய்” என்றாள்.

பின்னர் என்னை அணைத்துக்கொண்டாள். காலிலிருந்த காயத்தின் காரணமாகச் சிரமத்துடன் நடந்து சமையலறையிலிருந்து வெளியே சென்றாள்.

“உங்களுக்கு ஃபாரா[7]வைத் தெரியுமா? ரகசியங்களின் புத்தகத்தில் நீங்கள் பார்த்த அந்தக் கவிதை அவள் எழுதியது” என்றாள் ஃபெரூஸ்ஸா.

“அவளை எனக்குத் தெரியாது” என்றேன்.

“நமது பெண் கவிஞர்களில் ஒருவர். இளம்வயதிலேயே இறந்துவிட்டார்.”

“அதனால்தான் உன் அம்மா கல்லறையைக் குறிப்பிட்டுச் சொன்னாரா?”

“அந்தக் கவிதையிலுள்ள ஒரு வரியாக அது இருக்கலாம்.”

“அவள் கவிதை உங்களுக்குப் பிடிக்குமா?”

“மனப்பாடமாகவே தெரியும்.” அந்தக் கவிதையிலிருந்த வார்த்தைகளைத் தனது மெலிந்த கை விரல்களால் தொட்டாள். மெல்ல அதனை மொழி பெயர்த்துச் சொன்னாள்.

மற்றொரு பாடல் அமர்வுக் கூடத்தில் தொடங்கிற்று.

---

7. ஈரானியக் கவிஞரும் சினிமா இயக்குநரும் ஆவார். பெண்ணியப் பார்வைகொண்ட நவீனத்துவவாதி.

5

முதியவன் இஸ்மாயில்

இருளில் தங்களின் பாதையைத் தேடுபவர்கள்

டாட்டர் கிராமத்திற்கு வந்த இரவில் கேவேயின் வீட்டில் கிராமவாசிகள் அரட்டையடித்துக் கொண்டிருந் தார்கள். கரடி தாக்கிய பெண்ணின் காணாமல்போன சிறுமிகளை விடவும் முதியவன் இஸ்மாயிலைப் பற்றி அவர்கள் அதிகமும் பேசிக்கொண்டிருந்தார்கள். வெளியே எங்கெங்கோ மகிழ்ச்சியாகச் சுற்றித் திரிந்து களைத்துச் சோர்ந்த பிறகு அந்தச் சிறுமிகள் எப்படியும் வீடு திரும்பிவிடுவார்கள். ஆனால் முதியவன் இஸ்மாயிலோ முட்செடிகளும் புல்புதர்களும் நிரம்பிய தரிசு நிலத்தில் தனியே ஆடுகளை மேய்ப்பவன். பிற இளவயது இடையர்களைப் போல் அங்கே தாமதமாக இரவில் தங்குவதில்லை. வழக்கமாக இந்த நேரத்தில் வீடு திரும்பி விடுவான். மங்கல் மலையிலிருந்து வந்துகொண்டிருந்தபோது ஓர் இளவயதுப் பையன், இஸ்மாயிலை விசாரித்ததாக டாட்டர் கூறினான். அனைவரும் கலக்கமடைந்தார்கள்.

சுமார் இருபது வருடங்களுக்கும் முன்னர் போர் முடிவுக்கு வந்திருந்த சமயத்தில் பெண்கள், குழந்தைகள், முதியவர்கள் மட்டுமே கிராமங்களில் இருந்தார்கள். சந்தடி எதுவுமில்லாமல் எல்லா இடங்களும் அமைதியாக இருந்தன. வீடுகள் ஏறத்தாழக் கைவிடப்பட்ட நிலையில் இருந்தன. ராணுவத்தில் பணிபுரியச் சென்ற அனைவரும் தங்களிடமிருந்த, தையல் ஊசியிலிருந்து சித்திர வேலைப்பாடுகள் கொண்ட கம்பளம்வரையான ஒவ்வொரு பொருளையும் பத்திரமாக வைத்துக்கொள்ளும்படி இஸ்மாயிலிடம் கொடுத்திருந்தார்கள். இந்த விஷயத்தைக் கேள்வியுற்ற ஆயுதமேந்திய கொள்ளையர் கூட்டம் ஒருநாள் பனிபடர்ந்த பிந்திய இரவில், பசித்த ஓநாய்கள்போல அந்தக் கிராமத்தில் வந்திறங்கிற்று. முழு நிலா உச்சத்தில்

இருந்தது. கிராமத்தினர் தூங்கிக்கொண்டிருந்தார்கள். கொள்ளையர்களின் நோக்கம் எளிதாக நிறைவேறும் சூழல் அங்கே இருந்தது. ஒருவருக்கும் தெரியாமல் ஒளித்துவைக்கப்பட்ட ரகசியங்கள் அனைத்தும் வெளிப்படையாக இருந்தன, ஒவ்வொரு பூட்டையும் திறக்கும் சாவி அங்கே இருந்தது. முதலில் விலங்குகள் பராமரிக்கப்படும் பண்ணைக்கு அந்தக் கொள்ளையர்கள் சென்றார்கள். அங்கே குட்டி போடவிருந்த செம்மறி ஆட்டுடன் ஒரு பையன் உறங்கிக்கொண்டிருந்தான். கொள்ளையர்கள் துப்பாக்கிமுனையில் அவனை அவன் வீட்டிற்குக் கொண்டுசென்றனர். "அப்பா கதவைத் திறவுங்கள்" என்று பையன் சத்தமிட்டான். "என்ன விஷயம்?" என்றான் இஸ்மாயில்.

"ஒரு செம்மறியாடு குட்டி போட்டிருக்கிறது. வெளியே கடுமையான குளிர். ஆட்டை உள்ளே கொண்டு வர வேண்டும்"

இஸ்மாயில் "கவலைப் படாதே. வைக்கோலுக்கு உள்ளேயே அதனைப் பாதுகாப்பாக வை" என்றான்.

பையன் வற்புறுத்தினான். அந்தச் சமயத்தில் இஸ்மாயிலின் இளம் மனைவி, "கதவைப் பூட்டவில்லை. திறந்துதான் இருக்கிறது" என்றாள். பூமி அதிர சினம் கொண்ட ஆறுபோல அவர்கள் வீட்டினுள் பாய்ந்தார்கள். பனித் திவலைகள், அலறும் காற்று, மூச்சடைக்கும் பேரச்சம் அனைத்தும் வீட்டைச் சூழ்ந்தன.

பெண்களைத் தொடாமல் அவர்கள் எதை வேண்டுமானாலும் எடுத்துக்கொள்ளலாம் என இஸ்மாயில் சொன்னான். அந்தக் கொள்ளையர்களில் ஒருவன் எரிவாயு விளக்கை ஏற்ற முயன்றான். ஆனால் இஸ்மாயில், "விளக்கை ஏற்றாதே. உங்கள் முகங்களைப் பார்க்க விரும்பவில்லை" என்று சொல்லி அவனைத் தடுத்தான். இஸ்மாயிலின் கைகளைக் கட்டித் தங்கம், வெள்ளியோடு மற்ற பொருட்களையும் அந்த இருட்டில் வீடு முழுக்கக் கொளையர்கள் தேடினார்கள். எதுவும் கிடைக்கவில்லை. அவனிடம் ஒப்படைக்கப்பட்ட பொருட்களை அவன் எங்கே ஒளித்துவைத்திருக்கிறான் என்பதைச் சொல்லும்படி அவனைக் கேட்க அதற்கு இஸ்மாயில் பதில் சொல்லவில்லை. வெளியே நின்றிருந்த அவனது இரண்டாம் மனைவியிடமிருந்து நான்குமாதக் குழந்தையை வாங்கினார்கள். ஓர் ஆட்டுக் குட்டியைப் போலக் குழந்தையைக் கீழே பனிக் கட்டியில் போட்டு அதன் தொண்டையில் கத்தியை வைத்தார்கள். முழு நிலா வெளிச்சத்தில் குழந்தையின் முகம் பிரகாசித்தது. ஒருமுறை வீறிட்டது. பின்னர் குரல் வெளியே வரவில்லை. தனது குழந்தையின் விதியை உணர்ந்த இஸ்மாயில் தன்னிடம் ஒப்படைப்பட்ட பொக்கிஷம் அனைத்தும் ஒரு பழைய கிணற்றில் இருப்பதாகச் சொன்னான். கொள்ளையர்கள் வீட்டிற்குப் பின்புறம் சென்றனர். கிணற்றை மூடியிருந்த கற் பாளங்களை அகற்றிக் கிணற்றுக்குள் கிடந்த மரக் கிளைகளை வெளியே வீசினர். கயிற்றினால் கட்டப்பட்ட மூட்டை ஒவ்வொன்றையும் கிணற்றுக்கு மேலே கொள்ளையர்கள் தூக்கினார்கள். கோரைப் பற்களிலிருந்து ரத்தம் சிந்த மூச்சிரைக்கும் ஓநாய்கள்போல அவர்களுக்கு மூச்சு வாங்கியது.

முழு நிலா வெளிச்சத்தில் தன் குரலை இழந்திருந்த குழந்தை இரண்டாம் நாள் இறுதியில் தன் வாழ்வை மரணத்திடம் ஒப்படைத்தது. இஸ்மாயில் குழந்தையைப் புதைத்தான், மெலிந்து இளைத்திருந்த குதிரை மீதேறி ஹேம்னா நகர் சென்றான். போர் முடிந்ததும் வேலைக்கு ஆள் சேர்க்கும் அலுவலகம் திறந்திருந்தது. அங்கே சென்று ஆயுதமேந்திய கொள்ளையர் கூட்டம் வீட்டை ஆக்கிரமித்ததையும், தன் குழந்தை அதன் களங்கமிலா ஆன்மாவை இழந்ததையும் அழுதவாறு புகார் செய்தான் இஸ்மாயில். சில நாட்கள் காத்திருக்கும்படி அலுவலகத்தின் அதிகாரி சொல்லவந்தபோது, கொள்ளையர் கூட்டம் பிடிபட்டுவிட்ட செய்தி வந்தது.

ஆயுதமேந்திய துருக்கியக் கொள்ளையர்கள் போலல்லாது குர்தியக் கொள்ளையர்கள் இரவில் தாக்குவதில்லை என்று இருநூறு ஆண்டுகளுக்கும் முன்னர் பிரெஞ்சு தாவரவியலாளர் டொர்னஃபோர்ட் தனது பயண நாட்குறிப்பில் எழுதியிருந்தார். ஆனால் யுத்தத்துடன் வரியும் கடுமையான வறுமையும் அந்தக் காலகட்டத்தின் அடையாளமாக இருந்தன. இவற்றுடன் ஒவ்வொரு கொள்ளையனுக்கும் மிக அவசியமான இரவுநேர இருட்டும் சேர்ந்துகொண்டது. இஸ்மாயில் தாக்கப்பட்ட இரண்டு இரவுகளுக்குப் பிறகு பக்கத்துக் கிராமத்திலிருந்த பண்டக சாலைக்குக் கொள்ளையர்கள் சென்றார்கள். அதன் செங்கல் சுவரை இடித்து உள்ளே சென்றதும் அங்கே கம்பளியும் துருக்கிய ஆடுகளின் பட்டுப்போன்ற உரோமமும் நிரப்பி வைக்கப்பட்ட மூட்டைகள் இருந்ததைக் கண்டார்கள். கொள்ளையர்கள் பண்டக சாலைக்கு நடந்து வந்தபோது சுள்ளிகளும் காட்டுச் செடிகளும் கொண்ட மூட்டையையும் தங்களுக்குப் பின்னால் இழுத்து வந்தார்கள். இதனால் தங்களின் கால் தடங்கள் அழிந்துவிடுமென அவர்கள் நினைத்தார்கள். அது மட்டுமல்லாமல் பனிப் பாதையில் அவர்கள் நடந்து வந்ததற்கான வேறு அடையாளம் எதுவும் இருக்கக் கூடாது எனக் கவனமாக இருந்தார்கள். ஆனால் அவர்கள் இழுத்துவந்த சுள்ளிகளும் காட்டுச் செடிகளும் நிரம்பிய மூட்டையில் ஓட்டை இருந்ததை அவர்கள் கவனிக்கவில்லை. தங்களின் குதிரைகளுக்கும் பண்ணை விலங்குகளுக்கும் உணவு தேடியவாறு துப்பாக்கி ஏந்திய கிராமவாசிகள் அந்தப் பக்கமாக வந்தபோது அங்கே சுள்ளிகளும் காட்டுச் செடிகளும் வழி முழுவதும் கிடந்ததைக் கண்டார்கள். அந்தத் தடத்தைப் பின்தொடர்ந்து சென்றதில் அது மங்கல் மலைக்குக் கீழேயிருந்த சிறிய ஓடைக்கு அவர்களை இட்டுச் சென்றது. அங்கே கம்பளிப் போர்வையை மூடியவாறு ஏழு கொள்ளையர்கள் தூங்கிக்கொண்டிருந்தார்கள். ஒவ்வொருவருக்கும் அருகே கிடந்த துப்பாக்கியை எடுத்துக்கொண்ட கிராமவாசிகள், ஒரு துப்பாக்கியை வானில் சுட்டு அவர்களை எழுப்பினார்கள். அந்த ஏழுபேரையும் ஓர் ஊர்தியில் கயிற்றால் கட்டி இழுத்தவாறு ஹேம்னா நகருக்கு மறுநாள் சென்றார்கள். தூங்கி விழித்த சிறுவர் கூட்டமும் பின்தொடர வேலைக்கு ஆள் சேர்க்கும் அலுவலகத்திற்கு வந்து சேர்ந்தார்கள்.

அந்தக் கொள்ளையர்களைத் தெரியுமாவென அலுவலக ஆணையர் இஸ்மாயிலைக் கேட்டார். இருட்டில் அவர்களின் முகங்களைப் பார்க்க வில்லை எனவும் தன்னைக் கட்டிப்போட்ட மனிதனை அவன் விரல்களைத்

தொட்டுப் பார்த்தே தன்னால் அடையாளம் காண முடியும் எனவும் இஸ்மாயில் கூறினான். கொள்ளையர்களை வரிசையாக அவர்கள் நிற்க வைத்தார்கள். ஒவ்வொருவரின் கைகளையும் விரல்களையும் இஸ்மாயில் தொட்டுப் பார்த்தான். அவர்களில் ஒரே ஒருவன் இளவயதுப் பையன். நிலா வெளிச்சத்தைப் போல வசீகரமாக இருந்தான். அந்த இரவில் தன் கைகளைக் கட்டிய கொள்ளையனின் விரல்களைத் தொடுவதுபோல் அவனை இஸ்மாயில் தொட்டான். “அன்று என்னைக் கட்டி வைத்தவை இந்தக் கைகள்தாம்” என்றான். பதினேழு வயதே ஆகியிருந்த அந்த இளம் கொள்ளையன் லீல் என அழைக்கப்பட்டான். புத்தம் புதிய ரோஜா மலரைப் போல அவன் சுவாசம் புத்துணர்வுடன் இருந்தது. ஓர் அனாதையின் நிழல் அவன் முகத்தில் கவிந்திருந்தது.

ராணுவ வீரர்கள் ஏழு கொள்ளையர்களையும் கைதுசெய்து சிறைக்குக் கொண்டுசெல்கையில் மற்ற சிறைக் கைதிகள் கோபத்தில் கத்திக் கூச்சலிட்டார்கள். இந்தச் சந்தர்ப்பத்தைப் பயன்படுத்தி அங்கேயிருந்து தப்பி, பாழடைந்த தொன்மையான கிரேக்கத் தேவாலயத்தை அடைந்தான் லீல். அங்கே நின்றிருந்த குதிரைமேல் பாய்ந்தேறித் தன் அருகே பறந்து வந்த துப்பாக்கிக் குண்டுகளைப் பக்கவாட்டில் சாய்ந்தும் தவிர்த்தும், தன்னைப் பின்தொடர்ந்து வந்த ராணுவ வீர்ர்களைத் தாண்டிச் சென்றும், அவர்களிடமிருந்து தப்பித்தான். ஆள் நடமாட்டமில்லாத பாதைகளில் ஒரு வாரகாலம் பயணம் செய்து ஒருநாள் பின்னிரவில் கடும் குளிராலும் பசியாலும் உயிர் போகும் தறுவாயில் கடுமையான ஜுரத்தில் வெல்வெட் கோடுகளுடைய மெலிதான கம்பளி மெத்தையைப் போர்த்தியவாறு இரண்டு நாட்கள் படுத்திருந்தான். சமவெளியில் ராணுவ வீரர்களைப் பார்த்ததாக ஒருநாள் மதிய வேளையில் செய்தி கிடைத்ததும் உடனடியாகப் பெண்கள் செயல்படத் தொடங்கினர். பல மாதங்களாகக் கொள்ளையர்கள் திருடிக்கொண்டு வந்திருந்த தங்கத்தையும் வெள்ளியையும் கற்கள், உமி, வைக்கோல் முதலியவற்றால் மூடிப் பெரிய களிமண் அடுப்பில் எரிப்பதற்காக வைத்தார்கள். எரித்த பின் அதனைப் பிசைந்து வேகவைத்த மாவுப் பண்டமாக உருவாக்கிய பிறகு பாடத் தொடங்கினர். லீல் பெண்களின் ஆடையை உடுத்தி நீண்ட தளர்வான சட்டையை அதன் மேல் அணிந்து எல்லாருடனும் சேர்ந்து மோர் கடையத் தொடங்கினான். கண்களில் மையிட்டுச் சிறிய மணிகள் தொடுக்கப்பட்ட மஸ்லின் துணியைக் கழுத்தைச் சுற்றிச் சால்வையாகப் போர்த்தி, கிராமத்திலேயே தன்னைவிட அழகானவர் யாருமில்லை என்பது போலத் தோன்றினான்.

ராணுவ வீரர்கள் எல்லா இடங்களிலும் தேடினார்கள். தங்கத்தையோ லீலையோ அவர்களால் கண்டுபிடிக்க முடியவில்லை. பெண்களின் அழகிய முகங்களையும் மருதாணியிட்ட விரல்களையும் கூச்சத்துடன் பார்த்தவாறிருந்த ஓர் இளம் ராணுவ வீரன் ஒரு பெண்ணின் விரல்களில் மட்டும் மருதாணியிடப்படாதிருந்ததைத் திடீரென உணர்ந்து அந்தக் கைகளைப் பிடித்துக்கொண்டான். லீல் பெருமூச்செறிந்தான். கத்தியால் தாக்கப்பட்ட இளம் மரக்கிளையின் வலி அவன் இதயத்தில் தோன்றியது. முதலில் அவனைத் தழுவிய மணற்காற்று, பின்னர் வேகமாக வீசத்

தொடங்கிற்று. பெண்கள் அலறினர். கெஞ்சினர், மன்றாடினர். அவர்களின் கூக்குரல் அந்தச் சூழல் முழுக்க எதிரொலித்தவாறிருந்தது.

பீதியினால் குழந்தை மரணமடைந்திருந்தது. அதற்கான தண்டனையாக ஹேம்னாவில் சிறையில் அடைக்கப்பட்ட லீல் தூக்குக் கயிற்றில் தொங்கி உயிரிழக்க வேண்டும், லீலின் உறவினர்களான ராணுவ வீரர்கள் பலர் போரில் மடிந்திருந்தார்கள். உயிர் தப்பிய ஒரே ஆண் உறவினன் லீல் ஒருவனே. எனவே லீலின் சகோதரிகளும் அத்தைகளும் ஒளித்து வைக்கப்பட்டிருந்த தங்கம் அனைத்தையும் கொண்டுவந்து இஸ்மாயிலின் காலடியில் வைத்தார்கள். அவன் கைகளைப் பற்றி அவன் முன் மண்டியிட்டு அழுதார்கள். லீலை இஸ்மாயில் மன்னித்தால் ராணுவம் மரண தண்டனையை ரத்து செய்யும். அந்தப் பெண்களின் ஒரே ஆண் உறவினனும் மீண்டும் வாழ்வான். கொள்ளையர்கள் தாக்கிய அந்த இரவில் தன் பிஞ்சுக் குழந்தை கதறி அழுதுகொண்டிருந்த சத்தம் முழு நிலாவிலிருந்து தொங்கியவாறிருந்ததை இஸ்மாயில் மறக்கவில்லை. அவன் இதயம் பனிக் கட்டியாய் மாறி உறைந்திருந்தது; பனியைப் போல் மென்மையாகிச் சூரிய வெளிச்சத்தில் உருகவில்லை.

லீல் தூக்குமேடைக்குக் கொண்டுவரப்பட்டான். எப்போதும் உள்ள சம்பிரதாய வழக்கத்தின்படி அவனது கடைசி ஆசையை நிறைவேற்ற ஒப்புக்கொண்டார்கள். அவன் வேண்டுகோளுக்கிணங்க குர்ஆனுக்குப் பதிலாகப் புல்லாங்குழலை அவனுக்குத் தந்தார்கள். என்றென்றைக்கும் சாசுவதமான புல்வெளியின் இசையைச் சதுக்கத்தில் கூடியிருந்த மக்களுக்கு, தூரத்திலிருந்து கவனித்துக்கொண்டிருந்த குழந்தைகளுக்கு, உணவுக்காகக் கொத்திக்கொண்டிருந்த ஸ்டெர்லிங்[1] பறவைகளுக்கு வாசித்தான்.

> பேசாமல் கவனி,
> எந்தக் கனவு விரைவில் உடைபடுமென
> காற்று உன்னிடம் கூறும்.
> எந்தக் கனவிடம் மனிதன் திரும்புவானென
> காற்று உனக்குச் சொல்லும்
> பேசாமல் கேள்.
> ரோஜா மலரும்,
> காற்று மெல்ல வீசும்,
> வசீகரமான இளைஞனுக்கு.
> பறவையின் சிறகை முறிப்பதில்
> முழுவாழ்வைக் கழித்த பின்னர்
> தனது இறுதி மூச்சில் எதற்காக ஏங்குகிறான் மனிதன்,
> ஒன்றும் பேசாமல் கேள்,
> காற்று உன்னிடம் சொல்லும்.

'குழந்தைகளை அல்ல – பழிக்குப்பழி வாங்கும் கூர்வாள்களை இந்த உலகிற்குக் கொண்டுவரப் போவதாக' போரிலிருந்து திரும்பிய லீல் சகோதரிகளின் கணவன்மார்கள் சபதமேற்றார்கள். குடும்பத்தின் முதல் ஆண் குழந்தைக்குத் தூக்கிலிடப்பட்ட சகோதரனின் நினைவாக 'லீல்'

---
1. கட்டடங்களுக்கு அருகே கூடு கட்டி வாழும் ஐரோப்பியப் பறவை.

பாவங்களும் அப்பாவிகளும்

என்று அவர்கள் பெயர் சூட்டினர். புதிதாய்ப் பிறந்த இந்த லீலுக்கு பதினேழு வயதானதும் அவன் இடுப்பு வாரில் துப்பாக்கியை வைத்துக் கட்டி இஸ்மாயிலைக் கண்டுபிடிக்குமாறு அனுப்பினர்.

வீடுவீடாகச் சென்று சிறுபொருட்கள் விற்போர், ஆட்டிடையர்கள், வழியில் சந்தித்த டாட்டர் ஆகியோரிடம் வழி கேட்டவாறு புறப்பட்டுச் சென்றான் லீல். மதிய வேளையில் முதியவன் இஸ்மாயிலைச் சந்தித்ததும், சிறிது நின்று, தலையை மேலே உயர்த்தி வானத்தை நீண்ட நேரம் பார்த்தான். அவன் உதட்டிலிருந்து கசிந்த ஒரு துளி ரத்தத்தை நண்பகல் வெயில் கீறியிருந்தது. ஏதோ புனித சங்கல்பம்போல முதியவன் இஸ்மாயிலின் பெயரைத் திரும்பத் திரும்ப உச்சரித்தவாறு இரக்கமற்ற அந்தப் புல்வெளியில் துப்பாக்கியை வெளியே எடுத்து அதன் விசையை அழுத்தினான். ஆனால் ஹேம்னா சமவெளியிலோ விதியின் கணக்கு வேறாக இருந்தது. ஒவ்வொரு லீலின் வாழ்வும் ஓடுவது அதே நதியில்தான். துப்பாக்கி இயங்கவில்லை. “இங்கிருந்து போய்விடு. ஒரு வாழ்வைக் குலைக்க ஒரு சாவு போதும்” என்றான் முதியவன் இஸ்மாயில். அவன் சொன்னதை லீல் கேட்கவில்லை. இஸ்மாயிலின் கத்தியைக் கைப்பற்றி மலைமீதிருந்து இறங்கிய பசித்த ஓநாய் போல அவன்மேல் பாய்ந்து தாக்கினான். வயதானாலும் இஸ்மாயிலிடம் வலு இருந்தது. தன்னிடம் எப்போதுமிருக்கும் இடையனின் கத்தியை அந்த இளம்பையனின் நெஞ்சில் பாய்ச்சினான். நாய்கள் குரைத்தன. வானம்பாடி பறவைகள் பறந்தோடின. கடுமையான ஜுரத்தில் கண்ணீரைக் கட்டுப்படுத்த முடியாமல் நடுங்கியவாறு அவ்வப்போது வலிப்பு வந்தாற்போல் உடல் வெட்டி இழுக்க, மெலிதான கம்பளி மெத்தையைப் போர்த்தியவாறு இரவுவரை படுத்துக் கிடந்தான் இஸ்மாயில். இந்த லீல் மட்டும் தன்னைக் கொன்றிருந்தால், தனது சாவின் வேதனையிலிருந்து விடுபட்டிருப்போம் என்ற எண்ணம் அவன் மனத்தில் வந்தது.

விடிவதற்குள் பிணத்தை அங்கிருந்து அகற்றித் தென்புறமிருந்த கடற்கழி[2]யில் அதனை வீசிவிட வேண்டும் என்ற திட்டம் அவனுக்குத் தெரிந்தது தான். இருட்டத் தொடங்கிற்று . தன் தோள்களில் பிணத்தைப் போட்டவாறு மங்கல் மலை அடிவாரத்திலிருந்து முதலில் கிழக்கே சென்று பின் தெற்கே திரும்பினான். இரவில் ஆடுகளைக் காவல் காக்கும் இடையர்களின் கண்களில் பட்டுவிடாதிருக்க ஆள் நடமாட்டமில்லாத பாதைகளில், சேரும் சகதியுமான ஆற்றுப் படுகையில் நடந்து சென்றான். மூச்சு வாங்கியதால், பிணத்தைப் பாறையின் அருகே போட்டான். அப்போது இருட்டிலிருந்து சிரிப்புச் சத்தம் கேட்கவே, சிரிப்பு வந்த திசையில், கால் விரல் நுனியை ஊன்றியவாறு சத்தம் வராமல் நடந்து எட்டிப் பார்த்தான். புதிதாக வெட்டிய புதை குழிக்கருகே ஃபெர்மென் அமர்ந்திருப்பதைப் பார்த்தான். அவனுக்கு முன்னால் இரண்டு சிறுமிகள் பாடிக்கொண்டும் நடனமாடியவாறும் இருந்தார்கள். கொண்டாட்டத்தின் பகுதியாகத் தங்களுக்கு முன்னால் அவர்கள் நெருப்பு மூட்டியிருந்தார்கள். பையனின் அகால மரணத்தால் துக்கத்தில் ஆழ்ந்திருந்த இஸ்மாயில் கண்களில் ஈரம்

2. கடல் நீர்ப்பரப்பில் நுழையும் ஒடுக்கமான நீர்ப் பகுதி.

கசிய ஃபெர்மெனை அடையாளம் கண்டுகொண்டான். ஆனால் அந்தச் சிறுமிகள், கரடி தாக்கிய பெண்ணின் இரட்டைக் குழந்தைகள் என்று அவனுக்குத் தெரியாது. அந்தக் குழந்தைகளைப் பெண் வடிவிலிருந்த தேவதைகளாக நினைத்தான். அவர்கள் ஒரு புதைகுழியை வெட்டியிருந்ததால் ஒரு பிணத்திற்காக அவர்கள் காத்திருந்தார்கள் எனவும் இஸ்மாயில் ஒருவனைக் கொன்றிருந்தது அவர்களுக்குத் தெரிந்திருக்கலாம் எனவும் அவன் கற்பனை செய்தான்.

நள்ளிரவுக்குப் பின் இஸ்மாயில் கடற்கழியை வந்தடைந்தபோது வியர்வையில் தொப்பலாய் நனைந்திருந்தான். கோரைப் புற்களும் நாணல் செடிகளும் நிரம்பிய படுகையில் பிணத்தை ஒளித்துவைத்தான். கைகளைக் குவித்துத் தண்ணீரை அள்ளித் தலை முடியையும் கழுத்தையும் கழுவினான். தனக்காக ஒருமுறையும் தூக்கிலிடப்பட்ட லீலுக்குக்காக இன்னொரு முறையுமாய்ப் பல ஆண்டுகளாய் இருமுறை தொழுதுவந்திருந்தான் இஸ்மாயில். இன்னுமொரு புதிய சாவைத் தாங்கும் வலு அவனது தொழுகைக்கு இல்லை. எப்படியும் மறுமை வாழ்வில் தன் பாவத்திற்கான கூலியை அவன் கொடுத்தே ஆக வேண்டும். இந்தப் பூமியாலோ இந்த ஆகாயத்தாலோ வயதான ஒரு மனிதனின் காயத்தை ஆற்ற முடியாது. தனது ஆட்டுக் கிடைக்குத் திரும்பும் முன்னர் கீழே தரையில் படுத்துக் கொண்டான். காற்றை ஆழமாக இழுத்து வெளியிட்டவாறு சுவாசித்தான். மேலே பார்த்தான். வானம் தெளிவாக இருந்தது. நட்சத்திரங்கள் மெல்ல நகர்ந்தன. களைத்துச் சோர்ந்த சொட்டுக்களாக வடியும் நீரைப் போல் நிலா வெளிச்சம் துளித்துளியாய்ச் சொட்டியது. மலை உச்சியிலிருந்து வந்த கிடை ஆடுகளின் கழுத்து மணிச் சத்தத்தையும் ஆட்டு இடையனின் புல்லாங்குழலின் ஓசையையும் கேட்க முடிந்தது.

இருளில் திடீரெனப் பளிச்சிட்டு மறையும் கத்தியைப் போல, அந்தச் சமயத்தில் மின்னல் வெட்டிற்று. குன்றின் உச்சியிலிருந்து யாரோ அலறும் சத்தம் கேட்டது. எழுந்து நின்ற இஸ்மாயில் முடிவிலா வானத்தைக் கிழக்கேயிருந்து மேற்கே தேடினான். இந்தக் கோடை இரவில் எங்கிருந்து மின்னல் வந்ததென அவனுக்குத் தெரியவில்லை. மூச்சிரைக்கக் குன்றின் உச்சிக்கு ஏறினான். சமவெளியை அடைந்தபோது ஆடுகள் கலைந்திருந்ததையும், தரையில் கிடந்த ஆட்டிடையனுக்கு அருகே நாய்கள் காத்துக்கொண்டிருந்ததையும் கவனித்தான். அசைவில்லாமல் கிடந்த அந்த இடையன் மின்னலால் தாக்கப்பட்டிருந்தான். அவன் உடலின் இடப் பக்கம் முழுவதும் எரிந்து கரிந்திருந்தது. எரிந்த சதையின் வாடை காற்றில் ஊடுருவிப் படர்ந்திருந்தது.

மின்னலடிப்பது பற்றிக் கிராமவாசிகளும் கேள்வியுற்றிருந்தார்கள். ஆனால் அப்படி ஓர் அவலம் கண்முன் நிகழக்கூடுமென யாருக்கும் தோன்ற வில்லை. கரடி தாக்கிய பெண்மணியின் பெண் குழந்தைகளைக் கிராமத்துப் பண்ணைக் கட்டடங்களில் ஒரு சிலர் தேடிக்கொண்டிருந்தார்கள். இஸ்மாயில் பற்றி டாட்டரிடம் விசாரித்த இளைஞன் யாராக இருக்கக்கூடும் என்பதை கேவேயின் வீட்டிலிருந்த அக்கம்பக்கத்தார் விவாதித்துக்

கொண்டிருந்தார்கள். அந்த இளைஞனைப் புகைப்படம் எடுத்தபோது அவன் பற்கள் இறுகியிருந்ததெனவும், எதிரில் இருப்பவற்றை ஊடுருவிச் செல்லக்கூடிய, கூர்மையான பார்வை அவனுக்கு இருந்ததெனவும் டாட்டர் சொன்னான். நகரத்துக்குத் திரும்பிய பின் புகைப்படச் சுருளைக் கழுவிப் புகைப்படமாக மேம்படுத்துவான். ஒரு வருடத்திற்குப் பிறகுதான் நகரத்துக்குத் திரும்பினான் டாட்டர். அவனிடமிருந்த புகைப்படத்தைப் பார்த்தப பிறகே, தான் கொலை செய்த பையன் அவன் என அடையாளம் கண்டுகொண்டான் இஸ்மாயில். உயிர் பறிக்கும் இறைவனின் ஆணையை நிறைவேற்றும் வானவரான இஸ்ராயீலின் ஆட்டமாக இதை நினைத்தான் இஸ்மாயில். அதிகாலையில் தன் வாழ்வை மரணத்திடம் ஒப்படைக்கும் முன்னர், முந்திய இரவு முழுக்கக் கண் விழித்துக் கிடந்தான் இஸ்மாயில்.

6

விட்கன்ஸ்டெய்ன்

அனைத்து ஆன்மாக்களின் சாலை

கண்களை மெல்லப் பாதி திறந்தேன்.

முந்திய நாள் இரவு ஃபெரூஸ்ஸா என்னிடம் வாசித்துக் காட்டியிருந்த கவிதை வரிகளை எண்ணிப் பார்த்தேன். "குளிர்[1] காலத் தொடக்கத்தின் மீது நம்பிக்கை கொள்வோம்."

தலை வலித்ததால் படுக்கையிலிருந்து என்னால் எழுந்திருக்க முடியவில்லை. மீண்டும் உறங்கத் தொடங்கினேன்.

நீண்ட நேரத்திற்குப் பின்னர் பலமாக ஏதோ தட்டப்படும் ஓசையில் விழித்தேன். மதிய நேரமாகியிருந்தது.

மீண்டும் கனவுகளற்ற நீண்ட நேர உறக்கம்.

குளித்தேன்.

ரொட்டி வெண்ணெய்யுடன் தேநீர் சாப்பிட்டேன். ஜாம், பாலாடைக் கட்டியைச் சிற்றுண்டியாக எடுத்துக்கொண்டேன்.

சன்னலுக்கு வெளியே பார்த்தேன். நேற்றிருந்த வசந்த கால வானிலையின் சுவடு எதுவும் இல்லை. வானத்தை மேகங்கள் மூடியிருந்தன.

வெளியே கிளம்பியபோது சுவரிலிருந்த புகைப்படத்தைப் பார்த்தேன். களங்கமற்ற பார்வையுடன் எனக்கு விடை தந்தாள் புகைப்படத்திலிருந்த ஃப்ரெஞ்சு நடிகையும் நடனக் கலைஞருமான ஜூலியட் பனோஷ். வீட்டில் யாரோ ஒருவர் எனக்காகக் காத்திருக்கிறார் என்ற எண்ணம் ஆறுதல் தந்தது.

நடக்க வேண்டும் போலிருந்தது. சைக்கிளை எடுத்துச் செல்லவில்லை.

---

1. சேர்ந்திருத்தல், நெருக்கம், வாஞ்சை போன்றவற்றைக் குளிர் பருவம் சுட்டுவதாகக் கொள்ளலாம்.

கீழே ஆற்றுப் பாதையில் நடந்தேன். குளுமையான காற்றினைச் சுவாசிக்கையில் என் மேல்தோல் புத்துயிர் பெற்றதாக உணர்ந்தேன். ஆற்றினையொட்டி உடற்பயிற்சிக்காக மெல்ல ஓடுபவர்களும் படகில் துடுப்பு வலிப்போரும் எனக்கு முன்னரே அன்றைய நாளைத் தொடங்கியிருந்தார்கள்.

பிரிட்ஜ் தெருவில் வேகமாய் நடந்தேன். ஆனால் சரிவில் மேலேறும்போது மூச்சு வாங்கிற்று. நிதானமாக நடந்தேன். ஹன்டிங்டன் சாலையில் பாதி வழியிலிருந்த முட்டுச் சந்தின் சுவரில் 'ஆன்மாக்களின் சாலை' என எழுதப்பட்டிருந்தது. கல்லறைப் பகுதியிருந்த தெருவிற்கான நல்ல பெயர்தான்.

தேவாலயத்தையொட்டி ஒரு சிறிய கல்லறைப் பகுதி இருப்பது எனக்குத் தெரியும். ஆனால் இன்றுவரை அங்கு போக வேண்டுமென எனக்குத் தோன்றவில்லை.

சாலையின் இடது பக்கத்தில் வரிசையாய் மரங்கள் நின்றிருந்தன. குறுகிய பாதையில் மெல்ல நடந்தேன்.

ஒரு வீட்டில் நான்கு முறை அலாரம் அடித்து நின்றது காதில் விழுந்தது.

சன்னலுக்கு அருகே இருந்த ஒருவர் நீண்ட நேரம் என்னைக் கூர்ந்து பார்த்தவாறிருந்தார். பருவ காலங்களின் விதியை அறிந்த வயதான மனிதனின் பார்வை அதில் தெரிந்தது. தோள்வரை நீண்டிருந்த அவரின் தலைமுடி காய்ந்த இலைகளைப் போல் மிதந்தவாறிருந்தது.

தேவாலயத்தை நோக்கி நடந்த நான் முதலில் கல்லறைகள் இருந்த பகுதிக்கு வந்து சேர்ந்தேன்.

அங்கே விட்கன்ஸ்டெய்ன்[2] புதைக்கப்பட்டிருந்தார் என்று எனக்குத் தெரியும்.

கடினமான சிவந்த தழும்பைப் போல மரணத்தைத் தன் நெற்றியில் சுமந்துகொண்டிருந்த விட்கன்ஸ்டெய்ன், தன் சகோதரர்களைப் போலத் தற்கொலையைத் தேர்வு செய்யவில்லை. இறந்த பிறகான வாழ்வு பற்றிய சிந்தனையை அவரால் தடுத்து நிறுத்த முடியவில்லை. தனக்கெனக் குறிக்கப்பட்டிருந்த வேளை வரக் காத்திருந்தார்.

வலப் பக்கம் இரண்டுபேர் கல்லறைக் குழி தோண்டிக் கொண்டிருந்தார்கள். அவர்களில் ஒருவன் கிழவன். மற்றொருவன் இளைஞன். நான் அவர்களுக்கு வணக்கம் தெரிவித்தேன்.

---

2. ஆஸ்திரிய – ஆங்கிலேயத் தத்துவவாதி. இருபதாம் நூற்றாண்டின் மாபெரும் தத்துவவாதியாகச் சிலர் கருதுகிறார்கள். கணிதத்தின் தத்துவம், மொழியின் தத்துவம், மனதின் தத்துவம், தர்க்கவியல் ஆகியவற்றில் அவரின் பங்கு கணிசமானது. 1889இல் வியன்னாவில் பிறந்த அவர் 1951இல் கேம்ப்ரிட்ஜில் மறைந்தார். "முழுமை என்பது பல்வேறு பகுதிகள் கொண்டது என்ற அரிஸ்டாட்டிலின் சிந்தனையைப் போலவே, விட்கன்ஸ்டெயினும் கருதினார். சிறிய பகுதிகள் சேர்ந்து ஒரு முழுமை உருவாகிறது என்பது இதன் பொருளாகும். இந்த நாவலிலும் பல சிறிய கதைகள் சேர்ந்து ஒரு பெரிய கதையாக உருவாகியுள்ளது. இவ்விதம் விட்கன்ஸ்டெயினின் தத்துவம் இந்த நாவலின் கட்டமைப்பிற்கு உதவியாகப் பயன்பட்டுள்ளது" என புர்ஹான் ஸென்மெஸ் ஒரு நேர்காணலில் கூறியிருக்கிறார்.

“விட்கன்ஸ்டெய்னின் கல்லறை எங்குள்ளதென உங்களுக்குத் தெரியுமா?”

அப்போது தோண்டியிருந்த கல்லறைக் குழியின் மண் மிருதுவாக இருந்தது. புதிதாக இறந்தவர்களை ஏற்றுக்கொள்ள அந்தக் குழி தயாராக இருந்தது. எத்தனையோ ஆண்டுகளுக்கு முன்னர் ஹேம்னா சமவெளியின் இருளில் புதிதாகத் தோண்டப்பட்ட ஒரு குழியைப் பார்த்து அச்சமடைந்தான் இஸ்மாயில். அந்த அச்சம் என் ஞாபகத்திற்கு வந்தது.

“அவர் சமீபத்தில் இங்கு புதைக்கப்பட்டாரா?” எனக் கல்லறைக் குழி தோண்டும் ஒருவன் கேட்டான்.

“ஐம்பது வருடங்களுக்கும் முன்பே அவர் இறந்துவிட்டார்.”

மண்வெட்டியைப் பிடித்திருந்த மற்றொரு கல்லறைக் குழி தோண்டுபவனின் கைகள் குளிரினால் சிவந்திருந்தன. அவன் எலும்புகள் துருத்தியவாறிருந்தன.

“அவர் தத்துவவாதியா?”

“ஆம்.”

ஆனால் விட்கன்ஸ்டெய்ன் இவ்விதமாக அறியப்பட விரும்பவில்லை. சில சமயங்களில் அவர் கம்யூனிஸ்ட், சில சமயங்களில் இனவெறியர், சில சமயங்களில் அவர் இத்தாலியப் போர்க் கைதி. தான் பெரும் பாவி என நம்பினார். கடவுள் தீய நீதிபதியைப் போல என்று குறிப்பிட்ட விட்கன்ஸ்டெய்ன், அவர் தன்னை ஒருபோதும் மன்னிக்க மாட்டார் என்று சொல்வதுண்டு.

கல்லறைக் குழி தோண்டுபவர்களுக்கு இது தெரியாது. பிணங்களுக்காகக் கல்லறைக் குழி தோண்டுவதில் அவர்கள் மும்முரமாக இருந்தார்கள். ஒவ்வோர் ஆன்மாவும் இறுதியில் வந்து சேர்வது இந்தக் கல்லறைத் தோட்டத்தில்தானே.

“ஆம். அவர் தத்துவவாதிதான்” என்று உறுதியாகக் கூறினேன்.

கல்லறைக் குழி தோண்டுபவர்கள் ஒரு கணம் வேலை செய்வதை நிறுத்தி மண்வெட்டிகளைக் கீழே போட்டார்கள்.

“இன்று காலையில் ஒரு பெண்மணி இதே கல்லறை பற்றி விசாரித்துக் கொண்டிருந்தார்” என்று குழி தோண்டும் கிழவன் கூறினான்.

அவள் ஃபெரூஸ்ஸாவாக இருக்கக் கூடுமோவென நினைத்தேன். நேற்று இரவு இறந்தோரைப் பார்த்து வரும்படி அஸீத்தா கூறியபோது இந்தக் கல்லறை பற்றிய எண்ணம் வந்தது. ஆனால் ஃபெரூஸ்ஸாவிடம் இதுபற்றிக் குறிப்பிட்டேனா என்பது ஞாபகம் இல்லை.

“அவள் பார்க்க எப்படி இருந்தாள்?” என்று கேட்டேன்.

“வெள்ளைக் கோட் அணிந்த நடுத்தர வயதுப் பெண்மணி. கையில் ரோஜா மலர்க் கொத்தை வைத்திருந்தாள்.”

உணவுக்காகக் காத்திருக்கும் பசித்த குழந்தைகளைப் போலப் புதிதாக தோண்டப்பட்ட கல்லறைக் குழிகளின் வரிசை, பிணங்களை எதிர்நோக்கிக் காத்திருந்தது.

“நீங்களும் தத்துவவாதியா?” என்று கேட்டான் குழி தோண்டும் இளைஞன்.

கால் இடறியது. புதைகுழிக்குள் விழுவதினின்றும் மயிர் இழையில் தப்பினேன். அவர்கள் உடனே என் கைகளைப் பிடித்து இழுத்தார்கள்.

“உங்கள் கல்லறைக் குழிக்குப் போக அவசரப்படாதீர்கள்.”

கல்லறைப் பகுதியில் இல்லாமல் ஏதோ பொருட் காட்சியில் இருப்பது போல் சிரித்தோம்.

ஒரு நண்பனைப் புதைப்பதற்காகச் சென்றமுறை கல்லறைக்குச் சென்றேன். வயதானவர்கள் மழையில் அழுதுகொண்டிருந்தார்கள். சில இளைஞர்கள் கோஷம் எழுப்பிக்கொண்டிருந்தார்கள். அது கறுப்பு வெள்ளைத் திரைப்படத்தை நினைவூட்டியது. அன்று காலை சவக் கிடங்கிலிருந்து பிணத்தை வாங்கச் சென்றபோது அவன் முகத்தைப் பார்த்தேன். இளம் பெண்கள் காதலித்திருந்த அந்த ரோஜா முகம் நிறமிழந்து வறண்டிருந்தது. எண்ண முடியாதபடி அவன் உடலில் காயங்கள் இருந்தன. நெற்றிப் பொட்டிலிருந்து கால்கள்வரை அவன் உடலைத் துப்பாக்கிக் குண்டுகள் துளைத்திருந்தன.

“நான் இன்னும் சிறிது காலம் வாழ விரும்புகிறேன்” என்றேன்.

“யாருக்காக? உனக்காகவா, உன் குழந்தைகளுக்காகவா?” என்றான் குழி தோண்டும் கிழவன்.

“எனக்குக் குழந்தைகள் இல்லை.”

“அப்படியானால் நீ உனக்காக வாழ்கிறாய்.”

“என் நண்பர்கள் சிலர் சீக்கிரமாகவே இறந்துவிட்டார்கள். நான் அவர்களுக்காக வாழ விரும்புகிறேன்.”

“தத்துவவாதிகள் இப்படி பேசுவதில்லை. நீ தத்துவவாதி அல்ல என என்னால் சொல்ல முடியும்” என்றான் குழி தோண்டும் இளைஞன்.

“அப்படியானால் இறந்துவிட்டவர்கள் தத்துவவாதிகளுக்கு நண்பர் களாக இருக்க முடியாதா?” என்று குழி தோண்டும் கிழவன் கேட்டான்.

“இறந்தவர்களை வாழ்வின் பகுதியாக அவர்கள் கருதுவதில்லை.”

“ஓ, சாவைத் தவிர வேறு எல்லாவற்றைப் பற்றியும் தத்துவவாதிகள் சிந்திக்கிறார்கள் என்றா நீ கருதுகிறாய்?”

"சாவைப் பற்றிய கவலை அவர்களுக்கு உண்டு. ஆனால் இறந்தவர்களை அவர்கள் பொருட்படுத்துவதில்லை."

"ஒரு பாட்டில் பீர்கூட அடிக்காமல் எப்படி உன்னால் இப்படி பேச முடிகிறது?"

"இன்று இரவு பீர் வாங்கித் தா. அப்போது எப்படி என உனக்குக் காட்டுகிறேன்."

"இன்று இரவு ஈகிள் மதுவிடுதிக்குப் போக இருக்கிறோம். நீயும் ஏன் எங்களுடன் சேர்ந்துகொள்ளக் கூடாது?" என்று குழி தோண்டும் கிழவன் என்னிடம் சொன்னான்.

"சரி. ஆனால் நான் பீர் குடிக்க மாட்டேன். வேறு ஏதாவது அருந்துவேன்."

"ஏன்?"

"உனக்குத் தெரியாதா? அவன் முஸ்லிம்" என்றான் குழி தோண்டும் இளைஞன்.

"எனக்கு ஏராளமான முஸ்லிம் நண்பர்கள் இருக்கிறார்கள்; என்னை விட அதிகமாக அவர்கள் குடிப்பார்கள்" என்றான் வயதானவன்.

"பின்னர் அவர்கள் இரவு முழுக்கத் தொழுவார்கள்."

நாங்கள் சிரித்தோம்.

நேற்று இரவு ஒயின் குடித்திருந்ததை அவர்களிடம் சொல்ல வில்லை. எனக்கும் கடவுளுக்கும் இடையேயிருந்த இணைப்புப் பாலத்தைப் பனி மங்கச் செய்திருந்ததையும் குறிப்பிடவில்லை. எதைப் பற்றி நம்மால் பேச முடியாதோ அதை மவுனமாகக் கடந்துவிட வேண்டும் என விட்கன்ஸ்டெய்ன் கூறியிருந்தார். குழி தோண்டும் கிழவன் எனக்குக் கொடுத்த சிகரெட்டை வாங்கிக்கொண்டேன். அந்தக் குளிரில் கல்லறைக் குழிக்கு அருகே நின்று சிகரெட்டைப் புகைப்பதன் சந்தோஷத்தை நுரையீரலுக்குள் இழுத்தேன். இருமினேன்.

"உனது இந்தத் தத்துவவாதி முஸ்லிமா?" எனக் குழி தோண்டும் கிழவன் என்னிடம் கேட்டான்.

"இல்லை" என்றேன்.

"ஒரு முஸ்லிம் தத்துவவாதி எப்படி இருக்க முடியும்?" என்றான் குழி தோண்டும் இளைஞன்.

"தமாஷ் அளவுக்கு மீறிப் போகிறது" என்றான் கிழவன் தீவிரமாக.

"நான் தமாஷ் செய்யவில்லை, உண்மையைச் சொல்கிறேன். ஒரு முஸ்லிம் தத்துவவாதி பற்றி இதுவரை நீ கேள்விப்பட்டிருக்கிறாயா?"

கிழவன் சற்று நிறுத்திச் சிறிது நேரம் யோசித்தான்.

நான் குழி தோண்டும் இளைஞனைப் பார்த்தேன்.

“கிறிஸ்துவத் தத்துவவாதி ஒருவரின் பெயரைச் சொல். நான் ஒரு முஸ்லிம் பெயரைக் கூறுகிறேன்.”

நாங்கள் சிகரெட்டை ஒருமுறை இழுத்தோம். சில மழைத் துளிகள் விழுந்தன.

“மழையில் மாட்டிக்கொள்ள மாட்டோம் என நம்புகிறேன்” என்றான் குழி தோண்டும் இளைஞன்.

“பேச்சை மாற்றாதே” என்றான் கிழவன்.

“எந்தத் தத்துவாதியின் பெயரும் நினைவுக்கு வரவில்லை. நீ ஒரு கிறிஸ்துவன். இதில் எனக்கு உதவி செய்” என்றான் குழி தோண்டும் இளைஞன்.

கிழவன் தலையைச் சொரிந்தான். திறந்த குழியைப் பார்த்தவாறு “எனக்கு ஒரு தத்துவாதியைத் தெரியும், அவர் போப்பாண்டவர்” என்றான்.

குழந்தைகளைப் போல் கிளுகிளுப்பாகச் சிரித்தார்கள். சிகரெட் கொடுத்ததற்காக நன்றி கூறினேன்.

“விட்கன்ஸ்டெய்னின் கல்லறையைப் பார்க்கப் போகலாம் என்று நினைக்கிறேன்” என்றேன்.

“பழைய கல்லறை, தேவாலயத்திற்கு மறுபுறம் உள்ளது” என்றான் குழி தோண்டும் கிழவன்.

“எல்லாக் கல்லறைகளும் ஒன்றுதானே. எதற்காக விட்கன்ஸ்டெய்னின் கல்லறையை நீ பார்க்க வேண்டும்?” என்று கேட்டான் குழி தோண்டும் இளைஞன்.

“என்ன சொல்கிறாய் நீ” என்றான் கிழவன்.

“இறந்த ஒவ்வொரு சடலமும் தனிதான், ஆனால் இறந்தவர்களின் ஆன்மா அனைத்தும் ஒன்றுசேர்ந்துகொள்கின்றன.”

“இன்று இரவு பீர் செலவு என்னுடையது. நீ சொன்னது மிகவும் அருமை.”

“சியர்ஸ்.”

“நமது ஆன்மாக்கள் ஒன்று சேர்ந்திருப்பதால் உனது பீரை நான் அருந்த முடியும்.”

“நாம் உயிருடன் இருக்கும்போது அல்ல” என்றான் இளைஞன். “நமது உடல்கள் இறக்கு முன் ஆன்மாக்கள் ஒன்றுசேராது.”

“இந்த விஷயங்களெல்லாம் எங்கிருந்து உனக்குக் கிடைத்தன?”

“என் தாத்தா மறதிநோயினால் பாதிக்கப்பட்டிருந்தபோது இது போலப் பேசத் தொடங்கிவிடுவார்.”

“அப்படியானால் அவர் நிச்சயமாகச் சாவதற்குத் தயாராக இருந்திருப்பார்” என்றான் கிழவன்.

நான் பல்கலைக்கழகத்தில் இருந்தபோது ‘இறந்தவர்களில் மிகச் சிறந்தவர் யார்?’ என்ற ஒரு விளையாட்டை நானும் என் நண்பர்களும் ஆடுவோம். மூன்று தனிப் பண்புகளைக் குறிப்பிட்டு அவற்றில் சிறந்தவரைக் கூற வேண்டும். ஒரு சினிமா, ஒரு விடைபெறும் கடிதம் அல்லது தெருவில் காதில் விழுந்த ஒரு சொல் என்பதாக அவை இருக்கும். இந்தப் பண்புகள் ஒவ்வொரு நாளும் மாறும். இந்தப் பண்புகளுக்குத் தொடர்புடைய இறந்தவர்களைக் கூற வேண்டும். எடுத்துக்காட்டாக டெனெஸ், ஸ்பார்ட்டெக்கஸ், லைலா என்று கூறுவோம். மரணத்தின் முடிவின்மையே அவர்கள் அனைவரையும் பொதுவிதியாகச் சூழ்ந்திருந்தது. நாங்களும் சாகத் தயாராக இருந்தோம். ஆனால் எங்களில் மரணத்தின் வண்டியில் முதலில் ஏறுபவர் யார் என்று தெரியாது. ‘இரவு உனக்குப் பீர் வாங்கித் தருகிறேன்’ எனக் குழி தோண்டும் இளைஞனிடம் சொன்னேன்.

“அதற்குப் பதிலாக உனக்கு ஓர் உதவி செய்வேன்.”

“சில தத்துவவாதிகளின் பெயர்களைத் தெரிந்துவைத்துக்கொள். அது போதும்” என்றேன்.

“அப்படியே செய்கிறேன்.”

அந்த இருவரும் சடலங்களைப் புதைப்பதற்காகக் குழி தோண்டுவதற்குப் பதிலாகச் செடிகளை நடுவதற்கு மண் வெட்டுவதாக ஒருவர் நினைக்கக் கூடும். திறந்த வெளியில் நீண்ட நேரம் மண்ணில் நின்று வேலை செய்து கொண்டிருந்ததால் அவர்கள் மனத்திற்கு அது புத்துணர்வு தந்தது. விட்கன்ஸ்டெய்னுக்கு இது தெரிந்திருந்தது. அதனால் ஆசிரியர் பணியை விட்டுவிட்டுத் தேவாலய வெளி முற்றத்தில் தோட்டக்காரராக வேலை செய்தார்.

அங்கிருந்த கற்கள், மரங்கள், கல்லறைகளிலிருந்து வெளிவந்த அமைதியில் ஆழ்ந்தோம். அங்கே மவுனம் நிலவியது. பின்னர் கடுமையான காற்று வீசி எங்களைக் கடந்து சென்றது.

கல்லறைக் குழி தோண்டுபவர்கள் தங்களின் பெயர்களை என்னிடம் சொன்னார்கள். நான் என்னை அறிமுகம் செய்துகொண்டேன். மாலையில் சந்திக்கும் ஏற்பாட்டுடன் விடைபெற்றோம்.

“இறந்தவர்களால் எப்போதும் நமக்கு நன்மைதான். அவர்களோடு இருக்கையில் நமக்குள்ளேயே முடிவின்மை இருப்பதாக உணர்வோம்” என்று கூறியவாறு வெளியே சென்றேன்.

“ஏய்… நீ தத்துவவாதியா” என்றான் இளைஞன்.

“இன்று இரவு பீர் அருந்துகையில் அதை நீ முடிவுசெய்துகொள்ளலாம்.” என்றேன் நான்.

“பீர் குடித்தால் பாவம் என்ற கவலை எதுவும் வேண்டாம் சகா. உனக்கும் மது உண்டு. இறந்தவர்கள்போல் குடிகாரர்களும் களங்கமற்றவர்கள்.”

நேற்று இரவு ஃபெருஸ்ஸாவின் கிண்ணத்திலிருந்து நான் குடித்திருந்த ஒயினின் ருசியைக் கெடுத்துக்கொள்ளும் உத்தேசம் எனக்கில்லை.

திடீரென மழை வலுத்தது. குடையை விரித்தேன்.

தேவாலயத்திற்குப் பின்புறமிருந்த கல்லறைகள் ஒவ்வொன்றையும் ஒன்றன்பின் ஒன்றாகக் கூர்ந்து கவனித்தேன். சலவைக் கல் பாவிய கல்லறைகள், சாதாரணக் கல்லறைகள், செலஸ்டிக்[3] சிலுவைகளுடனான கல்லறைகள் ஆகியவற்றினூடே கொஞ்ச நேரம் நடந்தேன்.

இளைஞர்கள், சிறார்களின் கல்லறைகள் முதியவர்களின் கல்லறைகளோடு நெருக்கமாகச் சேர்ந்திருந்தன. இளைஞர்கள், சிறார்கள், முதியவர்கள் என ஒவ்வொருவரிடமும் ஒரே அளவு இடைவெளியில் இருந்தது மரணம்.

சில கல்லறை நினைவுச் சின்னங்கள் சேதமடைந்திருந்தன, சில கவிழ்ந்திருந்தன, சில சின்னங்களின் வாசகங்கள் எளிதில் படிக்க முடியாதபடி இருந்தன.

கல்லறைப் பகுதி முழுவதிலும் காட்டுச் செடிகளும் களைகளும் பரவிக் கிடந்தன. மிகுந்த சிரமத்துடன் மேற்புறமிருந்த சுவரை அடைந்தேன்.

தேவாலயத்தைப் பார்க்கத் திரும்பியபோது வெண்ணிற கோட் அணிந்த பெண்மணியைக் கல்லறைகளுக்கருகே பார்த்தேன். கனத்த மழையில் ஒரு கல்லறைக்கருகே குனிந்தவாறு நின்றிருந்தாள்.

அது விட்கன்ஸ்டெய்னின் கல்லறை என்று உணர்ந்தேன்.

மெல்ல இருமினேன்.

வெண்ணிற கோட் அணிந்த பெண்மணி தலை உயர்த்தி என்னைப் பார்த்தாள்.

"நீ இறந்துவிட்டாயா அல்லது உயிருடன் இருக்கிறாயா?" என்றாள்.

"உயிருடன் இருக்கிறேன்."

"எப்படி நம்புவது?"

"இறந்தவர்கள் இருமுவார்களா?"

"ஆழமாகவும் தெளிவில்லாமலும் உனது குரல் இருக்கிறது."

"குளிரடிப்பதுதான் அதற்குக் காரணம். இறந்தவர்கள் குடை வைத்திருக்க மாட்டார்கள் என நினைக்கிறேன்."

மழையில் அவள் கூந்தல் நனைந்திருந்தது. அவள் கோட்டின் விளிம்பு சகதியில் சிக்கியிருந்தது.

நான் அவளருகே குனிந்து என் குடையை அவள் தலைக்கு மேல் பிடித்தேன்.

---

3. மழை மேகம் போன்ற வளையம் கொண்ட ஒருவகைச் சிலுவை.

"நீங்கள் நிச்சயமாக இறந்துபோகவில்லை" என்றேன்.

"எப்படி?"

"உங்களுக்குக் குளிரடிக்கிறது. உங்கள் கைகள் குளிரில் நடுங்குகின்றன" என்றேன்.

"இந்தக் கல்லறையை எளிதாகக் கண்டுபிடிக்க முடியவில்லை" என்றாள்.

ஆம். நினைவுச் சின்னம் எதுவும் கல்லறைமீது இல்லை. தட்டையான கல் மட்டுமே தரையில் கிடந்தது. சகதியும் பைன் மர இலைகளும் அதனை மூடியிருந்தன.

கல்லறைமீது தூவப்பட்டிருந்த சிவப்பு ரோஜாக்கள் மழை நீரில் மூழ்கியிருந்தன. அது பெண்ணின் நனைந்த கூந்தலைப் போல் இருந்தது.

கல்லறையின் தலைப் பக்கத்தில் நீட்டிய கை அளவேயான சிறிய ஏணி இருந்தது. ஒருவருக்கும் தெரிந்திராத யாரோ சில கல்வியாளர்கள் அதனை வைத்திருந்தார்கள். அதனைச் சுற்றி ஏராளமான நாணயங்கள் சிதறிக் கிடந்தன.

"நீங்கள் முழுக்கவும் நனைந்திருக்கிறீர்கள். இதற்கு மேலும் இங்கிருந்தால் உங்களுக்குக் காய்ச்சல் வந்துவிடும்" என்றேன்.

கருமேகங்களும் மழையும் வானத்தை மூடியிருந்தன.

"என் வேதனை இன்னும் தீரவில்லை" என்றாள் அந்தப் பெண்.

"மழையா அல்லது விட்கன்ஸ்டெய்னா? உங்களின் வேதனையை எது போக்குமென நீங்கள் நினைக்கிறீர்கள்?"

கல்லறைக்கு மேலேயிருந்த ஒரு ரோஜா மலரை எடுத்துத் தன் உள்ளங்கையில் வைத்துக்கொண்டாள்.

மழைநீருடன் கண்ணீரும் அவள் முகத்தில் வழிந்ததைத் தெளிவாக என்னால் பார்க்க முடிந்தது.

"என் கணவர் நேற்று என்னை விட்டுச் சென்றுவிட்டார்" என்றாள்.

என்ன சொல்வதென்று எனக்குத் தெரியவில்லை.

"விட்கன்ஸ்டெய்ன் கல்லறையில் சளி பிடிப்பது உங்களுக்கு எந்தப் பயனையும் தராது." என்றேன்.

"விதியில் உங்களுக்கு நம்பிக்கை உண்டா?" என்று கேட்டாள்.

"காதல் விஷயங்களில் மட்டும்."

"நீங்கள் சொல்வது உண்மைதான்."

"விட்கன்ஸ்டெய்ன் விதியில் நம்பிக்கை கொண்டிருந்தாரா?" என்று கேட்டேன்.

"எனக்குத் தெரியாது" என்றாள்.

“பின் ஏன் இங்கு இருக்கிறீர்கள்?”

“இன்றைய தினத்தைத் தெரிந்துவைத்திருக்கும் விட்கன்ஸ்டெய்ன், நாளையைப் பற்றியும் அறிந்திருக்கலாம்.”

“அது சாத்தியமா?” என்று கேட்டேன்.

“நேற்று எங்களின் திருமண ஆண்டு நினைவு தினம். ஒரு கவிதையைத் தேர்வுசெய்வதற்காகக் கீழேயிருந்த அலமாரியிலிருந்து சில புத்தகங்களை எடுத்து வந்தேன். ஒரு புத்தகத்தைக் கீழே போட்டேன். திறந்திருந்த புத்தகத்தின் பக்கத்திலிருந்து ஒரு வரியை வாசித்தேன்: ‘நாளை சூரியன் உதிப்பான் என்பது ஒரு கருதுகோள். அதாவது நாளை சூரியன் உதிக்குமா என்று நமக்குத் தெரியாது என்பது இதன் பொருள்.’ புத்தக அட்டையைப் பார்த்தேன். அது விட்கன்ஸ்டெய்ன் எழுதிய தத்துவ நூல். திருமண ஆண்டு நினைவு நாளுக்காக வாங்கியிருந்த நினைவு நாள் அட்டையில் மேற்கண்ட வாசகத்தை எழுதி அதனுடன் இந்த வரியையும் சேர்த்துக்கொண்டேன்: ‘சூரியன் உதிப்பானா என நிச்சயமாகத் தெரியாது. ஆனால் காதலைப் பற்றி உறுதியாக எனக்குத் தெரியும்.”

அந்தப் பெண்ணின் குரல் நடுங்கியது.

“நேற்று இரவு என் கணவன் வீட்டிற்கு வரவில்லை. அவர் கைப்பேசி அணைக்கப்பட்டிருந்தது. சாய்வு மேசையில் அவர் கடிதத்தை விட்டுச் சென்றிருந்தது பின்னரே எனக்குத் தெரிந்தது. யாரோ ஒருத்தியுடன் காதல் கொண்டிருப்பதாகவும், என்னிடம் இதைத் தெரிவிக்கப் பல ஆண்டுகள் நினைத்திருந்ததாகவும் ஆனால் எப்படி சொல்வதெனத் தெரியாததால் சொல்லவில்லை எனவும் அந்தக் கடிதத்தில் அவர் தெரிவித்திருந்தார். ஆடை அலமாரியைத் திறந்து பார்த்தேன். தனது துணிமணிகள் அனைத்தையும் அவர் எடுத்துச் சென்றிருந்தார்” என மேலும் சொன்னாள்.

தனது கையிலிருந்த ரோஜாப் பூவை நசுக்கிய அவள் திடீரென அழத் தொடங்கினாள்.

“வேதனையும் சிறிது காலமே இருக்கும். சீக்கிரமே நீங்கள் தேறிவிடுவீர்கள்” என்றேன்.

என் கையைப் பற்றிய அவள் தன் தலையை என் தோள்மீது வைத்துக் கொண்டாள்.

இறந்தவர்கள் எப்போதும் நல்லவர்கள்தாம் என்று அஸீத்தா கூறியது சரிதான்.

தீமையென்றால் என்னவென இறந்தவர்களுக்குத் தெரியாது. யார் மனத்தையும் அவர்கள் நோகச் செய்வதில்லை. ஆனால் காதலர்கள் செய்கிறார்கள்.

“இப்போது நானும் இறந்துவிட்டேன். என் வாழ்க்கை முடிந்துவிட்டது” என்றாள் அந்தப் பெண்மணி.

“நான் சிறுவனாக இருந்தபோது என் அத்தை உடல்நலமில்லாமல் இருந்தாள். அவளைப் பார்க்கச் செல்லும் குழந்தைகளிடம் தான் சீக்கிரமே

இறந்துவிடுவேன் என்று அவள் சொல்வதுண்டு. இன்னும் நீண்ட கால வாழ்க்கை உங்களுக்கு இருக்கிறது, அதனை நன்கு பயன்படுத்திக் கொள்ளுங்கள் என்று அவள் எனக்குச் சொல்வாள். மறுநாள் வீசிய கடுமையான புயலில் ஒரு குழந்தையை வெள்ளம் அடித்துச் சென்றது. எனது அத்தை இன்னும் வாழ்கிறாள்" என்றேன்.

"வெள்ளம் அடித்துச்சென்ற அந்தக் குழந்தை நான்."

"நாளை சூரியன் உதிக்குமாவென நிச்சயமாகத் தெரியாதபோது உங்களின் வாழ்க்கை பற்றிப் பொதுப்படையாக இப்படி நீங்கள் சொல்லக் கூடாது."

அவள் தலையை உயர்த்தி என்னைப் பார்த்தாள்.

நான் புன்னகைத்தேன். அவளும் புன்னகை செய்ய முயன்றாள். அழுது சோர்ந்த அவள் கண்கள் அதற்கு ஒத்துழைக்கவில்லை.

"உங்களுக்கு ஒரு கவிதை வாசிக்கட்டுமா?" என்றேன்.

"நான் எப்போதும் புத்தகத்தைக் கையில் எடுத்து வருவதுண்டு." விட்கன்ஸ்டெய்ன் எழுதிய *Tractatus* என்ற புத்தகத்தைத் தன் கோட்டுப் பையிலிருந்து வெளியே எடுத்தாள். "இதிலிருந்து ஏதாவது வாசியுங்கள்."

"நீங்கள் விட்கன்ஸ்டெய்ன்போல இருக்கிறீர்கள்" என்றேன்.

"உண்மையாகவா?"

மகிழ்ச்சியில் அவள் கண்கள் ஒளிர்ந்ததை முதன்முதலாகப் பார்த்தேன்.

"போர் நடந்தபோது விட்கன்ஸ்டெய்னுக்கு ஒரு புத்தகம் கிடைத்தது. அதை எல்லா இடங்களுக்கும் அவர் எடுத்துச் செல்வார்."

"அது கவிதைப் புத்தகமா?"

"இல்லை டால்ஸ்டாய் எழுதிய *The Gospel in Brief.*"

"அதுபற்றி நான் கேள்விப்பட்டதே இல்லை."

"முதல் உலகப் போர் நடந்த சமயத்தில் ஒரு புத்தகக் கடையில் அதனைப் பார்த்தார். போரின் காரணமாக அந்தக் கடையிலிருந்த ஒரே புத்தகம் அதுதான். விதியின் அடையாளம் இது என்பதாகப் புரிந்துகொண்டார் விட்கன்ஸ்டெய்ன். புத்தகத்தில் இருந்த சொற்களில் ஏதோ கடவுளே இருந்தாற்போல் ஒருபோதும் அந்தப் புத்தகத்தைப் பிரியாதிருந்தார்."

"அவர் நாத்திகர் என்று நினைத்தேன்."

"போருக்குச் சென்றபோது நாத்திகராக இருந்தார்."

"பின்னர் போர் அவரை மாற்றியது..."

"கடவுள்மீது நம்பிக்கை இல்லாத ஒரு ராணுவ வீரனின் கதையை உங்களுக்குச் சொல்கிறேன். சுமார் நூறு ஆண்டுகளுக்கு முன்னர் நம் நாட்டைக் கைப்பற்றும் நோக்குடன் கிரேக்க ராணுவம் படையெடுத்து

வந்தபோது அந்த ராணுவம் தோற்கடிக்கப்பட்டது. அதில் ஏராளமானோர் இறந்தார்கள். பலர் போர்க் கைதிகளாகச் சிறைபிடிக்கப்பட்டார்கள். அவ்விதம் சிறை பிடிக்கப்படாமல் இருக்க தங்களின் வீடுகளில் அடைக்கலம் தருமாறு சில ராணுவ வீரர்கள் கிராமவாசிகளைக் கேட்டார்கள். அவர்களின் ஒருவன் எங்கள் கிராமத்திலேயே தங்கித் தனது பெயரையும் மாற்றிக்கொண்டான். கிராமத்திலிருந்த முஸ்லிம்கள் அவனை ஏற்றுக்கொண்டார்கள். எனினும் அவன் கிறிஸ்துவனாய் இருந்ததால் அவனை ஏளனம் செய்தார்கள். இதனைப் பொறுத்துக்கொள்ள முடியாத அவன் ‘என்னைக் கேலி செய்யாதீர்கள். நான் கிறிஸ்துவன் அல்ல. எனக்குக் கடவுள் நம்பிக்கை இல்லை’ என்று ஒருநாள் அவர்களிடம் கூறினான். அங்கே சட்டென அச்சம் நிலவியது. அந்தக் கிராமத்தில் நூற்றுக்கணக்கான ஆண்டுகளாக இருந்துவரும் ஒருவர்கூட அத்தகைய அச்சத்தைக் கண்டதில்லை. எதிரிகளின் படையெடுப்பின்போதும் பார்த்ததில்லை. கிராமவாசிகள் அனைவரும் கதவைத் தாளிட்டுப் பல நாட்கள் வீட்டிற்குள்ளேயே அடைந்து கிடந்தார்கள். இறுதியில் வெளியே வந்த அவர்கள் ‘கிறிஸ்துவ மதமும் நல்லதுதான். ஆனால் கடவுள் இல்லாமல் இருந்துவிடாதே’ என்று அந்த ராணுவ வீரனிடம் சொன்னார்கள்.

திடீரென மழை நின்றது.

“நான் கடவுளை நம்புகிறேன்” என்று அவன் கூறினான்.

“அப்படியானால் அவன் உங்களுக்கு உதவி செய்வான்.”

“நல்லதே நடக்கும் என்ற நம்பிக்கையுடன் நீங்கள் இருக்கிறீர்கள்...”

“பாருங்கள் மழை நின்றுவிட்டது. நல்ல அறிகுறி” என்றேன்.

என் குடையை மடக்கினேன். எங்களுக்கு மேலே மிகப்பெரும் சாரளமாய் வானம் விரிந்தது.

“விட்கன்ஸ்டெய்னின் புத்தகம் என்ன கூறுகிறது?” என்றாள்.

புத்தகத்தைத் திறந்து கண்ணில் பட்ட முதல் வாக்கியத்தை வாசித்தேன்.

“மகிழ்ச்சியான மனிதனின் உலகம் மகிழ்ச்சியற்றவனின் உலகைவிட வேறானது.”

மழை எங்களைக் களைப்புறச் செய்திருந்தது. ஆழமாகச் சுவாசித்தோம்.

“இன்று காலை இங்கே சாக விரும்பினேன். ஆனால் இப்போது முழுக்கக் குணமடைந்து நோய் நொடியில்லாமல் வாழ வேண்டுமென விரும்புகிறேன்” என்றாள்.

“நீங்கள் நன்றாக வாழ்வீர்கள்.”

பாக்கெட்டிலிருந்து கைக்குட்டையை வெளியே எடுத்து அந்தப் பெண்மணியின் முகத்தைத் துடைத்தேன். ஆதரவற்ற குழந்தைபோல் அவள் இருந்தாள். அவள் கைகள் நடுங்கிக்கொண்டிருந்தன.

“நீங்கள் ஏன் இங்கு வந்தீர்கள்? நீங்களும் மகிழ்ச்சியற்றவரா?”

"இறந்தோர்களின் நிரந்தரமான சுவாசத்தைக் கேட்க விரும்பினேன்" என்று சொன்னேன்.

"ஏன்?"

சில கணங்களுக்கு முன்னர் திரண்டிருந்த மேகங்களுடன் கனத்திருந்த வானம் இப்போது தெளிவடையத் தொடங்கியது.

"மேகங்கள் விலகுகின்றன" என்றேன்.

"ஏன்?"

"தொடர்ந்து மழைபெய்து களைத்துவிட்டது."

"நான் அதைக் கேட்கவில்லை. நீங்கள் ஏன் இந்தக் கல்லறைப் பகுதிக்கு வந்தீர்கள்?"

"குறிப்பிட்ட சூழலுக்கு உள்ளே இருக்கும்போது அதை உங்களால் புரிந்துகொள்ள முடியாது. அந்தச் சூழலிலிருந்து வெளியே வந்து பார்க்கும் போதுதான் அதை முழுமையாகப் புரிந்துகொள்ள முடியும்."

"இது வெளியே வந்து பார்ப்பது என்று நினைக்கிறீர்களா?"

"அப்படித்தான் நினைக்கிறேன்."

"இறந்தவர்கள், வாழ்வை விட்டும் வெளியேறியவர்கள். வாழ்வைப் புரிந்துகொள்ள நீங்கள் இங்கே இறந்தவர்களிடம் வந்திருக்கிறீர்கள். இது சரியா?"

"இறந்தவர்களுடன் இருப்பதால், வாழ்வை அதிகமாக உணர்கிறோம். சாவை அல்ல" என்றேன். "இருத்தலின்மைக்கு அருகே செல்லாதவரை இருத்தலின் பொருளை விளங்கிக்கொள்ள முடியாது."

"இறந்தவர்களால் இதைப் புரிந்துகொள்ள முடியுமா?"

"அப்படித்தான் நம்புகிறேன்..."

"அவர்களால் முடியவில்லை என்றால்?"

"அப்போது இந்த உலகைப் புரிந்துகொள்ளும் வாய்ப்பை நாம் தவற விடுவோம்."

"இதன் காரணமாகவா மனிதர்கள் தங்களைப் பற்றி மற்றவர்கள் அறிந்ததை விடக் குறைவாக அறிந்திருக்கிறார்கள்? நம்மிடமிருந்து வெளியேறி நம்மை முழுவதுமாகக் காண முடியாத காரணத்தால்..."

"நம்மைப் புரிந்துகொள்வதைவிடவும் பிறரை நன்றாகப் புரிந்து கொள்ள விரும்புகிறோம். பிறர் கண்களின் வழியே பார்ப்பதுதான் நம்மை அறிவதற்கான சாத்தியமான ஒரே வழி. இவ்விதம் நம்மைக் காட்டும் கண்ணாடியாக மற்றவர்கள்தாம் இருக்கிறார்கள்" என்றேன்.

"இப்போது நாம் மற்றவரின் கண்ணாடியாகவும் இருக்கிறோம். இல்லையா?"

"ஒரே நேரத்தில் நாம் இருவரும் பார்க்கக்கூடிய கண்ணாடியைப் பார்ப்பதே. நாம் இங்கு வந்திருப்பதற்கான உண்மையான காரணம்."

"எந்தக் கண்ணாடி ?"

"இந்தக் கல்லறைக்குக் கீழே இருப்பதுதான்."

எங்களுக்கு முன்னால் இருந்த கல்லறைகளை இருவரும் பார்த்தோம்.

"மரணம் எவ்வளவு அற்புதமானது" என்றாள் அவள்.

தலை சுற்றுவதாக உணர்ந்தேன். என் கண்கள் மங்கத் தொடங்கின.

"சாவு ஒரு கண்ணாடி. வாழ்விற்கு எதிரானது அல்ல" என்றேன்.

"ஆம் என்னால் உணர முடிகிறது…" என அமைதியாகக் கூறினாள்.

"ஒவ்வொருவரும் உணர்கிறார்கள். ஆனால் யாரும் ஒரு கருத்தாக அதனை உருவாக்குவதில்லை."

"அதுவல்ல நான் சொல்வது; நீங்கள் இங்கே வந்தபோது நீங்கள் இறந்து விட்டதாக உணர்ந்தேன். ஏதோ வேறொரு உலகிலிருக்கும் பகுதியிலிருந்து பேசுவதுபோல் பேசினீர்கள்."

நான் சிரித்தேன்.

"உங்களுக்கு உதவ வேறு உலகிலிருந்து வந்தேன்" என்றேன்.

"இன்னும் ஒரு வாரத்தில் விட்கன்ஸ்டெய்னின் ஆண்டு நினைவு நாள் வர இருக்கிறது. அப்போது இங்கே வருவீர்களா ?"

"விட்கன்ஸ்டெய்ன் எப்போதெல்லாம் அழைக்கிறாரோ அப்போதெல்லாம் வருவேன்."

"அப்படியா ?"

"இனிமேல் உங்களுக்கு நான் தேவையில்லை. உங்கள் வேதனை விரைவிலேயே குணமாகிவிடும்" என்றேன்.

"உங்களை நம்ப ஆரம்பித்திருக்கிறேன்" என்றாள்.

"நானும்தான்."

"என்னை நம்புவதற்கு..?"

"என்மீது நம்பிக்கைகொள்ள ஆரம்பித்திருக்கிறேன் என்று சொன்னேன்."

புன்னகை செய்தவாறு என் கையைப் பற்றினாள்.

"நீங்கள் இறந்துவிட்ட கனிவான மனிதர்" என அவள் சொன்னாள்.

"நீங்கள் கனிவான உயிர் வாழும் பெண்" என்று பதில் சொன்னேன்.

"வேற்று உலகிலிருந்து எனக்குச் செய்தி ஏதேனும் இருக்கிறதா ?" என்று கேட்டாள்.

நான் அவளைப் பார்த்தேன். அவள் தீவிரமாக இருப்பதாகத் தெரிந்தது.

“நான் விட்கன்ஸ்டெய்னுடன் இருந்தேன். இப்போதுதான் அவரிடமிருந்து திரும்பி வந்திருக்கிறேன்” என்றேன். அவர் இதனை உங்களிடம் கூறும்படிச் சொன்னார்: வாழ்க்கை இரு பகுதிகளாகப் பிரிக்கப்பட்டுள்ளது; ஏற்கெனவே வாழ்ந்த பகுதி ஒன்று. இன்னும் வாழ்ந்திராத பகுதி மற்றது. இன்னும் வாழ்ந்திராத பகுதியே முக்கியமானது.”

“ஆம்…”

“ஆம்…”

“உங்கள் கன்னத்தில் முத்தமிடலாமா?” என்று அவள் கேட்டாள்.

“இறந்தவர்களை முத்தமிடுவது துரதிருஷ்டமானது” என்றேன்.

என் கன்னத்தில் முத்தமிட எழுந்த அவள், “துரதிருஷ்டத்தால் சபிக்கப்பட்டவள்தான் நான்” என்று சொன்னாள்.

வடதிசை மேகங்கள் தண்ணீரைப் போல் விரைவாக ஓடின. வானம் தெளிவாகி உலகம் பிரகாசமானது.

எழுந்து நிற்பதற்கு முன்னர் நாங்கள் எங்களின் ஒரு கையைக் கல்லறையின் மீது வைத்தோம். விட்கன்ஸ்டெய்னின் கல்லறையை மூடியிருந்த சகதி எங்கள் தோலில் ஒட்டிக்கொண்டது.

வெண்ணிற கோட் அணிந்திருந்த பெண் என் தோளை இறுகப் பற்றினாள்.

மெல்ல நடந்தோம். தேவாலயத்தைக் கடந்து செல்கையில் கல்லறை களின் மீதமர்ந்து கொத்திக்கொண்டிருந்த குருவிகளைப் பார்த்தோம். அந்தப் பெண்மணி என் தோளை இன்னும் இறுகப் பற்றிக் கொண்டாள்.

நுழையும்போதிருக்கும் அதே மனநிலை கல்லறையை விட்டு வெளியேறும்போது யாருக்கும் இருப்பதில்லை.

காலையில் தனியே வந்திருந்த நாங்கள் சேர்ந்து திரும்பினோம்.

அனைத்து ஆன்மாக்களின் சாலையிலிருந்து திரும்பிக்கொண்டிருந்த போது இடப் பக்கம் இருந்த ஒரு வீட்டிலிருந்து ஆறு முறை அலாரம் அடிக்கும் சத்தம் கேட்டது.

சன்னலருகேயிருந்த அந்த மனிதன் வெளியே உலகை அப்போதும் பார்த்தவாறிருந்தான். நீண்ட தலை முடி உலர்ந்த இலைகளைப் போல் அவன் தோள்வரை மிதந்தவாறிருந்தது.

7

சிறுவன் முகம்மது

ரோஜா மலர் போல் வடிவமைக்கப்பட்ட கண்ணாடி

கேவேயின் வீட்டில் அக்கம்பக்கத்தினர் கூடி, பால் சேர்க்காத தேநீர் குடித்தவாறு ஏதோ கதைகள் பேசிக் கொண்டிருந்தபோது, "எனது பிள்ளைகள் எங்கே? அவர்களைக் கண்டுபிடியுங்கள்" எனக் கத்தியவாறு திடீரென உள்ளே பாய்ந்தாள் கரடி தாக்கிய பெண்மணி. ஒளி மங்கிய இரவு, எருமை மாட்டு வண்டிபோல மெதுவாக நகர்ந்தது. கேவே வீட்டு விளக்கின் மங்கலான ஒளி விட்டுவிட்டு எரிந்தது. வீடு முழுவதும் நிரம்பியிருந்த சிகரெட் புகை மத்தியில் சுவாசம் தடுமாறுவதை ஒவ்வொருவரும் உணர்ந்தார்கள். அவர்களின் முக பாவங்களும் உறைந்திருந்தன. எமிர் ஹாலித் வெளியே புலம்பியழும் சத்தம் கேட்டது. கதவுக்கு முன்னால் முழங்கால்களில் நின்றிருந்த அவன் "மின்னல் அவரைத் தாக்கிற்று, மின்னல் அவரைத் தாக்கிற்று" என மீண்டும் மீண்டும் சத்தமிட்டுக் கொண்டிருந்தான்.

இரவு நேரத்து இருள் உங்களைத் தனக்குள் இழுத்துக் கொள்வது போலிருந்தது. எமிர் ஹாலித்தும், என் பதினான்கு வயதுத் தந்தையும் இரவில் ஆடுகளைக் காவல் காப்பது வழக்கம்; தெற்கே நட்சத்திரங்கள் நிரம்பிய மலைச் சிகரங்களிலிருந்து கீழிறங்கி 72000 பிரபஞ்சங்களின் ஒவ்வொரு சந்து பொந்தினையும் உற்றுப் பார்ப்பார்கள். எமிர் ஹாலித் கண்களை மூடிப் புல்லாங்குழல் வாசிப்பான். என் தந்தை தரையில் படுத்தவாறு முடிவற்ற வானை உற்றுப் பார்த்தவாறிருப்பார். மணற்காற்று மெல்ல வீசும். சுட்டு விரலால் காற்றில் வட்டங்கள் வரைந்து திசை மாறுவதைக் கணித்து எரிமீன்களின் இருப்பைக் கவனிக்க என் தந்தை முயல்வார். ஒவ்வொரு முறையும் அதே விருப்பம் நிறைவேற வேண்டிக்கொள்வார். விருப்பம் நிறைவேறினால் அதற்குக் காரணம் எரிநட்சத்திரங்களின் அருட் பார்வை என்று சொல்வார். இரவில் ஓய்வுகொள்ள அன்பான வீடு இருந்தது. நாய்கள் நெட்டி முரித்தன. ஆடுகளின் கழுத்து மணிச் சத்தம்

படிப்படியாகத் தேய்ந்து மறைந்தது. எமிர் ஹாலித்தின் புல்லாங்குழல் இசைக்குத் துணையாக நிலா வெளிச்சம் சொட்டுச் சொட்டாகச் சுத்தமான தண்ணீர் போல் வடிந்தது.

நட்சத்திரங்கள் மெல்ல அசைந்தாடியவாறிருந்த அந்த இரவில், வானை இரண்டாகக் கிழித்துத் திடீரென வெட்டித் தெறித்தது மின்னல். அந்த இருட்டில் இடி ஒரு கத்திபோல என் தந்தை மேல் பாய்ந்து தடாலென அவரைக் கீழே தள்ளிற்று. தூசியும் புகைமண்டலமுமாக அந்த இடம் காட்சி தந்தது. மிகக் குரூரமாய் அலறியவாறு அசைவற்றுக் கீழே தரையில் விழுந்தார் என் தந்தை. ஆட்டு மந்தை கலைந்தது. எந்த வழியில் ஓடலாமென நாய்கள் தடுமாறின. இருண்ட கிணற்றினுள் உலகம் நழுவிற்று. என் தந்தை உடலின் இடது பாகம் முழுவதும் எரிந்திருந்தது. தீப்பட்டுக் கருகிய சதையின் வாடை காற்றில் பரவியிருந்தது. சில மீட்டர்கள் தள்ளியிருந்த எமிர் ஹாலித்தின் புல்லாங்குழல் கையிலிருந்து நழுவிக் கீழே விழுந்து கிடந்தது. அவன் சுற்றிலும் பார்த்தவாறு கொஞ்சம் கொஞ்சமாய் மெல்ல நகர்ந்தான். சதை, சாம்பல் ஆகியவற்றின் வாடையடித்த என் தந்தையின் உடலைப் பார்த்ததும் மெல்ல எழுந்து முழங்காலிட்டுக் குனிந்து நின்றான். அழவும் முடியாமல் பேரச்சத்தில் அவன் மனம் உறைந்திருந்தது. தன்னால் எதுவும் செய்ய முடியாதென்பதை உணர்ந்த அவன் என் தந்தைக்குக் காவலாக நாய்களை வைத்துவிட்டு, சரிவுகளையும் ஆற்றுப் படுகைகளையும் கடந்து கிராமத்தை நோக்கிக் காற்றைப் போல் கடும் வேகத்தில் ஓடினான்.

செய்தியைக் கேள்வியுற்ற கிராமவாசிகள் தங்கள் குதிரைகளிலும் வண்டிகளிலும் மலைக் குன்றின் உச்சிக்கு வந்தபோது இஸ்மாயில் என் தந்தையுடன் இருப்பதைக் கண்டார்கள். தங்களின் ஆடுகளைக் கவனிக்காமல் விட்டுவிடுவது இடையர்களின் இயல்பல்ல. என் தந்தையின் உடலை ஒரு கம்பளியால் போர்த்தி, "கொடிய சாம்பல் நிறக் கரடி என் ஆடு ஒன்றினைக் கிழித்துக் குதறிவிட அதனைப் பின்தொடர்ந்து இங்கே வந்தேன்" என்றான் இஸ்மாயில். மங்கல் மலையிலிருந்த தனது ஆட்டு மந்தைக்குத் திரும்பிச் செல்வதற்காகக் கிராமவாசிகள் இஸ்மாயிலுக்கு ஒரு குதிரையைக் கடனாகத் தந்தார்கள். என் தந்தையை ஒரு வண்டியில் அமர்த்திக் கிராமத்திற்குக் கொண்டுசென்றனர்.

இரண்டு நாட்களுக்குப் பிறகு என் தந்தை கண் விழித்தார். நட்சத்திரங்கள் நிரம்பியிருந்த மலைக் குன்றின் உச்சியிலிருந்து இந்தக் கிராமத்திலுள்ள அறைக்கு எப்படி வந்தோமென அவரால் நினைவுபடுத்திக் கொள்ள முடியவில்லை. தனது படுக்கை அருகே அழுதுகொண்டிருந்த வயதான ஓஸிடம் என்ன நடந்ததெனக் கேட்டார். "அடுத்த கிராமத்து வயல் வெளியில் உனது ஆடுகளை மேய விட்டிருந்தாய். கிராமத்துத் தலைவன் உன்னைச் சுட்டான்" என்றார் ஓஸ். மனிதனின் எத்தகைய தைரியமும் வானம், பூமியின் சீற்றத்திற்கு ஈடாகாது. ஆனால் மனிதர்களின் கொடுமையை எதிர்கொள்ள இதயங்கள் எப்போதும் தயாராக இருந்தன. என் தந்தை பயப்படாதிருக்கப் பொய் கூறிய ஓஸ் எத்தனையோ வருடங்களுக்குப் பிறகு முதன்முறையாய் இறைவனை வணங்கினார். மந்திரங்கள் ஜபித்தார். என் தந்தை மீண்டும் உறங்கச் சென்றார். மறுநாள் காலையில் அவரின் நான்கு வயது மருமகனான சிறுவன் முகம்மது தீயில் எரிந்த அவரின்

கையைத் தொட்டு எழுப்பியபோது அவருக்கு உண்மை தெரிந்தது. என்ன நடந்தது என்பதை அவர்கள் அப்படியே கூறினார்கள். பூமியும் வானும் மேலெழுந்தும், பற்றி எரிவதான கொடுங்கனவுகளால் சித்திரவதைக்கு ஆளாகி மாதக் கணக்காக என் தந்தை படுக்கையிலிருந்தார்.

மின்னல் தாக்கி, காக்கும் தேவதையால் காப்பாற்றப்பட்ட வளரிளம் பருவத்து இளைஞனைப் பற்றிய செய்தி புனித அரபு தேசம்வரை பரவிற்று. மெக்காவுக்குப் புனிதப் பயணம் செய்து திரும்பும் வழியில் ஒரு செல்வந்தர் என் தந்தையைப் பார்க்க வந்தார். பெரும் பொதிகளைச் சுமந்த நான்கு குதிரைகளுடனும் இரண்டு ஆண் வேலைக்காரர்களுடனும் ஹேம்னா நகருக்குத் திரும்பும் முன்னர் எங்கள் வீட்டிற்கு அவர் வந்தார். பேரீச்சம் பழங்கள், புனித சம்சம் தண்ணீர்[1], ரோஜா மலர் போல் வடிவமைக்கப் பட்ட முகம் பார்க்கும் கைக் கண்ணாடி ஆகியவற்றை என் தந்தைக்குக் கொடுத்தார். என் தந்தையின் உடல் வலுப்பெற சம்சம் புனித நீர் உதவியது. பூரணமாகக் குணமடைந்ததும் அவர் எப்படி இருப்பார் என்பதைக் கைக்கண்ணாடி காட்டிற்று. எல்லாரையும்விடச் சிறுவன் முகம்மதுவிற்கே பேரீச்சம் பழங்கள் அதிக மகிழ்ச்சி தந்தன. மெக்காவுக்குப் புனிதப் பயணம் மேற்கொள்ள அலுவலக ரீதியாகத் துருக்கியில் தடை இருந்தது. எனவே எல்லையிலிருந்த இருண்ட கணவாய்கள் வழியாக மக்கள் ரகசியமாய் அங்கே சென்றனர். ஏதோ அலங்கரிக்கப்பட்ட குதிரையைப் புகழ்வது போல, நகரத்திலிருந்து வந்த செல்வந்தரான புனிதப் பயணியை நீண்ட நேரம் கிராமவாசிகள் உற்றுப் பார்த்தார்கள். குதிரையைப் போல அவரைப் புகழ்ந்தார்கள். அவரின் புகையிலையைப் பகிர்ந்துகொண்டார்கள். அவர் கூறிய பயணக் கதைகளைக் கேட்டு மகிழ்ந்தார்கள். எங்கள் கிராமத்தில் செல்வந்தர்கள் யாரும் இல்லை. பல ஆண்டுகளாய்ப் பொக்கிஷத்தைத் தேடி அலைந்தவாறிருக்கும் ஓஸ் அதைக் கண்டுபிடித்து விடுவார் என்பதுதான் எங்களின் ஒரே நம்பிக்கை.

சமவெளியில் வளர்ந்த சிறுவன் முகம்மது சில ஆண்டுகளுக்குப் பிறகு படிப்பதற்காக ஹேம்னா சென்றான். ஒருநாள் ஒரு வெளிநாட்டுப் பத்திரிகையை கையில் பிடித்து, அதனை அசைத்து ஆட்டியவாறு வகுப்பிற்குள் வந்த பள்ளி ஆசிரியை அமெரிக்கா என அழைக்கப்படும் ஒரு நாட்டைப் பற்றிச் சிறுவர்களிடம் சொன்னார். ஹேம்னா சமவெளியில் இரண்டு இடையர்களும் நானூறு ஆடுகளும் கடுமையான குளிரினால் உறைந்து இறந்த செய்தி அவள் கையிலிருந்த பத்திரிகையில் வெளி வந்திருந்தது. சிறுவர்கள் கையொலி எழுப்பி மகிழ்ந்தார்கள். திருப்தி அடைந்த ஆசிரியை தனது ஒப்புதலைப் புன்னகையுடன் வெளிப்படுத்தினாள்.

1953 நவம்பர் 26ஆம் தேதியிட்ட சிகாகோ டெய்லி ட்ரிப்யூன் பத்திரிகையை மாணவர்களிடம் காட்டினார் ஆசிரியை. அதைப் பார்த்த சிறுவன் முகம்மது, "அரேபியாவிலும் இந்தச் செய்தியைக் கேள்விப்பட்டிருப்பார்களா மிஸ்?" என்று கேட்டான்.

---

1. முஸ்லிம்களின் நம்பிக்கையின்படி மெக்காவிலுள்ள சம்சம் கிணறு அதிசய நீரூற்றாகும். இந்தக் கிணற்றில் ஒருபோதும் நீர் வற்றுவதில்லை. ஒவ்வொரு வருடமும் மெக்காவிற்கு வருகைதரும் லட்சக்கணக்கான முஸ்லிம் இறையடியார்கள், தங்கள் புனிதப் பயணத்தின் ஒரு பகுதியாக நோய் நொடிகளை இயற்கையாகவே அகற்றும் தன்மைகொண்ட இந்த நீரை அருந்துகிறார்கள்.

"பாலைவனத்தில் இருக்கும் அரேபியர்கள் பற்றி ஒருபோதும் நினைக்காதே. பத்திரிகைகளிலிருக்கும் எழுத்துக்களை அவர்களால் வாசிக்க முடியாது. நாமும் அரபு நெடுங்கணக்கை நிராகரித்திருக்கிறோம். அதனால் நமது உலகங்கள் பிரிக்கப்பட்டிருக்கின்றன" என்று அவள் பதிலளித்தாள். மின்னலால் தாக்கப்பட்ட தனது தந்தை பற்றி ஆசிரியைக்குத் தெரியாது என்று அறிந்திருந்த அந்த நாளன்று அவனால் பேச முடியாதிருந்ததைப் போல, துருக்கியர் வேறு அரேபியர்கள் வேறு என்று ஆசிரியை சொல்லிய அந்தச் சமயத்திலும் சிறுவனால் பேச முடியவில்லை. ரத்தப் புற்று நோயால் அகால மரணமடைந்த நாள்வரை அமெரிக்கா என்று அழைக்கப்படும் இடத்திற்கா அல்லது அரேபியாவிற்கா, முதலில் எங்கு செல்வது என அவனால் தீர்மானிக்க முடியவில்லை.

ஆசிரியையிடம் இந்த ஊரின் மணம் இல்லை. ஆனால் ஏதோ ஒரு வெளிநாட்டின் வசீகரமான இடங்களின் மணம் அவரிடம் இருந்தது. சிறுவர்களுக்காக ஒவ்வொரு நாளும் ஒரு புதுச் செய்தியுடன் பள்ளிக்கூடம் வருவார். "அறியாமை என்றால் அது எதனையும் அறியாதிருப்பதல்ல; தவறான செய்தியை அறிவதாகும். அதனை நாம் முறியடிப்போம்" என்று ஒருநாள் கூறினார். பள்ளி ஆசிரியர்களைப் போற்றிப் புகழ்ந்து அவர்களைப் பின்பற்றுவதற்குத் தயாராக இருந்த இதர நானூறு மாணவர்களைப் போலவே சிறுவன் முகம்மதுவும் இருந்தான்.

ஆசிரியர் கூறும் சில வார்த்தைகளை அவனால் புரிந்துகொள்ள முடியவில்லை. ஆனால் படிப்பதற்கு அவன் எங்கு செல்ல வேண்டுமென ஆசிரியருக்குத் தெரியும் என நம்பினான். இதனைப் பள்ளிக்கூடத்திற்கு வந்திருந்த தன் அம்மாவிடமும் கூறினான். அன்று ஒரு முழுக் காற்சட்டையை அவள் அணிந்திருந்தாள்; அது தளர்வாய்த் தொங்கிக்கொண்டிருந்தது. கழுத்தைச் சுற்றியவாறிருந்த ஒரு துணியால் தலையை மூடியிருந்தாள்; துருக்கிய மொழி அவளுக்குத் தெரியாது. பள்ளிக்கூடத்திற்கு வந்திருந்த அம்மாவின் இந்தத் தோற்றம் அவனை வெட்கமடையச் செய்தது. விளையாட்டு மைதானத்திலிருந்து வேகமாய் வெளியே ஓடினான். அவனைப் பின்தொடர்ந்து வந்த அவன் அம்மா ஒதுக்கமான ஒரு மூலைக்குச் சென்று அங்கே நின்றாள். அதுவரை யாரும் பார்த்திராத தீவிரமான ஏக்கத்துடன் அம்மாவை இரு கைகளாலும் அணைத்துக்கொண்டான். ஒவ்வொரு குழந்தையும் தன் தாயின் மணத்தைச் சாகும்வரை தன்னுடன் கொண்டு செல்கிறது, சாவுப் படுக்கையில் இறுதி மூச்சுவரை அதனை நினைவுகூர்கிறது. ஆனால் அம்மாவை அணைத்துக்கொண்டிருந்த அந்தச் சமயத்தில் தான் துருக்கியனுமல்ல, நகரத்திலிருந்து வந்தவனுமல்ல என்ற சுமையால் ஒடுக்கப்பட்டிருப்பதாய் உணர்ந்த சிறுவன் முகம்மது தன் தாயுடன் குர்திஷ் மொழியில் பேசவில்லை. அப்படிப் பேசினால் அது யார் காதிலாவது விழுந்து அவர் அதனை ஆசிரியரிடம் சொல்லிவிடுவார் என்ற அச்சம்தான் காரணம். குர்திஷ் மொழியில் தன்னுடன் அவன் பேசாதிருப்பது அவனுக்கு நன்மை தருமென நம்புவதைத் தவிர அவன் தாய்க்கு வேறு வழியில்லை. அவர்கள் ஏழைகள். மகன் படிப்பதே அவர்களுக்குப் போதும். அதுபோன்ற ஒரு மகிழ்ச்சியை விடாது பற்றிக்கொள்ள அவர்கள் தயாராக இருந்தார்கள். இறந்துபோய்விட்ட ஃபெர்மெனின் இரண்டு சகோதரர்களுக்குப் பிறகு

பாவங்களும் அப்பாவிகளும்

கிராமத்திலேயே நகரத்திற்குப் படிக்கச் சென்ற முதல் நபர் சிறுவன் முகம்மதுதான். ஆனால் ஹேம்னா சமவெளியில் யாரும் அறிந்திராத ஏதோ ஒன்றை விதி அறிந்திருந்தது. கல்வியோ நீடித்த ஆயுளோ முகம்மதுவின் தலைவிதியில் இல்லை என்பதே அது.

புற்று என்ற வார்த்தையை நோயாளிகளிடமிருந்து மருத்துவர்கள் மறைத்த காலகட்டம் அது. அந்தச் சொல் நோயாளிகளிடம் மரண பயத்தை ஏற்படுத்தி அவர்களைத் துன்புறச் செய்ததே அதற்குக் காரணம். அமெரிக்க ஜனாதிபதி ஐக் ஐசன்ஹோவெருக்கு மிகவும் பிடித்த இடம் துருக்கியின் தலைநகரான ஆன்கரா. அந்த நகருக்கு அமெரிக்கா ஜனாதிபதி வந்த நாளில்தான் முகம்மது முதன் முதலாய் ரத்த வாந்தி எடுக்கத் தொடங்கினான். அப்போது அவன் பல்கலைக்கழகத்தில் முதலாம் ஆண்டு படித்துக்கொண்டிருந்தான். ஜனாதிபதி வருகையின்போது ஆன்கராவில் ஏழு லட்சம்பேர் கூடியிருந்தார்கள். அவர்களில் ஐந்து லட்சம்பேர் ஒரு நட்சத்திரம் கொண்ட துருக்கிக் கொடியையும் 49 நட்சத்திரங்கள் கொண்ட அமெரிக்கக் கொடியையும் அசைத்து ஆனந்த மாகக் கொண்டாடினர். தொழில் மயமான வளம் மிகுந்த நவீன அமெரிக்காவின் செய்தி முகமைகளுக்கு வெளிநாட்டுப் பத்திரிகையாளர்கள் மலைகள் நிரம்பிய, பழுப்புநிற, தரிசு நிலமான ஆன்கராவிலிருந்து செய்திகள் அனுப்பினார்கள். திறந்த லிங்கன் மாடல் காரில் கை அசைத்தவாறு ஐக் ஐசன்ஹோவர் அங்கிருந்து புறப்பட்டபோது கூடியிருந்த மக்கள் கூட்டத்தின் பரபரப்பையும் உற்சாகத்தையும் விவரிக்க இயலாது.

நகரைத் துடைத்துத் துப்புரவு செய்வதில் முழு வாரத்தையும் கழித்த ஆன்கரா குடிமக்கள் அமெரிக்க ஜனாதிபதி வருகைக்கு முந்திய நாளில் மழை பெய்தபோது பதற்றமடைந்தார்கள். மறுநாள் மழை நின்றதும் ஜனாதிபதி சிரிப்பதைக் கணநேரக் காட்சியாகவேனும் நேரடியாகக் காணும் நம்பிக்கையில் ஆட்டெடர்க் பூலெவார்ட் வீதியில் கூடினார்கள். மூன்று கண்டங்கள் ரோம் தெஹரான் உள்ளிட்ட பதினொரு நாடுகளின் தலைநகரங்களுக்கு ஜனாதிபதி சுற்றுலாவில் சென்றபோது ஒரு பாகிஸ்தானியப் பெண்மணி ஜனாதிபதிக்குப் பெருமைசேர்க்கும்விதமாக, அப்போது பிறந்த தனது குழந்தைக்குக்கு ஐக் கான் என்று பெயரிட்டாள். புதிதாகப் பிறந்த அந்தக் குழந்தை அதன் முதல் அடியை எடுத்து வைக்கவும் காத்திராமல் மரணம் குழந்தையின் உயிரைப் பறித்துக்கொண்டது. அதற்குப் பிறகு முகம்மதுவின் உயிரைக் கொண்டுசென்றது. அகால மரணமடைந்த மகனுக்காக குர்திஷ் மொழியில் ஒப்பாரிவைத்து அழுத அவன் அம்மா, “என் சிங்கம்” என அவனைத் துருக்கியில் குறிப்பிட்டாள். எல்லாவற்றுக்கும் மேலாக, இளம் பெண்ணின் காதலை அறியும் முன்பே தன் மகன் இந்த வாழ்விலிருந்து பிரிந்து சென்றதற்காக அதிகமும் அழுதாள்.

கவி இப்படி கூறுகிறார்:

ஓ, முற்றிலும் பார்வையற்ற நரக வாயிலே,
சினம் கொண்ட சாத்தானே,
பாவத்தின் வேதனையிலிருந்து
எங்களைக் காப்பாற்று,

துன்பமும் மரணமும் நிச்சயம்தான்,
எனினும்
எங்கள் வாழ்வின் ஆதாரமாய்
அன்பு இருக்கட்டும்.

'புற்று' எனக் குறிப்பிடும் தைரியம் ஒருவருக்கும் இல்லை. 'அது' என்று சொன்னார்கள். பெயர் சொல்லி அழைத்தால் பாய்ந்து தாக்கும் ரத்த தாகம் கொண்ட ஓநாய்போல அவர்கள் செய்கை இருந்தது.

மின்னல் தாக்கி முழுவதுமாக எரிந்துபோகாமல் உயிர் வாழ்வதற்காக முகம்மதுவின் வாழ்வை விலையாகக் கொடுத்ததாக என் தந்தையும் நம்பினார். அந்த நோயை 'அது' என்று குறிப்பிடுவதில் எல்லாருடனும் சேர்ந்து கொண்டார்.

ஒவ்வொரு சாவும் விட்டுச் செல்பவர்களை ஏதோ ஒருவகையில் குறைவுபடுத்திச் சென்றது. மருத்துவமனையில் முகம்மதுவின் உடைமையாக இருந்த பொருட்களில் ரோஜா மலர்போல் வடிவமைக்கப்பட்ட முகம் பார்க்கும் கண்ணாடியும் இருந்ததைப் பார்த்த என் தந்தை இதனை இன்னும் ஆழமாக உணர்ந்தார். அந்தக் கண்ணாடியை எடுத்து ஏதோ முகம்மதுவையே அதில் பார்ப்பதுபோல், நீண்ட நேரம் அதனைப் பார்ப்பார். ஆனால் அவர் பார்த்ததெல்லாம் தனது சிவந்த கண்களையே. மின்னல் தாக்கிய பின் அவர் படுக்கையில் இருந்தபோது, சண்டையிடும் சிறுவர்களைப் போல் அவரும் முகம்மதுவும் விளையாடியது ஞாபகம் வந்தது. சிறுவர்களுடனான அதுபோன்ற தொடர்புகள் அனைத்தையும் முறித்துவிடுவதில்லை. சில பொருட்களைத் தொடர்புச் சாதனங்களாக வைத்து அப்போதும் அவர்கள் பேசிக்கொள்வார்கள். "ஏ கண்ணாடியே ஓடைக்குச் செல்லலாமென்று நான் சொன்னதாக முகம்மதுவிடம் சொல்."

"கண்ணாடியே அவர் நன்கு குணமடைந்ததும் அவருக்குப் பிடித்த மான எந்த இடத்திற்கும் வருவேன் என என் மாமாவிடம் சொல்" என்று முகம்மது பதில் சொல்வான்.

ஒருசமயம் என் தந்தையும் முகம்மதுவும் ரோஜாமலர் போல் வடிவமைக்கப்பட்ட முகம் பார்க்கும் கண்ணாடியின் வாயிலாக உரையாடிக்கொண்டிருந்தபோது, அதனுள் கரைந்து மற்றோர் உலகினுள் நுழைந்த தினத்தில்தான் அவர்களைப் புகைப்படம் எடுப்பதற்காக டாட்டர் அங்கு வந்தான். இதனைக் கேள்வியுற்ற வயதான ஓஸ் ஓடி வந்து அவனை வழிமறித்து, "இந்தச் சிறுவர்களைப் புகைப் படம் எடுக்க விட மாட்டேன்" என்றான். வயதான ஓஸ் அப்போது அவனைப் புகைப்படமெடுக்க அனுமதித்திருந்தால் என் தந்தையின் புகைப்படமும் சிறுவன் முகம்மதுவின் புகைப்படமும் இன்று இருந்திருக்கும். ஆனால் இப்போது இருப்பது கண்ணாடி மட்டுமே. மின்னலால் என் தந்தை தாக்கப்பட்ட பின் அவரைச் சந்தித்த செல்வந்தரான புனிதப் பயணி ஒரு கைக்கண்ணாடியை அவருக்குக் கொடுத்தார். அதனைப் பல்கலைக்கழகத்தில் படித்துக்கொண்டிருந்த முகம்மதுவிடம் என் தந்தை தந்தார். மரணத்தின் கை இப்போது அதை என் தந்தையிடமே திரும்பக் கொடுத்திருக்கிறது.

8

ப்ரூக்

பழத்தோட்டம்

நகரத்திற்குத் தெற்கே வயல் வெளியைப் பார்த்தவாறிருந்த கடைசித் தெருவில் ஃபெரூஸ்ஸாவும் நானும் சந்தித்தோம். கேம்ப்ரிட்ஜிற்கு அருகே இருந்த கிராண்ட்செஸ்டருக்குச் செல்லும் திசையை நோக்கி அந்த வயல்வெளி நீண்டிருந்தது.

"காலைச் சிற்றுண்டி இன்னும் ஆகவில்லையா?" என்று கேட்டேன்.

"இன்னும் இல்லை" என்றாள் ஃபெரூஸ்ஸா.

எங்களின் சைக்கிள்கள் இரண்டையும் சேர்த்துப் பூட்டி அவற்றை வேலியில் சாய்த்துவைத்தோம். ஃபெரூஸ்ஸா ஜீன்ஸ் பேண்ட்டும் கருஞ்சிவப்பு டி ஷர்ட்டும் அணிந்திருந்தாள்.

"இந்தக் குளிர்காலத்தில் க்ராண்ட்செஸ்டர் மாறி இருக்கிறதாவெனப் பார்க்கலாம்" என்றாள்.

"சென்ற இலையுதிர் காலத்தில் என் சகோதரி என்னைப் பார்க்க வந்திருந்தாள். நான் கடைசியாக க்ராண்ட்செஸ்டருக்கு வந்திருந்தது அவளுடன்தான்" என்றேன்.

"உங்கள் சகோதரி எங்கு வசிக்கிறாள்?"

"துருக்கியில். நான் அங்கு போக முடியாததால் என்னைப் பார்க்க அவள் இங்கே வந்திருந்தாள்."

"அடிக்கடி வருவாளா?"

"ஏழுவருடங்களுக்குப் பிறகு முதன்முறையாக ஒருவரையொருவர் பார்த்தது அப்போதுதான்."

"நீங்கள் துருக்கிக்கு எப்போது போக வேண்டியது வரும்?"

"எனக்குத் தெரியாது. அது சட்டப்பூர்வமாக எனக்கு அனுமதி கிடைப்பதைப் பொறுத்தது" என்றேன்.

கருப்புக் கண்ணாடியை அணிந்து புல்வெளிப் பாதையில் காலாற நடந்து சென்றோம்.

நேற்றைக்கு முன்தினத்திலிருந்து வானம் தெளிவாக இருக்கிறது. சூரிய வெளிச்சம் பிரகாசமாகவும் வெதுவெதுப்பாகவும் இப்போது இருக்கிறது.

"உங்களால் ஓரளவு தூங்க முடிந்ததா?" என்று கேட்டாள் ஃபெரூஸ்ஸா.

"ஆம்... நன்றாகவே தூங்கினேன்."

"நிச்சயமாக நீங்கள் வெளியே கால்வைத்திருக்க மாட்டீர்கள்."

"உங்கள் அம்மா சொன்னபடி நேற்று கல்லறைப் பகுதிக்குச் சென்றேன்."

"அவ்வளவு சீக்கிரமாகவா?" என்றாள்.

"முன்பே ஏன் அங்கு போகாதிருந்தேன் என எனக்கு நானே கேட்டுக்கொண்டேன்."

"ஆனால் நேற்று மழை பெய்ததே..."

"குடையை எடுத்துச் சென்றேன். அங்கே ஒரு பெண்ணைச் சந்தித்தேன். அவள் கணவன் சமீபத்தில்தான் அவளைப் பிரிந்து சென்றிருந்தான். கல்லறைப் பகுதியில் அவள் அழுதுகொண்டிருந்தாள்."

"கல்லறைப் பகுதியில் அழும் பெண்கள்..." என்றாள் ஃபெரூஸ்ஸா.

அமைதியாக நடந்தோம்.

சிகப்புக் கசகசாச் செடிகளின் பூக்களும் வசந்த காலப் பூக்களும் மிகப் பெரிய பசும்புல்வெளியைப் போர்வையாய் மூடியிருந்ததைப் பார்த்தோம்.

ஒரு முயல் குட்டி புற்களுக்கிடையேயிருந்து திடீரென வெளியே துள்ளிக் குதித்தது. எதிர்த் திசையிலிருந்து எங்களை நோக்கி வந்துகொண்டிருந்த வயதான தம்பதியர் முன் அது நின்றது.

வயதான மூதாட்டி மெல்லக் கீழே குனிந்து தன் முகத்தை முயல் குட்டிக்கு அருகே கொண்டுசென்றார்.

நாங்கள் அவர்களுக்கருகே வந்து சேர்ந்தோம். அப்போது நானும் கீழே குனிந்தேன். மூதாட்டி புன்னகைத்தார்.

நின்றுகொண்டிருந்த முதியவர் "என்ன அற்புதமான நாள்!" என்று ஃபெரூஸ்ஸாவிடம் சொன்னார்.

"ஆம் மிக இனிய நாள்" என்று ஃபெரூஸ்ஸா பதிலளித்தாள்.

"பழத்தோட்டத்திற்குச் சென்றுகொண்டிருக்கிறீர்களா?" என்றார் முதியவர்.

"ஆம்."

பாவங்களும் அப்பாவிகளும்

“நானும் என் மனைவியும் கடந்த நாற்பது ஆண்டுகளாக ஒவ்வொரு வாரமும் இவ்விதம் நடந்து வருகிறோம்.”

“ஒன்றைத் தொடர்ந்து செய்து வருவதில் அழகு உள்ளது...” என்றாள் ஃபெரூஸ்ஸா.

“ஆம். உங்களைப் போல் இளைஞர்களாக நாங்கள் இருந்தபோது இந்தப் பாதையில் நடப்பதும், வயதான தம்பதியரைச் சந்திப்பதும் வழக்கம். இப்போது எங்களுக்கு வயதாகிவிட்டது. உங்களைச் சந்திக்கிறோம்” என்றார் முதியவர்.

“நாற்பது ஆண்டுகள்...” என்றாள் ஃபெரூஸ்ஸா.

“கேளுங்கள்...” என்றார் முதியவர்.

புல்வெளியில் சிறிது நின்ற அவர்கள் வானம்பாடிகள் பாடுவதைக் கேட்டார்கள்.

“இந்தப் பறவைகள், மஞ்சள் நிறப் பூக்கள், ஆறு ஆகிய அனைத்தும் அப்போதும் இங்கே இருந்தன” என்றார் முதியவர்.

ஒரு மீன் கொத்திப் பறவை உயரே பறப்பதற்காக மேலே எழுந்தது. பின் ஆற்றினை நோக்கிக் கீழே இறங்கியது.

“எங்களுடன் டீ சாப்பிட வருவீர்களா?” என்று கேட்டாள் ஃபெரூஸ்ஸா.

“ஆ... இளம் பெண்ணே... டீ குடித்துவிட்டுத் திரும்பி வர நீண்ட தூரம் நடக்க வேண்டுமே... அதனால் இன்று வேண்டாம். நாங்கள் ஒவ்வொரு திங்கள்கிழமை காலையிலும் பழத் தோட்டத்திற்கு வருவோம். ஒரு திங்கள்கிழமை சீக்கிரமாக நீங்கள் வந்தால் அப்போது நாம் டீ சாப்பிடலாம்” என்றாள் மூதாட்டி.

“ஆனால் இன்று ஒரு சிறப்பான நாள்” என்றாள் ஃபெரூஸ்ஸா.

“நீங்கள் சந்தித்த ஆண்டு தினத்தைக் கொண்டாடுகிறீர்களா?” என்று முதியவர் புன்னகையுடன் கேட்டார்.

எங்களோடு வந்துகொண்டிருந்த முயல் குட்டி எதிர்த் திசையில் திரும்பி நீண்ட புல்வெளியில் மறைந்தது.

மூதாட்டியின் கையைப் பிடித்து அவர் எழுந்து நிற்க உதவினேன்.

இன்று கவிஞர் ரூபெர்ட் ப்ரூக்[1]கின் (1887–1915) நினைவு நாள் என்றாள் ஃபெரூஸ்ஸா.

“இன்று காலை சில இளைஞர்கள் பழத் தோட்டத்தில் அவருக்கு அஞ்சலிசெலுத்திக்கொண்டிருந்தார்கள்” என்றார் மூதாட்டி.

---

1. ஆங்கிலேயேக் கவிஞர். முதல் உலகப் போரில் அவர் எழுதிய ‘ராணுவ வீரன்’ என்ற பதினான்கு வரிகள் கொண்ட லட்சியவாத சொனெட் கவிதை புகழ் பெற்றது.

“நாங்களும் அஞ்சலி செலுத்துவோம்” என்றாள் ஃபெரூஸ்ஸா.

“இன்று ரூபெர்ட் ப்ரூக் எழுதிய ராணுவ வீரன் கவிதையை ஒரு கண்ணியவான் எனக்கு வாசித்துக்காட்டினார்” என்று தன் கணவனைச் சுட்டிக்காட்டி அந்த மூதாட்டி சொன்னார்.

அவர்கள் என்னைப் பார்த்தார்கள்.

“நானும் அதனை வாசிப்பேன்” என்றேன்.

“நீங்கள் கட்டாயம் வாசிக்க வேண்டும்” என்றார் முதியவர்.

“ப்ரூக்கைப் போலவே எனது தாத்தாவும் முதல் உலகப் போரில் மாண்டார்” என்றார் மூதாட்டி.

“மரணத்தைப் பற்றிப் பேசி இந்த இளைஞர்களைச் சோர்வடையச் செய்ய வேண்டாம்” என்றார் முதியவர்.

“சரிதான்” என்றார் மூதாட்டி.

மீண்டும் சந்திப்போம் என்று சொல்லியவாறு நாங்கள் பிரிந்து அவரவர் வழிகளில் சென்றோம்.

புல்வெளிக்குக் கீழே இருந்த ஆற்றில் ஒரு பரிசல் தெற்கே செல்லத் தயாராக இருந்தது. ஒரு சிறுமி கையில் கோலுடன் வழிகாட்டிக் கொண்டிருக்க, பரிசலில் இருந்த மற்ற இரண்டு சிறுமிகளும், “மரங்களுக்குக் கீழே பச்சை நிற ஆறு யாருமறியாமல் வழுக்கியவாறு ஓடிக்கொண்டிருக்கிறது . . .” என உரத்த குரலில் பாடிக்கொண்டிருந்தாள்.

ஃபெரூஸ்ஸா அந்தப் பாடலை வாய் திறவாமல் தணிந்த குரலில் பாடினாள். மரங்களுக்குக் கீழே பச்சை நிற ஆறு யாருமறியாமல் வழுக்கியவாறு ஓடிக்கொண்டிருக்கிறது.

காட்டுச் செடிகொடிகள், சோள வயல்காடுகள் ஆகியவற்றுக்கு ஊடேயிருந்த பாதை வழியாக நடந்து ஒரு மணிநேரத்திற்குப் பிறகு பழத் தோட்டத்தை வந்தடைந்தோம். அங்கிருந்த சிறிய உணவகத்தில் சிறிய கேக், தேன் கலந்த பாலாடைக்கட்டி, தேநீர் ஆகியவற்றை வரிசையில் நின்று வாங்கி அவற்றை உணவுத் தட்டில் வைத்து வெளியே தோட்டத்திற்குக் கொண்டு சென்றோம். அங்கே மரங்களின் அருகே மேசையைச் சுற்றிலுமிருந்த நாற்காலிகளில் அமர்ந்தோம். “இங்கே கேக்கையும் தேன் கலந்த பாலாடைக் கட்டியையும் சாப்பிட்டு நீண்ட நாட்களாகிவிட்டன” என்றாள் ஃபெரூஸ்ஸா. உணவுத் தட்டிலிருந்த பூச்சிகளை விரட்டியவாறு, “பூச்சிகளையும் நாம் சாப்பிடலாம்” என்று சொல்லித் தேநீரை உறிஞ்சினேன்.

வெண்ணெய் தடவிய பருமனான கேக்கைப் பாதியாக வெட்டிப் பாலாடையையும் தேனையும் அதில் தடவினோம். பழத்தோட்டத்தில் நாங்கள் இருவரும் சேர்ந்து சிற்றுண்டி சாப்பிடும்போது கிடைக்கும் மகிழ்ச்சி... தேநீர் குடிக்கையில் எங்கள் கண்கள் சந்தித்துக்கொண்டன. யாருடன் அதைக் குடிக்கிறீர்கள் என்பதைப் பொறுத்துத் தேநீரின் சுவையும் வேறுபடும்.

எங்கள் தலைக்கு மேலே ஆப்பிள் மரக் கிளைகளின் இடையேயிருந்து சூரிய ஒளி கீழே கசிந்தது. தகவல் குறிப்புகளடங்கிய சிறிய புத்தகத்தை அந்த உணவகத்திலிருந்து எடுத்து வந்திருந்தேன். அதைத் திறந்து பார்த்தேன்.

அந்தப் புத்தகத்தில் ரூபெர்ட் ப்ரூக் பற்றிய பக்கத்தைத் திறந்து 'ராணுவ வீரன்' கவிதையை வாசித்தேன். கண்களை மூடியவாறு கவனமாகக் கேட்டாள். ஃபெரூஸ்ஸா. பழத்தோட்டம் விரிவடைவதாகத் தோன்றியது; கிளைகளிலிருந்து கொத்துக் கொத்தாய்ப் பூக்கள் சொரிந்தன.

"உங்களின் ஆர்வத்திற்குரிய சிறப்புப் பகுதியில் இது உள்ளது. கவிதையின் தொடக்க வரிகளை எவ்விதம் மொழிபெயர்ப்பீர்கள்?" என்று கூறியபடி தகவல் குறிப்புகளடங்கிய கையேட்டை அவளிடம் நகர்த்தினேன். கவிதையின் முதல் வரிகளை ஃபெரூஸ்ஸா வாசித்தாள்:

நான் இறக்க நேர்ந்தால்
இதனை நினைவில் கொள்ளுங்கள்:
அந்நிய நாட்டின் ஏதோ மூலையில்
இறந்தால்
என்னைப் புதைக்குமிடம்
எப்போதும் இங்கிலாந்தே.

ஃபெரூஸ்ஸா என்னைப் பார்த்தாள்.

"அந்நிய மண்ணில் ராணுவ வீரன் ஒருவன் புதைக்கப்பட்டிருக்கிறான் எனில் அது ஆக்கிரமிக்கப்பட்ட நிலமாக இருக்க வேண்டுமென்று நீங்கள் நினைக்கிறீர்களா?" என்று கேட்டேன்.

"மேலாதிக்கம் செய்வதால் கிடைக்கும் மன அமைதி பற்றியா சொல்கிறீர்கள்?"

"முன்பொருநாள் நான் கலந்துகொண்ட கருத்தரங்கில் இதுபற்றி விவாதித்தோம்" என்றேன்.

அச்சியன் கடலில்[2] உள்ள ஒரு தீபகற்பத்தில் இருக்கும் ரூபெர்ட் ப்ரூக்கின் கல்லறை அப்போது ஞாபகம் வந்தது.

"இதை இன்னொரு விதமாக மொழிபெயர்க்கலாம்" என்றாள் ஃபெரூஸ்ஸா. "ஒவ்வொரு படை வீரனும் தனது தாய் மண்ணைத் தன்னுடன் கொண்டு செல்கிறான். அவன் எங்கு இருக்கிறான் என்பது பொருட்டல்ல. எங்கு பிறந்து வளர்ந்தானோ அந்த ஊர் அவனுடனேயே செல்கிறது."

பக்கத்து மேசையில் பல நபர்களடங்கிய ஒரு குழு அமர்ந்திருந்தது. பல குழந்தைகள் அங்குமிங்கும் ஓடி விளையாடிக்கொண்டிருந்தார்கள். ஒரு குழந்தை கீழே விழுந்து அழத் தொடங்கியது. ஓர் இளம் பெண் எழுந்து அங்கு சென்று குழந்தை எழுந்து நிற்க உதவினாள்.

---

2. மேற்கே கிரேக்க தீபகற்பத்திற்கும் கிழக்கே பெரிய தீபகற்பமான ஆசியா மைனருக்கும் இடையே உள்ள கடல்; நவீன துருக்கியின் பெரும்பகுதி ஆசியா மைனர் அல்லது ஆனட்டோலியா தீபகற்பத்தில் அடங்கும்.

“நீங்கள் இங்கே புதைக்கப்பட்டால் இந்த நிலம் உங்களுக்கு என்னவாக இருக்கும்?” என்று கேட்டாள் ஃபெரூஸ்ஸா.

நான் தயங்கினேன்.

பறவைகளின் இன்னிசை உரக்கக் கேட்டது.

“நான் புதைக்கப்பட்ட துண்டு நிலம் ஹேம்னா சமவெளியாக என்றென்றைக்குமாய் மாறிவிடும். அந்தக் கல்லறைமீது மணல் காற்று வீசும்” என்றேன்.

மரக்கிளைகளின் சரசரக்கும் ஒலி என் காதில் விழுந்தது.

பாலாடைக் கட்டியைக் கேக்கின் மீது தடவி அதை என்னிடம் நகர்த்தினாள் ஃபெரூஸ்ஸா.

“போருக்குச் செல்லும் வழியிலேயே உடல் நலம் குன்றி ரூபெர்ட் ப்ரூக் இறந்தார். போர் முனையில் இறக்கவில்லை என்பது நல்ல விஷயம். இது உங்களுக்குத் தெரியுமா?” என்று கேட்டாள்.

“ஏன்?”

“போரில் பிறரைக் கொல்ல வேண்டிய வதையிலிருந்து அது அவரை விடுவித்தது” என்றாள்.

மிதந்தவாறு வந்த ஒரு சிறிய இலை என் மடிமேல் விழுந்தது. அதனை எடுத்து ஃபெரூஸ்ஸாவின் முன்னால் வைத்தேன்.

“பெரும் போர்க் கவியாக யாரைச் சொல்வீர்கள்?” என்று கேட்டேன்.

அவள் என் கண்களுக்குள் பார்த்தாள்.

“உங்களின் கேள்விக்குப் பின்குறிப்பு என ஏதேனும் உண்டா?”

“ரூபெர்ட் ப்ரூக்? எமிலி டிக்கென்சன்?”

அவள் சிரித்தாள். “The Catcher in the Rye’ என்ற புத்தகம் படித்திருக்கிறீர்களா?”

“ஆம்.”

“அந்தப் புத்தகத்தில் உள்ள பதில் உங்களுக்கு நினைவிருக்கிறதா?”

நான் தலையசைத்தேன்.

“என் ஆதரவு ப்ரூக்கிற்கே” என்றாள்.

“அவர் நமது நாட்டைச் சேர்ந்தவர் என்பதாலா?”

“இருக்கலாம். ஒரு காலத்தில் அவர் பொருளாதார நிபுணரான கீன்ஸுடன் இந்தத் தோட்டத்தில் ஒருமுறை நீண்ட நேரம் கழித்தார். அது

மட்டுமல்ல கீழே இருக்கும் ஆற்றில் ஒரு நாள் இரவு நிலா வெளிச்சத்தில் விர்ஜினியா வுல்ஃபுடன் அவர் நீந்தியதுமுண்டு."

அங்குமிங்கும் ஓடிக்கொண்டிருந்த குழந்தைகள் எங்களுக்கு அருகேயிருந்த மரத்தில் ஏறத் தொடங்கின.

"நீங்கள் இங்கே (கேம்ப்ரிட்ஜில்) புதைக்கப்பட்டால், இது உங்களுக்கு அந்நிய நிலமா, சொந்த மண்ணா?"

"வேறு எங்கேயாவது இறந்துவிடுவேனோ என்று ஒரே ஒரு முறை யோசித்திருக்கிறேன். மூன்று வருடங்களுக்கு முன்னர் ஈரானுக்கே மீண்டும் செல்வதென முடிவுசெய்தபோது அப்படி யோசித்தேன். உண்மையிலேயே அப்போது போக இருந்தேன். இங்கே வாழ்ந்ததன் நினைவாக எனது தோளில் பச்சைகுத்திக்கொண்டேன்."

"அங்கு செல்ல வேண்டும் என்னும் முடிவை ஏன் மாற்றிக் கொண்டீர்கள்?' என்று கேட்டேன்.

சற்றுத் தயங்கிய அவள் "சொல்வேன், ஆனால் இன்றைக்கு அல்ல. இன்று அழும் பெண்களைப் பற்றிச் சொல்ல வேண்டும்" என்றாள்.

அவள் முகத்திலிருந்த உணர்ச்சியை அறிந்துகொள்ள அவளைப் பார்த்தேன்.

தேநீரைக் குடித்து முடித்தாள் ஃபெரூஸ்ஸா. பின்னர் இரு குவளைகளிலும் மீண்டும் தேநீரை நிரப்பினாள்.

"எதனைப் பச்சைகுத்திக்கொண்டீர்கள்?" என்று கேட்டேன்.

"ஒரு ரோஜா " என்றாள்.

"உங்களின் ரகசியங்களின் புத்தகத்தின் முன் அட்டையில் இருக்கும் ரோஜா..?"

"சில சமயங்களில் ஒரே ஒரு வடிவமைப்பில் முடிவிலா அர்த்தம் பொதிந்திருப்பதை நீங்கள் காண முடியும்."

"நீங்கள் எப்போதாவது ஈரானுக்கு மீண்டும் சென்றால், புத்தக அட்டையிலுள்ள ரோஜா அங்கே உங்களுக்கு வேறு விதமாகப் படும்" என்றேன்.

"உங்கள் நாட்டிற்குத் திரும்பச் செல்லும்போது இங்கிருந்ததன் நினைவாக நீங்கள் பச்சைகுத்திக்கொள்வீர்களா?"

"சந்தேகம்தான்."

பக்கத்து மேசையருகே இருந்தவர்கள் மிகுந்த ஆர்வத்துடன் பேசிக் கொண்டிருந்ததைக் கேட்டதும் திரும்பிப் பார்த்தோம்.

எங்களுக்கு முன்னால் சற்றுத் தள்ளிச் சில இளைஞர்கள் ஆப்பிள் மரத்தடியில் நின்றுகொண்டிருந்தார்கள். அவர்களில் ஒருவன் ரூபெர்ட்

ப்ரூக்கைப் போல் உடை அணிந்திருந்தான். ஒரு நூற்றாண்டிற்கும் முன்பிருந்த ஒப்பனையையும் உடையையும் அணிந்த இளம் பெண்கள் அவர்களைச் சுற்றி வட்டமாக நின்று உரத்த குரலில் கவிதை வாசித்துக்கொண்டிருந்தார்கள்.

“ஏற்கெனவே காலையில் ப்ரூக்கைப் புகழ்ந்து பாடி அஞ்சலி செய்தனர். அதனையே அவர்கள் மீண்டும் இப்போது செய்கிறார்கள் என்று நினைக்கிறேன். அவர்களுடன் நாமும் சேர்ந்துகொள்ளலாமா?” என்றேன்.

“ஒரு நிமிடம்.”

“நாவலாசிரியர்களை விடவும் கவிஞர்களிடம் எனக்குப் பொறாமை” என்றேன்.

“ஏன்?”

“கவிஞர்கள் மாயா ஜாலம் செய்கிறார்கள். கண்களுக்குப் புலப்படாத உலகின் மொழியை மந்திரவாதியைப் போலப் பேசுகிறார்கள்.”

ஒவ்வொரு மேசையைச் சுற்றியும் அமர்ந்திருந்த அனைவரும் கவிதை வாசித்த இளைஞர்களைப் பார்த்துக்கொண்டிருந்தார்கள். இளைஞர்கள் உரக்கக் கவிதை வாசித்தது ஏதோ ஒரு சுழலை உருவாக்கிற்று; பழத்தோட்டத்தில் இருக்கும் ஒவ்வொன்றையும் தனக்குள் உறிஞ்சிக் கொள்ளும் சக்தி வாய்ந்த சுழல் அது.

“நீங்கள் எப்போதாவது பச்சைகுத்திக்கொள்வதாக இருந்தால் அது என்னவாக இருக்கும்?” என்று கேட்டாள் ஃபெரூஸ்ஸா.

“இங்கே என் வாழ்வைப் பிரதிபலிக்கும் ஒன்றை என்னால் நினைத்துப் பார்க்க முடியவில்லை...”

“வெளிநாட்டிற்குச் சென்று திரும்பி வருபவர் இங்கிருந்து சென்ற அதே நபர்தானா?”

“இங்கே வந்தபோது நான் இறந்துவிடும் சாத்தியக் கூறுகள் உண்மையிலேயே இருந்தன. அதிலிருந்து மீண்டும் இப்போது உயிர்த்தெழும் கிளையாக ஆகத் தொடங்கியிருக்கிறேன்.”

“நீங்கள் எளிமையான ஒன்றைத் தேடுகிறீர்கள்.”

“அப்படியா?”

“நெருப்பில் கருகி அதன் சாம்பலிலிருந்து உயிர்த்தெழும் ஃபீனிக்ஸ் பறவை.”

இளம்பெண்களின் நடுவில் ரூபெர்ட் ப்ரூக்காக நடிக்கும் பையனைச் சுட்டிக் காட்டினேன்.

“ரூபெர்ட் ப்ரூக் புராணங்களில் வரும் சாகாவரம் பெற்ற பீனிக்ஸ் பறவை. ஒரு நூற்றாண்டுக்குப் பிறகும் இன்னும் வாசிக்கப்படும் கவி.”

"கூட்டம் அதிகமாகிக்கொண்டுவருகிறது" என்றாள் ஃபெரூஸ்ஸா.

கப்பல்களைத் தன்னை நோக்கி இழுக்கும் சமுத்திரத்தின் மத்தியிலிருக்கும் மிகப் பெரும் நீர்ச்சுழிபோல, அந்தக் கவிதை வாசித்த இளைஞர்களால் ஒவ்வொருவரும் ஈர்க்கப் பட்டார்கள்.

"நான் சிறுவனாக இருந்தபோது எங்கள் கிராமத்திலிருந்த ஒரு வயதான மனிதன் பச்சைகுத்தியிருந்ததை முதன்முதலாகப் பார்த்தேன்."

"என்ன அது?"

"ஒரு பெரிய சாம்பல் நிறக் கரடி."

"சாம்பல் நிறக் கரடி...?"

"அதைப் பற்றி உங்களிடம் நான் சொல்லவில்லையா?"

"இல்லை."

"திரும்பி வரும்போது புல்வெளியில் அதைப் பற்றிச் சொல்கிறேன்."

"கதைகள் சொல்வதில் எனக்கிருந்த விருப்பத்தை எனது காதலின் அடையாளமாகக் கருதினேன். சொல்வதற்கு எளிதாகக் கதைகளைக் கண்டுபிடிக்கலாம். ஆனால் கதைகளை வெளிப்படுத்தச் சரியான வார்த்தைகளைக் கண்டுபிடிப்பது சிரமமான விஷயம்" என்றேன்.

"இப்போது ஓர் ஆட்டம் விளையாடலாமா?" என்றாள் ஃபெரூஸ்ஸா.

"உங்கள் குடும்பத்தினர் எல்லோருக்கும் விளையாட்டின்மீது அதிகமான ஈடுபாடு இருப்பதாக நினைக்கிறேன்" என்றேன்.

அவள் சிரித்தாள்.

"ஆமாம். 'ஒரு விருப்பம்' என்ற ஆட்டத்தை விளையாடலாம்" என்றாள்.

"சரி."

"நீங்கள் விரும்பும் ஏதாவது ஒன்றை என்னிடம் கேளுங்கள். அந்த விருப்பம் சிக்கலாகவும் கடினமாகவும் இருக்க வேண்டும். அதற்காக நிறைவேற்ற முடியாததாக இருக்கக் கூடாது. இது ஆட்டத்தின் விதியாகும். இதனை மறக்கவே கூடாது."

"நீங்கள் ஆரம்பியுங்கள். அதைப் பார்த்து எப்படி விளையாட வேண்டும் என்று தெரிந்துகொள்வேன்" என்றேன்.

அவள் சிறிது நேரம் யோசித்தாள். பின் விளையாட்டை இப்படி தொடங்கினாள்.

"செல்லோ[3] இசைக் கருவியால் வாசிக்கப்படும் இசை பற்றிய விவரங்களும் இருக்கும்படியான ஒரு நாவலை நீங்கள் எழுதுவீர்களா..?" என்றாள்.

"சரி" என்றேன். அவள் பேச்சைத் தொடர்வதற்காகக் காத்திருந்தேன்.

"இதுபற்றி நாம் இருவரும் ஏற்கெனவே பேசியிருக்கிறோம். அதில் ஒரு வாக்கியத்தையாவது அந்த நாவலில் நீங்கள் சேர்த்துக்கொள்ள வேண்டும். நம்மைத் தவிர வேறு யாருக்கும் அது தெரியவும் கூடாது."

"அது சாத்தியம், ஆனால் சிரமம்" என்றேன். "என்னால் நாவல் எழுத முடியும். ஆனால் அதில் செல்லோ சூட்ஸ் பற்றிக் குறிப்பிட முடியுமா என்று எனக்குத் தெரியாது" என மேலும் சொன்னேன்.

"விளையாட்டைத் தொடர வேண்டியது இப்போது உங்களின் முறை" என்று சொன்னாள்.

"இந்தப் பழத் தோட்டத்தின் பங்குதாரராக நீங்கள் ஆகப்போகிறீர்கள்" எனத் தயக்கமில்லாமல் உடனே சொன்னேன்.

"என்ன?"

"சில ஆண்டுகளுக்கு முன்னர் இந்தத் தோட்டத்தில் கட்டடங்கள் எழுப்பப்படுவதாக இருந்தது. கடைசி நிமிடத்தில் அது தடுத்து நிறுத்தப்பட்டது. எதிர்காலத்திலும் இது போல் நிகழாதிருக்க நிலத்தைச் சிறிய மனைகளாகக் கூறு போட்டு மக்களுக்கு விற்கும் எண்ணத்தில் நிலத்தின் சொந்தக்காரர் இருக்கிறார். எனவே பழத்தோட்டத்தை இனிமேல் மொத்தமாக யாரும் வாங்க முடியாத நிலை ஏற்படும்."

"ஒவ்வொருவருக்கும் இது சொந்தமான தோட்டம். யாருக்கும் சொந்தமில்லாதது... நல்ல யோசனைதான்."

"இப்போது நாம் அமர்ந்திருக்கிறோமே இந்தச் சிறிய நிலப் பகுதியை நம்மால் வாங்க முடியும்; என்ன நினைக்கிறீர்கள்?" என்றேன்.

அவள் புன்னகை செய்தாள்.

"நான் உங்களை நம்ப வேண்டுமென மனச்சாட்சியின் சன்னமான குரல் சொல்கிறது" என்றாள்.

"உயரமான மலையுச்சியிலிருந்து கண்ணை மூடிக்கொண்டு கீழே குதியுங்கள். கீழே விழுந்துவிடாமல் உங்களை நான் பிடித்துக்கொள்கிறேன்."

ஃபெரூஸ்ஸா தயங்கினாள்.

"சரி. ஆனால் என்னிடம் பணம் இல்லை. உங்களிடம் இருக்கிறதா?" என்றாள்.

---

3. Cello suites – இசைமேதை பாக் உருவாக்கிய இசை.

“என்னிடமும் இல்லை” என்றேன்.

“அப்படியானால் என்ன செய்வது?”

“வங்கியிலிருந்து கடன் வாங்கலாம்.”

“புரட்சியாளரே ... வங்கியிலிருந்து கடன்பெறத் தொடங்கினால் இந்தச் சமூக அமைப்புடன் சேர்ந்து அதில் ஈடுபடுவது போலாகிவிடும்.”

“அத்தகைய ஈடுபாடு நமக்குள் இருக்கலாம். ஆனால் அமைப்புடன் அல்ல” என்றேன்.

இருவரும் சிரித்தோம்.

“வார்த்தைகளின் அர்த்தத்தை மாற்றிக்கொண்டே இருப்பது உங்களுக்குப் பிடித்தமானது.”

“ரோஜாவை ரோஜாவாகக் காணாத உங்களைப் போன்ற அப்பாவி நான்” என்றேன்.

அவள் புன்னகை செய்தாள்.

“அழுந்திய நிலையில் ஒரு ரோஜா மலர் என் புத்தகத்தில் இருக்கிறது. கவிதை வாசிப்போருக்கு அதனை அளிக்கலாம்” என்றாள்.

எங்களுக்கருகே விளையாடிக்கொண்டிருந்த சிறுவர்கள் தங்கள் கைகளை வெளியே விரிய நீட்டிச் சுழலைச் சுற்றிச்சுற்றி வந்தார்கள்; கவிதை வாசிப்பவர்களுடன் சேர்ந்துகொண்டார்கள்.

“என் சகோதரியுடன் இலையுதிர்காலத்தில் நான் வந்தபோதிருந்த அதே சிறுவர்கள் இப்போதும் இங்கு இருக்கிறார்கள். தற்செயலான நிகழ்வுதான் இது” என்றேன்.

“இதுபோன்ற இடம் சிறுவர்களுக்கு மிகவும் பிடித்தமானது” என்றேன்.

“ஃபெரூஸ்ஸா ...”

“சொல்லுங்கள் ...”

“உங்களுக்கும் ஒரு சகோதரி இருக்கிறாள் இல்லையா? அவளைப் பற்றி ஒருமுறை என்னிடம் சொல்லியிருந்தது ஞாபகம் வருகிறது.”

“என் சகோதரியும் நானும் இரட்டையர்கள்” என்ற அவள் தன் தலையைச் சட்டெனத் திருப்பிக்கொண்டாள்.

“இரட்டையரா? உன் அம்மாவின் பிறந்த நாளில் அவளை நான் பார்க்கவில்லையே” என்றேன்.

“அவள் வாழ்வது இங்கிலாந்தில் அல்ல.”

ஒரு மிடறு தேநீர் குடித்தேன்.

“ஜூலி பனோஷ்போல அவள் இருப்பாளா?” என்று கேட்டேன்.

ஃபெரூஸ்ஸா என்னைப் பார்த்தாள். முன்னால் சாய்ந்து என் முகத்தருகே நெருங்கி வந்தாள்.

“உன்னுடன் சேர்ந்து என் பாவங்களைத் தொலைக்க விரும்புகிறேன்” என்றாள்.

ஜூலி பனோஷின்[4] புன்னகையைப் போன்ற துயரமான புன்னகை அவளிடமிருந்து வெளிப்பட்டது.

“இன்று நமது பாவங்களைப் பற்றிப் பேசலாமா?” என்றேன்.

“வேண்டாம். இன்று மனதிற்குகந்த இனிய நாள். பாவங்களைப் பற்றி பேச வேண்டாம்” என்றாள்.

என் முன்னால் குனிந்திருந்த அவள் மெல்ல விலகி நாற்காலியின் பின்னால் சாய்ந்து கொண்டாள்.

மேலே ஆப்பிள் மரத்திலிருந்து ஏராளமான மலர்க் கொத்துக்கள் கீழே விழுந்தன.

ரோஜா மலர்போல் வடிவமைக்கப்பட்ட முகம் பார்க்கும் கண்ணாடியை எனது பாக்கெட்டிலிருந்து வெளியே எடுத்தேன். முன்னர் அது என் கடந்த காலத்தைக் காட்டுவது வழக்கம். இப்போது அது எதிர்காலத்தைக் காட்டிற்று.

“இந்தக் கண்ணாடி உங்களுக்குத்தான்” என்றேன்.

தயக்கத்துடன் ஃபெரூஸ்ஸா அதனைப் பெற்றுக்கொண்டாள்.

“இது உங்கள் தந்தையின் கண்ணாடி அல்லவா? உங்களுக்கு இது மிக முக்கியம்.”

“அதனால்தான் உங்களுக்குத் தருகிறேன்” என்றேன்.

அந்தக் கண்ணாடியை முகம்வரை கொண்டு சென்ற அவள், ஏதோ ஒருவருக்கும் தெரியாத ஒரு கிணற்றினுள் திடீரென விழுவது போலவும், ஒரு களவு வாழ்வின் ரகசியத்தைக் கண்டுபிடிப்பதுபோலவும் ஆர்வமும் அதிர்ச்சியும் கொண்டவளாக நீண்ட நேரம் அதனை உற்றுப் பார்த்தாள்.

பின்னர் கண்ணாடியைத் தனது கையால் மூடினாள்.

---

4. புகழ் பெற்ற பிரெஞ்சு நடிகை, நடனக் கலைஞர்.

9

கரடி தாக்கி முகம் சிதைந்த பெண்மணி

அப்பாவிகளின் சுமை

புகைப்படம் எடுப்பவரான டாட்டர் இந்தப் பகுதிகளுக்கு வருவதற்கு முன்னர் ஓநாய்களும் நரிகளும் ஒரு சாம்பல்நிறக் கரடியும் ஹேம்னா சமவெளியில் திரிந்து கொண்டிருந்தன. குளிர்ந்த சுவர்கள் கொண்ட வீடுகள், எந்த நேரமும் குரைக்கக் காத்திருக்கும் நாய்கள், இளம் மணப் பெண்களால் கைவிடப்பட்ட பளிங்குபோன்ற இளவேனிற் காலம் ஆகிய அனைத்தும் முழுநிலவைத் தழுவியவாறு உறங்கிக் கொண்டிருந்தன. சாப்பிடுவதற்கு ரொட்டிகள் அரிதாகவே கிடைத்தன. சாவுகள் சாதாரணமாக நிகழ்ந்தன, நோய் பரப்பும் திரவம்போல காதலுடன் எப்போதாவது ரத்தமும் கசிந்தது.

சமவெளி முழுவதும் பசுமை துளிர்விட்டது. புது வாழ்வு அலைஅலையாய்க் கிராமத்தில் தழைக்கத் தொடங்கிற்று. இந்தச் சூழ்நிலையில் ஒருநாள் கரடி தாக்கி முகம் சிதைந்த பெண்மணியின் இரட்டையரான பெண் குழந்தைகள் மலையுச்சிக்குப் பின்பக்கம் இரண்டு கரடிக் குட்டிகளைப் பார்த்தார்கள். அவற்றை வீட்டிற்குக் கொண்டுவந்து நாய்த் தொட்டியில் இட்டு வளர்க்கத் தொடங்கினர். குறுகுறுப்புமிக்க சிறுவர்களின் தொல்லையிலிருந்து கரடிக் குட்டிகளைப் பாதுகாத்தார்கள். இரவில் நாய்கள் கடுமையாகக் குரைத்ததால் குட்டிகளின் தாய் கிராமத்திற்கு அருகேயே உலவிக்கொண்டிருந்ததை தெரிந்துகொண்டார்கள். கரடிக் குட்டிகளை விடுவித்து விடுமாறு கரடி தாக்கிய பெண்மணி தன் குழந்தைகளிடம் சொன்னாள் . குழந்தைகள் இருவரும் அழுதார்கள். ஒருநாள் காலை இருவரும் மலையுச்சிக்கு ஏறிக் கரடிக் குட்டிகளை விடுவித்தார்கள். அந்த அப்பாவிக் குட்டிகள் நடை தளர்ந்து மெல்ல வெளியே செல்வதைப் பார்த்தார்கள். ஓர் இரவு தான் கழிந்தது. ஒரு கரடிக் குட்டியின் கழுத்தைக் கயிற்றினால் கட்டி அதனைத் தெருக்களினூடே கிராமத்துச் சிறுவர்கள் இழுத்துச் செல்வதை அந்தக்

குழந்தைகள் பார்த்தார்கள். இன்னொரு குட்டியை ஓடைக் கரையில் நாய்கள் துண்டுதுண்டாக கடித்துக் குதறியிருந்தது யாருக்கும் தெரியாது.

அந்தக் குழந்தைகள் இன்னும் கடுமையாக அழுதார்கள். அன்றிலிருந்து மற்ற சிறுவர்களுடன் விளையாடுவதை அவர்கள் நிறுத்தினார்கள். கரடி தாக்கிய பெண்மணி கொடூரமான அந்தச் சிறுவர்களைக் குன்றின் மறுபக்கத்திற்கு விரட்டினாள். சிற்றோடையில் குதித்தும் கோரைப் புற்களில் ஒளிந்தும் அவர்கள் தப்பிச் சென்றார்கள். காணாமல்போன குட்டிகளைச் சாம்பல் நிறத் தாய்க் கரடி தேடிக்கொண்டிருப்பது அவர்களுக்குத் தெரியாது. நறுமணம்மிக்க ஓம இலைச் செடிகொடிகளுக்கு மத்தியிலும் பரந்து கிடந்த நீல மலர்ச் செடி கொடிகளுக்கு இடையேயும் குட்டிகளைத் தேடித் தாய்க் கரடி பல நாட்களாய் அலைந்து திரிந்துகொண்டிருந்தது; மேட்டு நிலங்களில் மூச்சிரைக்க ஏறிற்று, பாறைகளுக்குப் பின்னால் உன்னிப்பாகப் பார்த்தது. தாய்க் கரடியைப் பொறுத்தவரை தன் குட்டிகளைத் தேடும் ஓர் இரவு, முழு வாழ்வின் வேதனையைக் காட்டிலும் நெடியது. ஏற்கெனவே கொன்று அழித்திருந்த நரிகள், ஓநாய்களின் பிணங்களை அப்படியே விட்டுவிட்ட வெஞ்சினம் கொண்ட கரடி, பாதையில் கண்ட ஒவ்வொன்றையும் மூர்க்கமாய்த் தாக்கிற்று.

சத்தம் காட்டாமல் சிறுவர்கள் ஒளிந்திருந்தார்கள். அப்போது திடீரெனச் சாம்பல் நிறக் கரடியைப் பார்த்ததும் மலைக் குன்றின் உச்சிக்கு ஓடினர். அங்கே கரடியால் தாக்கப்பட்டு முகம் சிதைந்த பெண்மணியைப் பார்த்தார்கள். ஒரு பெரிய மரக்கிளையைக் கையில் ஏந்தியபடிக் கரடியிடமிருந்து சிறுவர்களை அந்தப் பெண்மணி பாதுகாத்தாள். முதலில் சிறிய பாறைத் துண்டைக் கரடியை நோக்கி வீசினாள்; பின்னர் மரக் கிளையை ஆட்டி அதனை விரட்ட முயன்றாள். குட்டிகளின் மணத்தை அருகிலேயே முகர்ந்த தாய்க் கரடி பெருங் குரலெடுத்து வேதனையில் உறுமிற்று. அதன் எதிரொலி தொலைதூரத்து மலைக் குன்றுகளில் எதிரொலித்தது. கீழேயிருந்து நாய்கள் நெருங்கி வரும் சத்தத்தை அவளால் கேட்க முடிந்தது. சத்தம் வந்த திசையைப் பார்க்கத் திரும்பியபோது சாம்பல்நிறக் கரடி திடீரெனப் பாய்ந்து அவளை அறைய, பாறைகளில் தடுமாறி விழுந்தாள். துப்பாக்கிச் சத்தம் கேட்க, நாய்கள் இன்னும் அருகே வந்தன. சாம்பல் நிறக் கரடி அங்கிருந்து ஓட்டம் பிடித்து அந்த இடத்திலிருந்து மறைந்தது. ஆற்றில் ரத்தக் கறைகளைக் கண்ட கிராமவாசிகள் சாம்பல் நிறக் கரடியைத் தாங்களே சுட்டுவிட்டதாக நினைத்தார்கள். ஆனால் வழியில் கிடந்த இரண்டு ஓநாய்களின் உயிரற்ற உடல்கள் அவர்களைக் குழப்பமடையச் செய்தன. அந்த இரண்டு ஓநாய்களையும் கொன்று அந்த உடல்களைச் சாப்பிடாமல் அப்படியே விட்டுவிட்டுத் தாய்க்கரடி ஓடியிருந்தது. அந்த அளவுக்குத் தாய்க் கரடியின் வேதனை கடுமையாக இருந்தது. இது கிராமவாசிகளை அச்சமடையச் செய்தது.

அந்த நாள்வரை கரடி தாக்கி முகம் சிதைந்த பெண்மணியின் பெயர் சாடே. கடந்த காலத்தில் கண்ணாடியின் முன்னால் நின்று தன் தலைக் கூந்தலைப் பின்னலாய் முடிந்து தெளிந்த நீர்போன்ற தனது முகத்தின் அழகில் சாடே லயித்திருப்பாள். பின்னர் விதி விளையாடிற்று. வாழ்க்கை அதன் போக்கில் தொடர்ந்தது. சாம்பல் நிறக் கரடி தாக்கியதால் ஏற்பட்ட

காயம் ஆறித் தழும்பு உருவான பிறகு ஒருபோதும் அவள் கண்ணாடியின் முன் அமர்வதில்லை. அந்தத் தழும்புடன் வாழ்வதே இரண்டு குட்டிக் கரடிகளுக்காக அவள் கொடுக்கும் பிணையாக இருந்தது. சில சமயம் பாவிகளின் சுமையை அப்பாவிகள் ஏற்பதுண்டு.

தூரத்து நகரமான ஆன்கராவில் சாடே பிறந்தாள். முதல் உலகப் போரிலும் கிரேக்க – துருக்கியப் போரிலும் அவள் தந்தை லெஃப்டினென்டாகப் பணியாற்றி ஓய்வுபெற்றபோது இளம்பெண்ணாக அவள் வளர்ந்திருந்தாள். அவள் தந்தை திரும்பிவந்தபோது தன்னுடன் ஓர் இளம் சார்ஜென்டையும் அழைத்து வந்திருந்தார். இஸ்தான்புல்லிலிருந்து வந்திருந்த அவனே சாடே மணந்தாள். அந்தச் சமயத்தில் கால ஆற்றின் நீர் கலங்கியிருந்தது ஹேம்னா சமவெளியில் மட்டுமல்ல; நகரத்திலும்தான்.

போர்க்காலக் கொடுங்கனவுகளையும் பிணங்களின் நினைவுகளையும் சொத்தாகக் கொண்டுவந்திருந்தான் இஸ்தான்புல் சார்ஜென்ட். அது அவனை மதுக் கடைகளை நாடிச் செல்ல வைத்தது; அங்கே சண்டை சச்சரவுகளில் ஈடுபட்டான். வீடு வாசலற்றவர்களின் தனிமையில் மூழ்கினான். ஒருநாள் இரவு இருள்சூழ்ந்த தெருக்களின் வழியே ஒரு பாழடைந்த வீட்டிற்குத் தன் மனைவியை அழைத்துச் சென்றான். அது சட்டவிரோதமான செயல்களில் ஈடுபடும் குடிகாரர்கள் பதுங்குமிடமாக இருந்ததை அறிந்த சாடே ஒரு கணமும் தாமதிக்காமல் அந்த வீட்டுச் சன்னல் வழியே கீழே புதர்களில் குதித்தாள். மீதி இரவு முழுவதும் ஒரு பள்ளத்தில் ஒளிந்துகொண்டாள். மறுநாள் தன் தந்தையின் வீட்டிற்குத் திரும்பினாள்.

லெஃப்டினென்டான அவளின் தந்தை இஸ்தான்புல் சார்ஜென்டின் படைத் தலைவராக முன்பு இருந்தவர். தன் மனைவியை அனுப்பி வைக்கும்படி லெஃப்டினென்ட் வீட்டுக் கதவைப் பலமாகத் தட்டினான் சார்ஜென்ட். ஒவ்வொரு நாள் இரவும் இவ்விதம் கதவைத் தட்டி அக்கம் பக்கத்து வீட்டாரைத் தூக்கத்திலிருந்து எழுப்பினான். அனைத்து எல்லைகளையும் மீறிய அவன் வாழ்வு அபாயமான கட்டத்தை அடைந்திருந்தது. அவன் கண்ணீர் வற்றிப்போயிருந்தது. அந்த இரவு வீட்டிற்குள் திடீரென்று பாய்ந்து துப்பாக்கியால் சரமாரியாகச் சுட்டான். லெஃப்டினென்ட்டும் அவன் மனைவியும் இறந்தார்கள். அவன் அழவில்லை. சாடே காயமடைந்தாள். காணாமல் போனவர்கள் பட்டியலில் இஸ்தான்புல் சார்ஜென்ட் சேர்ந்தான். பெண்கள் அனைவரின் விதியும் இதுவாகவே இருந்தது. ஒவ்வொரு பெண்ணும் அவரவருக்கான பங்கை ஏற்றுக் கொண்டார்கள். தன் தந்தை கூறியிருந்த ஹேம்னா சமவெளியிலிருந்த ஓர் அனாமதேய ஊருக்குச் சென்று தனிமையில் அங்கே வாழ்வதென முடிவுசெய்தாள் சாடே. கவி கூறுவதுபோல்:

உப்புக்குத் தெரியாது,
அதனிடம் கேட்க வேண்டாம்,
மண்ணிடம் கேட்காதீர்கள்,
அதற்குத் தெரியாது,
முதலில் அழுவது பெண்களே,
அவர்களின் வெறுங்கைகளில் இருப்பவை

கண்ணாடியும் கத்தியும்.
நீருக்குத் தெரியாது அதனிடம் கேட்காதீர்கள்
இலை பார்ப்பதில்லை; அதனிடம் கேட்க வேண்டாம்
முதலில் அழுவது பெண்களே.

கிரேக்க–துருக்கியப் போரின்போது ஒருநாள் இரவு சாடேயின் தந்தை லெஃப்டினென்ட் ஹேம்னா சமவெளியில் காயமுற்றுக் கிடந்தார். தன் படைப் பிரிவுடனான தொடர்பை அவர் இழந்திருந்தார். அப்போது அங்கு வந்த அறுபது வயதான ஓஸ், கிராமத்தருகே காயமடைந்து கிடந்த லெஃப்டினென்டைக் கண்டுகொண்டார். யாருக்கும் தெரியாமல் அவரை வீட்டிற்குக் கடத்திச் சென்றார். மூன்றுநாட்களுக்குப் பின் குணமடைந்த லெஃப்டினென்ட் இருட்டில் ஒளிந்தவாறு குண்டுகள் சத்தத்தைப் பின் தொடர்ந்தார். இறுதியில் தனது படைப் பிரிவைச் சார்ந்த ராணுவ வீரர்களை அடையாளம் கண்டு மீண்டும் போரில் சேர்ந்துகொண்டார். போர் முடிவுக்கு வந்ததும் லெஃப்டினென்ட் வீடு திரும்பினார். வயதான ஓஸ் அவருக்கு ஒரு சிகரெட் ‘டின்’ அளித்தார். அதனைப் பெற்றுக்கொண்ட லெஃப்டினென்ட் ராணுவத்தில் ஒரு மெடல் வாங்கிய பெருமிதத்தை உணர்ந்தார். பல ஆண்டுகளுக்குப் பிறகு வரவிருக்கும் துயரத்தை உணர்ந்த அவர், சிகரெட் டின்னை மகள் சாடேயிடம் கொடுத்தார். “உதவி தேடி எங்கேயும் போக முடியாத சூழ்நிலை உனக்கு ஏற்பட்டால் ஹேம்னா சமவெளிக்குச் சென்று வயதான ஓஸை அங்கே பார்க்க வேண்டு”மென கூறினார். கர்ப்பமுற்றிருந்த சாடே மனங்கலங்கி அழுதவாறு கிராமத்திற்கு வந்தபோது , வயதான ஓஸ் அவளை அணைத்துக் கதறி அழுதார். போர் நடந்த சமயத்தில் ஏராளமானோர் படுகொலை செய்யப்பட்டு சமவெளியில் கிடந்ததைப் பார்த்து அழுதார். அதைக் காட்டிலும் இப்போது அழுகை பீறிட்டு வந்தது.

ஒரு மாதத்திற்குப் பின் சாடே இரட்டைப் பெண் குழந்தைகளைப் பெற்றாள். கேவேயும் அஷ்யாவும் அவளின் நெருங்கிய சினேகிதிகளாயினர். தனியாக வாழ்ந்த அஷ்யா இரவு நேரங்களில் கல்லறையில் பாடுவாள். பின்னர் சாடேயின் குழந்தைகளைப் பார்க்கச் செல்வாள். சில சமயங்களில் அந்தக் குழந்தைகளைக் கல்லறைக்கு அழைத்துச் சென்று அங்கே கிடக்கும் களைகள், செடிகொடிகளைக் கிரீடமாக அவர்களின் தலையில் சூட்டி அவர்களுடன் விளையாடுவாள்.

அஷ்யா, குர்திஷ் மொழியை சாடேக்குக் கற்பித்தாள். அவளிடமிருந்து துருக்கிமொழியைக் கற்றுக்கொண்டாள். கார், கிராமபோன், தொலை பேசி முதலியவை பற்றி சாடே கூறிய கதைகளை அஷ்யா கேட்டாள். சூரிய ஒளியில் ஏழு வண்ணங்கள் உண்டு என சாடே கூறியதை அவளால் நம்ப முடியவில்லை. அனைவருடனும் சேர்ந்து ஒருநாள் வானவில்லைப் பார்த்த பின்னரே ஒப்புக்கொண்டாள். வரலாற்றினை பிணங்கள் நிறைந்த ஒரு புத்தகம் என நினைத்த அவள் புதிய யுத்தம் எப்போது தொடங்குமெனக் கேட்டாள். தான் கூறிய விஷயங்களை மனத்திலேயே வைத்துக்கொள்ள வேண்டுமெனவும் அவை பற்றி வேறு யாரிடமும் மூச்சுவிடக் கூடாதெனவும் அஷ்யாவிடம் சாடே கூறினாள். “நகரங்களில் வாழ்வோர் யாருக்கும் ஒருவரை ஒருவர் தெரியாது” என்றாள்

“ஏன்?” என அஷ்யா அச்சத்துடன் கேட்டாள்.

“நகரம் மிகப் பெரியது”

நகரத்தைக் கற்பனை செய்ய அஷ்யா முயன்றாள். ஆனால் முடியவில்லை. “பின் மக்கள் ஏன் அங்கு வாழ்கிறார்கள்?” என்று கேட்டாள். நெருப்பிற்காக நிலக்கரி எனப்படும் கருப்புக் கல்லை நகரவாசிகள் பயன்படுத்தினார்கள் என்ற செய்தியைக் கேட்ட அவள், “கல்லை எப்படி எரிக்க முடியும்?” என்றாள். நகரம் என்பது தூரமான இடங்களுக்குச் செல்வதெனப் புரிந்துகொண்ட அவள் கிராமங்களில் தூரம் குறைந்து நெருக்கம் இருப்பதாக நினைத்தாள்.

வசந்த காலத்தில் கூட்டங் கூட்டமாய்க் காகங்கள் இறங்குவது கடுமையான குளிர்ப் பருவம் வரவிருப்பதன் முன்னறிகுறி எனவும், வறட்டியின் புகைக்குக் குழந்தைகளைக் கொசு அண்டாததால் அவர்களை நன்றாகத் தூங்க வைக்க அந்தப் புகையே சிறந்த வழி எனவும் அஷ்யா சாடேக்குப் பாடமெடுத்தாள். வானவில் தோன்றினால் நரிகளுக்குக் கல்யாணக் கொண்டாட்டம், வானவில்லைத் தாண்டிக் குதிக்கும் சிறுவர்கள் தங்கள் விருப்பப்படி ஆணாகவோ பெண்ணாகவோ மாற முடியும் போன்ற செய்திகளைக் கிராமங்களில் நிலவும் நம்பிக்கை எனவும் அஷ்யா மேலும் கூறினாள். காதலானது விதியின் எழுத்து என்றும், பிரிவு, பொறுமை தொடர்பானது என்றும், சாவு ஒரு சோதனை எனவும், நம்பிக்கை ஒன்றே இவற்றுக்கான தீர்வு எனவும் அஷ்யா கூறினாள். அனைத்தையும் கவனமாகக் கேட்ட சாடே கிராமம், நகரம் ஆகிய இரண்டு உலகங்களுக்கும் இடையேயான வித்தியாசத்தைக் கொஞ்சம் கொஞ்சமாகப் புரிந்துகொண்டாள். ஒரு உலகம் மனத்தின் உள்ளே வளர மற்றொன்று வெளியே வளர்ந்தது.

சில சமயங்களில் பேசிக்கொண்டிருக்கும்போதே பேச்சை இடையில் நிறுத்தி, ஃபெர்மென் திடீரென வருவான் என்ற நம்பிக்கையில் வெளியே மணல் காற்று வீசும் சத்தத்தை உற்றுக் கேட்பாள் அஷ்யா. ஏதோ தூரத்தில் அவன் வரும் அறிகுறியை மனக் காதில் கேட்டதுபோல் அவள் எழுந்து வீட்டைத் துப்புரவு செய்து புதிதாகச் சலவை செய்த விரிப்புக்களைப் படுக்கைகளில் விரிப்பாள். மறுநாள் காலை குதூகலமான கனவிலிருந்து விழித்து நீரூற்றுக்கு அருகே இருக்கும் இளம் மணப் பெண்களிடம் தான் ஆசைப்படுவதை விரைவிலேயே அடையப்போவதாகக் கூறுவாள். அவளை அனைவரும் நேசித்தார்கள். ஆனால் பலர் அவளுக்காக வருந்தினார்கள். அவளின் தலைவிதியை நொந்து பாடும் கிராமியப் பாடல்கள் ஒருவரிடமிருந்து இன்னொருவருக்கு வாய்வழியே பரவ, நிறைவேறாத தனது மகிழ்ச்சியைப் பொத்திவைத்துக்கொள்ளத் தொடங்கினாள். இதுபோன்ற தீவிரமான காதலை ஒவ்வொருவருக்கும் அருளுமாறும், ஆனால் ஒவ்வொருவரின் விதியையும் வேறு வேறாக இருக்கச் செய்யுமாறும் இறைவனை மன்றாடி வேண்டிக்கொண்டாள். சில சமயங்களில் வலிப்பு நோயால் மயங்கிக் கீழே விழுந்து, “எனக்குக் குழந்தை பிறக்கப்போகிறது” எனப் பிதற்றுவாள். இளம் பெண்கள் தங்களின் அண்ணன்மார்மீது சத்தியம் செய்ய, அஷ்யாவோ இறந்துவிட்ட தந்தையின்மீது சத்தியம் செய்வாள். பிறர் பேசுவதை அவள்

பொருட்படுத்துவதில்லை. சாம்பல்நிறக் கரடி பற்றிய பேச்சு கொஞ்ச காலம் இல்லாதிருந்தது. ஃபெர்மென் தாய்க் கரடியைக் கொன்றான் என்ற வதந்திக்கு அவள் முக்கியத்துவம் தரவில்லை. "தனது குட்டிகளை இழந்த தாய்க் கரடி ஓர் அனாதை. ஃபெர்மென் ஓர் அனாதைக் கரடியைக் கொல்ல மாட்டான்" என்று அவள் கூறுவாள். ஒரு பருவ காலம் கழிந்த பிறகு இந்தக் கதை மாறியது. சாம்பல்நிறக் கரடிதான் ஃபெர்மெனைக் கொன்றது எனக் காதோடு காதாகக் கிராமவாசிகள் முணுமுணுக்கலாயினர்.

அஷ்யாவிடமிருந்து சாடே கற்றுக்கொண்ட மிகச் சிறந்த விஷயம் அவளைப் போல் மயக்கமடைவதே. அதனால் அவளது கவலைகளின் சுமை குறைந்தது. இல்லையெனில் வாழ்க்கை அவளுக்குத் தாங்க முடியாததாக இருந்திருக்கும். தலை சுற்றுவதாக உணர்ந்தால், ஆழமாக மூச்சை இழுப்பாள். அந்தச் சமயங்களில் அவளின் கழுத்து, முதுகு, வயிறு முழுவதும் வியர்வையால் நனைந்துவிடும். இந்த நிலையில் ஓர் இரவைக் கழிப்பாள். மறு நாள் காலை நன்கு ஓய்வெடுத்துக்கொண்ட உணர்வுடன் முன் வாசலுக்கு ஓடிச் சூரிய உதயத்தைப் பார்ப்பாள். பறவைகளுக்குத் தீனி வைப்பாள். அனாதைக் குழந்தைகளின் சிக்குப் பிடித்த தலைமுடியை முத்தமிடுவாள். தனது அருமையான குரலில் நகரத்துப் பாடல்களைத் தனக்குத் தானே பாடிக்கொள்வாள். தான் ஏதோ கிராமத்திலேயே பிறந்து வளர்ந்தவள் போலத் தொடர்ந்து இங்கேயே வாழ முயற்சி செய்தாள். ஆனால் நீண்ட குளிர்கால மாதங்கள் அவளைத் துன்புறுத்தின. அந்தத் துன்பம் நகரத்தை அவளுக்கு நினைவூட்டியது. ஒருநாள் இந்தப் பகுதிகளை விட்டுவிட்டுத் திரும்பவும் நகரத்திற்கே போய்விடுவோமோ என அஞ்சினாள். சாம்பல் நிறக் கரடியால் தாக்கப்பட்டு மிக மோசமாகக் காயமடைந்து முகம் சிதைந்த பெண்மணியாக ஆகும்வரை இந்த அச்சம் அவளை நிலைகொள்ளாமல் தவிக்கச் செய்தது.

10

ப்ரானி டாவோ

குளிர்காலத் தொடக்கம்

தொடர்ந்து மூன்று இரவுகள் கவலையற்று அருமையாகத் தூங்கினேன். பிறந்த குழந்தைபோல மகிழ்ந்தேன். கண்மூடித் தூங்கும்போது வந்த அழகிய கனவுகள் விழித்த பின்னரும் என்னுடன் இருந்தன.

ஆனால் இவ்விதத் தூக்கம் நீண்ட நாட்கள் நீடிக்கவில்லை.

கடந்த இரண்டுநாட்களாக உறக்கம் எனும் ஆழமான இருண்ட நதியில் என்னால் அமிழ முடியவில்லை.

இப்போது நள்ளிரவு.

தூங்க முடியாத சமயங்களில் நான் அனுபவிக்கும் தண்டனைகள் இவை: எதைக் கேட்டுக்கொண்டிருந்தேனோ அதைத் தொடர்ச்சியாகக் கேட்க முடிவதில்லை; எதைப் பார்த்துக்கொண்டிருந்தேனோ அதைத் தொடர்ந்து பார்க்க முடிவதில்லை; வாசிப்பவற்றைப் புரிந்துகொள்ளவும் முடியவில்லை. All Quiet on the Western Front என்ற நூலை வாசித்து முடிக்கச் சில பக்கங்களே எஞ்சியிருந்தன. டிவியை அணைத்த பின் அந்தப் புத்தகத்தை எடுத்தேன். புத்தகத்திலிருந்த வாக்கியங்கள், பக்கங்கள், பத்திகள் எதனையும் என்னால் விளங்கிக்கொள்ள முடியவில்லை. எங்கு தொடங்கினேனோ அங்கேயே மீண்டும் மீண்டும் போக வேண்டியதிருந்தது.

கடைசியில் வாசிப்பதை நிறுத்தினேன்.

பல நாட்களாகக் குடித்துவரும் எலுமிச்சை மலர் பானம்[1]த்தை இன்னொரு கோப்பை தயார் செய்தேன். விளக்கப் படங்கள் கொண்ட ஒரு நாவலை அலமாரியிலிருந்து எடுத்து படுக்கைக்கு அருகேயுள்ள மேசையில் வைத்தேன்.

பொத்தானை அழுத்தி சி.டி. ப்ளேயரை இயக்கினேன்.

1. தூக்கமின்மையைப் போக்க உதவும் மூலிகை பானம்.

புல்லாங்குழலின் ஓசை தவழ்ந்து வந்தது. ஏதோ தூரத்துத் தோட்டத்திலிருந்து மெல்ல வரும் துயரமான ஒலி போல அது இருந்தது.

இன்னொரு கோப்பைத் தேநீர் அருந்தினேன்.

என்னிடமிருந்து 'அது' விலையாகக் கேட்பதென்ன? தூக்கமின்மை என்ற சொல்லே அச்சம் தருவதாக இருந்தது. அதனால் தூங்க முடியாதபோது 'தூக்கமின்மை' என என்னிடம்கூடச் சொல்லிக்கொள்ளத் தைரியமில்லாமல் 'அது' என்று குறிப்பிட்டேன். என் தாய் மண்ணைப் பிரிந்தேன், ரத்தம் சிந்தினேன், என் எலும்புகள் முறிக்கப்பட்டன, என் தாய் தந்தையிடமிருந்து வெகுதூரம் தள்ளிவந்திருக்கிறேன். விலையாக இவை போதாதா? ஆனால் 'அது' இரக்கமற்றது. என்னைத் தீர்ந்துபோகும்படிச் செய்ய 'அது' திரும்பவும் வந்திருந்தது.

என் தலைவலி மிகவும் கடுமையாகிக்கொண்டிருந்தது.

தலைவலி வறுமை போன்றது. அது உங்கள் நம்பிக்கை அனைத்தையும் இழக்கச்செய்துவிடுகிறது.

நேற்றிலிருந்து நான்கு தூக்க மாத்திரைகளை எடுத்துக்கொண்டேன். அதனால் பயன் இல்லை. உறக்கம் தொடர்ந்து நழுவிச் சென்றுகொண்டிருந்தது. தலைவலியும் சற்றும் குறைந்தபாடில்லை.

தேநீரைக் குடித்து முடித்தேன்.

விளக்கப் படங்கள் கொண்ட நாவலை இரண்டு பக்கங்களுக்கு மேல் என்னால் படிக்க முடியவில்லை. அதனைத் தூர வீசி விளக்கை அணைத்துப் படுக்கைக்குச் சென்றேன். மெல்லிய மெத்தைப் போர்வையை என் தலையோடு போர்த்திக்கொண்டேன்.

உறக்கம் எனும் இருண்ட ஏரி இருந்தது அங்கேதான்.

அந்த ஏரியை நீண்ட நேரம் பார்த்தவாறிருந்த நான், ஏதோ மலையுச்சியிலிருந்து வெளியே அடியெடுத்து வைத்துக் கீழே விழாமல் அந்தரத்தில் தொங்கிக்கொண்டிருந்ததாய் உணர்ந்தேன். உறக்கத்தின் ஆழமான ஏரியில் விழுந்து என்னை நானே இழந்துபோக என்னால் முடியவில்லை.

ஒருபோதும் மேற்பரப்பிற்கு வராமல் உறக்கத்தின் ஏரியில் அமிழ்ந்து விட ஏங்கினேன்.

நமது இதயத்தில் ஒளிந்திருக்கும் சாவின் மீதான ரகசியக் காதல் இப்படித்தான் இருக்க வேண்டுமென நினைத்தேன்.

இரண்டு மூன்று நாட்கள் உறங்காதிருப்பது பற்றிய அச்சம் எனக்கில்லை. இதுபோன்ற மிக மோசமான துன்பத்தைக் கடந்த காலத்தில் அனுபவித்திருக்கிறேன்.

அப்போதெல்லாம் கண்கள் பல மணிநேரம் மூடியிருக்கும். மனம் விழித்திருக்கும்.

சில சமயங்களில் தெருவிலிருந்து சத்தம் வரும். வேறு சமயங்களில் புல்லாங் குழலோசை கேட்கும். இறுதியில் இவற்றின் மீதான கவனம் தளர்ந்து விட, மறு கணம் அடையாளம் காணமுடியாத முடிவிலா எண்ணங்களின் மத்தியில் திரிவேன்.

மறுநாள் காலை பத்துமணி அளவில் மூடியிருந்த மெல்லிய மெத்தைப் போர்வையை விலக்கி வெளியே வர முயன்றபோது என் கண்கள் இரண்டாகப் பிளந்துவிடும்போல் இருந்தது.

ஒரு கணமும் நான் உறங்கவில்லை.

கண் இமைகள் துடித்தன. என் பார்வை மங்கிற்று.

குளித்தேன்.

தேநீர் தயாரிக்கக் கொதிகலத்தில் நீர் ஊற்றினேன்.

சன்னலருகே சென்று வெளியே மழை பெய்வதைப் பார்த்தேன். மழை எப்போது பெய்ய ஆரம்பித்தது, இரவிலா பகலிலா? ஞாபகம் இல்லை.

நேற்றைக்கு முந்திய நாளிலிருந்து எனது கைப்பேசியை அணைத்து வைத்திருந்தேன்.

உறக்கம் எனது புனிதமான கருவூல அறை. அங்கே இருக்கும்போது கைப்பேசியில் அழைத்து யாரும் என்னைத் தொந்தரவு செய்வது எனக்குப் பிடிக்காது. அதனை மீண்டும் இயங்கச் செய்தபோது அதில் சில குறுஞ் செய்திகள் வந்திருந்ததைப் பார்த்தேன். ஃபெரூஸ்ஸாவிடமிருந்து இரண்டு: “எங்கிருக்கிறாய்?” “கைப்பேசியில் பேசவும்”.

அவள் எனக்கு விட்டுச் சென்றிருந்த மூன்று குரல்வழிச் செய்திகளைக் கேட்டேன்.

ஈரானுக்குக் கிளம்புவதாக அதில் கூறிருந்தாள். அவளின் சகோதரி அங்கே வாழ்கிறாள். அவளுக்கு உடல் நலம் சரியில்லாததால் ஃபெரூஸ்ஸா உடனடியாக அங்கே போக வேண்டியதிருந்தது.

கடைசிச் செய்தி விமான நிலையத்திலிருந்து வந்திருந்தது. “ப்ரானி டாவோ” என்று எனது பெயரை மீண்டும் மீண்டும் கூறியிருந்தாள். விமானங்கள் புறப்பட இருக்கும் அறிவிப்புக்கள் பின்னணியில் கேட்டன.

கைப்பேசியில் பலமுறை தொடர்புகொண்டேன். அணைக்கப் பட்டிருந்தது. அவளின் வீட்டிற்குப் போக வேண்டும்.

சட்டைப் பையில் சில நாணயங்கள் இருந்தன. டாக்சியில் செல்ல அது போதாது.

இதுபோன்ற சமயங்களில் சுவரில் முட்டிக்கொள்ளத் தோன்றும்.

மழையில் கடுங்கோபத்துடன் சைக்கிளை மிதித்தேன். ஆற்றங்கரையில் ஒருமுறை கீழே விழுந்தேன். எழுந்து நிற்க இளம் தம்பதியர் எனக்கு உதவினர். சைக்கிள் செயின் இடம் மாறியிருந்தது. அதனைச் சரிசெய்தபின் மீண்டும் சைக்கிளை ஓட்டத் தொடங்கினேன்.

ஃபெரூஸ்ஸாவின் வீட்டிற்கு வந்தபோது முழுக்கவும் நனைந்திருந்தேன். உள்ளே அணிந்திருந்த உடையும் நனைந்திருந்தது.

ஃபெரூஸ்ஸா வீட்டுக் கதவின் அழைப்பு மணியை அழுத்திக் காத்திருந்தேன்,

மீண்டும் அழைப்பு மணியை அழுத்தினேன்.

சன்னலைப் பார்த்தேன். சாத்தியிருந்தது. திரைச் சீலைகள் இழுத்து விடப்பட்டிருந்தன.

கதவைத் தட்டினேன். பதில் இல்லை.

திரைச் சீலைகள் கொஞ்சமும் அசையவில்லை.

எனக்குத் தெரிந்தவர்கள் யாரேனும் வீட்டைக் கடந்து செல்கிறார்களாவென நம்பிக்கையுடன் சுற்றுமுற்றும் பார்த்தேன். தெரு வெறிச்சோடிக் கிடந்தது.

அஸீத்தாவும் டீனாவும் ஈரானுக்குப் போயிருக்க முடியாது. ஃபெரூஸ்ஸா அனுப்பிய குறுஞ்செய்தியில் அது பற்றி எதையும் குறிப்பிடவில்லை.

சுவரில் சைக்கிளைச் சாத்திவைத்துவிட்டுச் சாலையைக் கடந்து மூலையிலிருந்த கடைக்குச் சென்றேன். அங்கே பேனாவும் காகிதமும் வாங்கி அதில் என் கைப்பேசி எண் உள்ளிட்ட தகவலுடன் சிறிய குறிப்பை எழுதி ஃபெரூஸ்ஸாவின் வீட்டு அஞ்சல் பெட்டியில் போட்டேன்.

அவர்கள் வீடு திரும்பியதும் நிச்சயமாகக் கைப்பேசியில் என்னை அழைப்பார்கள்.

என் சைக்கிளை எங்கும் காணோம்.

சாலையைப் பார்த்தேன். இரண்டுபேர் சைக்கிளில் சென்று கொண்டிருந்தார்கள். மழையினாலும் சரியாகத் தூங்காததாலும் என் பார்வை மங்கலாக இருந்தது. தெளிவாகப் பார்க்க முடியவில்லை. அவர்கள் ஓட்டிச் சென்ற இரண்டு சைக்கிள்களில் ஒன்று என்னுடையது என்று உறுதியாகக் கூற முடியும். சில சமயங்களில் ஏழைகள் இதுபோன்ற செயல்களில் ஈடுபடுவார்கள். இதைத் தவிர அவர்களுக்கு வேறு வழியில்லை.

அவர்களை அழைத்தவாறு அவர்களைப் பின்தொடர்ந்து ஓடினேன்.

அவர்கள் திரும்பி என்னைப் பார்த்தார்கள்.

இருவரும் வளரிளம் பருவத்துப் பையன்கள். ஒருவன் தனது நடுவிரலை உயர்த்தினான். "உன் நாட்டிற்கே திரும்பிப் போ" என்று இன்னொருவன் கத்தினான்.

நான் இங்கே அந்நிய நாட்டைச் சேர்ந்த உபரி ஆசாமி என உடனே அவர்கள் கண்டுகொண்டார்கள்.

அவர்கள் பக்கத்துத் தெருவில் திரும்பினர்.

சாலைமுனைவரை வெகுதூரம் ஓடினேன்.

பாவங்களும் அப்பாவிகளும்

அங்கே யாரும் இல்லை.

ஒரு துன்பம் வந்தால் அதனைத் தொடர்ந்து ஏராளமாய்த் துன்பங்கள் வரும். இன்று நான் துன்புறும் நாள்.

அன்று இரவு என்னால் தூங்க முடியவில்லை. கட்டுப்படுத்த முடியாத உணர்வுகள் என்னைப் பிடித்தாட்டின. அந்த இரண்டு வளரிளம் பையன்களையும் என் துன்பங்களுக்கு வடிகாலாக்கிக்கொள்ள முடிந்தது.

மழையில் தெரு நாய்போல ஈரம் சொட்டச் சொட்ட வீடு வந்து சேர்ந்தபோது குளிராலும் தூக்கக் குறைவாலும் மிகவும் களைத்து மயங்கி விழும் நிலையில் இருந்தேன். குளியல் அறைக்குப் பாய்ந்தேன். வெந்நீர்க் குழாயைத் திறக்கவும் முடியாதபடிக் கைகள் குளிர்ந்திருந்தன. சிரமத்துடன் திறந்தேன். திவலையாய் வெந்நீர் தூவிற்று. நீண்ட நேரம் குளித்தேன்.

குளிர் நடுக்கத்தை அப்போதும் என்னால் நிறுத்த முடியவில்லை. ஸ்வெட்டரை அணிந்து படுக்கைக்குச் சென்றேன்

கைப்பேசியை எடுத்தேன்; ஃபெரூஸ்ஸாவின் குரலைக் கேட்க வேண்டும் போலிருந்தது.

“நேற்றிலிருந்து உன் கைப்பேசி அணைக்கப்பட்டிருந்தது. உடல் நலம் சரியில்லையா? நீ எங்கு இருக்கிறாய் என்பது தெரிந்தால் அங்கு வந்து உன்னைப் பார்ப்பேன்” என்று கைப்பேசிக் குரல்வழிச் செய்தியில் அவள் தெரிவித்திருந்தாள்.

அந்தச் செய்தியை மீண்டும் மீண்டும் கேட்டவாறிருந்தேன். “ப்ரானிடாவோ” என மீண்டும் மீண்டும் விமான நிலையத்திலிருந்து என் பெயரை அழைத்தவாறிருந்த ஃபெரூஸ்ஸாவைக் கற்பனை செய்துகொண்டேன்.

நீண்ட காலத்திற்கு முன்பு கீழைத் தேசத்து ஆசான் ஒருவர் இரவு முழுக்க வண்ணத்துப் பூச்சி பற்றி எழுதுவதில் கழித்த பிறகு, தன்னை அந்த வண்ணத்துப் பூச்சியாக நம்பினார். தூக்கத்தை இழந்து இரவு முழுக்க மெழுகுவத்தி வெளிச்சத்தில் விழித்திருந்து எழுதிய அந்த ஆசான்மீது அந்த வண்ணத்துப் பூச்சி இரக்கம்கொண்டது.

ஈரானுக்குப் புறப்பட்டுக்கொண்டிருந்த கடைசி நேரத்தில் என்னைத் தொடர்புகொள்ள மீண்டும் மீண்டும் முயன்ற ஃபெரூஸ்ஸாவின் விரக்தியும் அச்சமும் என்னையும் தொற்றிக்கொண்டதாகவும் அவளின் பிரிவால் நம்பிக்கை அனைத்தையும் இழந்தவனாகவும் உணர்ந்தேன். நான் மட்டுமல்ல அவளும்தான்.

அவளைக் கைப்பேசியில் தொடர்புகொள்ள முயன்றேன். அது அணைக்கப்பட்டிருந்தது.

எனது படுக்கைக்கு மேலே கூரையில் பொருத்தப்பட்டிருந்த சன்னல் வழியே மேகங்கள் மூடியிருந்த வானத்தைப் பார்த்தேன். மேகங்களற்று வானம் தெளிவாக இருக்கும் இரவுகளில் நிலா வெளிச்சத்தையும் நட்சத்திரங்களையும் படுக்கையிலிருந்தே சன்னல் வழியாக நீண்ட நேரம் பார்க்க முடிந்தது.

மூன்றுநாட்களாய்க் கண் விழித்துத் தூக்கம் வருவதற்காகக் காத்திருந்ததால் கண்கள் வலித்தன. கண்களை ஒரு கணம் மூடினேன்.

என் உறக்கம் என்னும் வீட்டின் சாவி முறிந்திருந்தது. அதன் வீட்டுக் கதவும் எப்போது திறக்கும், எப்போது மூடும் என்று நிச்சயமில்லாதிருந்தது.

சிறிது நேரத்தில் கண்களைப் பாதி திறந்தேன்.

சுவரிலிருந்த கடிகாரத்தைப் பார்த்தபோது சரியாகப் பன்னிரண்டு மணிநேரம் தூங்கியிருந்ததை உணர்ந்தேன்.

முழு இரவும் கணத்தில் தோன்றி மறைந்தாற்போலிருந்தது.

படுக்கையிலிருந்து எழுந்தேன். கைப்பேசியை எங்கு வைத்தேன் என்று நினைவில்லை.

கட்டிலுக்குக் கீழே விழுந்திருந்தது. பற்பல குறுஞ் செய்திகள் வந்திருந்தன. எதிர்பார்த்த யாரிடமிருந்தும் வரவில்லை.

ஏறத்தாழ காலை விடிந்திருந்தது.

ஃபெரூஸ்ஸ்ஸாவை மீண்டும் அழைத்தேன். தொடர்பு கிடைக்கவில்லை.

நேற்றிலிருந்து எதுவும் சாப்பிடவில்லை,

பசித்தது.

தேநீர் போடக் கொதிகலனை அடுப்பில் ஏற்றினேன்.

காலை உணவிற்காகப் பழைய ரொட்டியில் ஜாமையும் வெண்ணெய்யையும் தடவினேன்.

டிவி செய்தியைப் பார்த்தேன்.

சொமாலியாவின் தலைநகரான மோகடி ஸ்ஸூவில் பல நாட்களாக நடந்துகொண்டிருந்த மோதல், ஜனாதிபதி தேர்தலின்போது துருக்கியில் நடந்த நிகழ்வுகள், இரண்டுநாட்களுக்கு முன்பு இங்கிலாந்துப் படை வீரர்களால் சித்திரவதை செய்யப்பட்டுக் கொல்லப்பட்ட ஈராக்கைச் சேர்ந்த மனிதனின் புகைப்படம் ஆகிய பழைய செய்திகளை இப்போதுதான் கேட்கிறேன். இவை முன்பே எனக்குத் தெரிந்திருந்தால் என்னை அவை கலக்கமடையச் செய்திருக்கும்.

ஈராக்கைச் சேர்ந்த மனிதன் கொல்லப்பட்டு இந்த உலகிலிருந்து துண்டிக்கப்பட்டதைப் போல, செய்திகளை அறிந்திராத நான் இந்த உலகிலிருந்தும் துண்டிக்கப்பட்டதாக உணர்ந்தேன்.

இரண்டு வலி நிவாரணி மாத்திரைகளை விழுங்கினேன்.

வெளியே புறப்படும் முன்னர் நான் கேட்ட கடைசிச் செய்தி கென்ட்டில் நில நடுக்கம் ஏற்பட்டது என்ற செய்தியே!

ஒருவர் பேசுவதை உடனுக்குடன் மொழிமாற்றிக் கூறும் மொழிபெயர்ப்பு முகமை திறந்ததும் உடனே அங்குச் சென்றேன். துருக்கிய நண்பனிடமிருந்து

கொஞ்சம் கடன் வாங்கி ஓர் ஈரானிய மொழி பெயர்ப்பாளரிடமிருந்து ஒரு பார்ஸி – ஆங்கில அகராதியை வாங்கினேன்.

நான் மிகவும் களைப்புடன் இருப்பதாகச் சொன்னார்கள். மொழிபெயர்ப்பு வேலை மிகவும் குறைந்துவருவதாகக் குறைபட்டுக் கொண்டார்கள். அடுத்த வாரம் சினிமாவுக்குப் போவதென ஏற்பாடு செய்துகொண்டோம்.

இன்று மழை பெய்யவில்லை.

வணிக மையத்திற்கருகே இருந்த சுரங்கப் பாதையில் நடந்து சென்றுகொண்டிருந்தபோது சுவரின் மீது அரைகுறையாக எழுதியிருந்த வாசகத்தைப் பார்த்தேன். சென்ற வாரம் இரண்டு வளரிளம் பையன்கள் ஒருவர்தோள்மேல் ஒருவர் ஏறி உயரமான அந்தச் சுவரில் “கவிதைக் கலை என்பது …” என மட்டும் எழுதி, முடிக்காமல் விட்டிருந்தார்கள். கடைசி எழுத்துக்கள் மங்கலாக இருந்தன. பெயின்ட் தீர்ந்துபோயிருக்க வேண்டும்.

கவிதைக் கலை. பல ஆண்டுகளுக்கு முன்னர் கேச்செகோண்[2]டிலுள்ள சிறிய கட்டடத்தில் ஒரு குழுவாக நாங்கள் சந்தித்து வருவதுண்டு. “போர் சட்டங்களின்படி ஒரு புரட்சியாளனின் வாழ்க்கை குறுகியது” என எங்கள் குழுவிலிருந்த தோழர் அப்போது கூறினார். வாழ்க்கை குறுகியது. இதற்குள் எதனை,எவ்வளவுதான் திணித்து வைக்க முடியும்? ஒவ்வொருவரும் அவரவர் கனவைப் பகிர்ந்துகொண்டோம். ஒரு கவிதை நூலைப் பதிப்பிப்பது என் கனவு. ஆனால் என் தோழர்களுக்கோ நான் இறந்த பின் அப்பாவித்தனமான முகம் கொண்ட என் புகைப்படத்தைத் தட்டிகளில் பெரியதாக வரைந்து அவற்றை என் நினைவு நாளில் பொது இடங்களில் வைக்க வேண்டும் என்ற விருப்பம் இருந்தது. ஆனால் நானோ என் கவிதைகளை நூலாகப் பதிப்பிப்பதிலோ அல்லது புரட்சிகர நடவடிக்கைகளில் குறிப்பிடத்தக்க எதனையுமோ இதுவரை செய்யவில்லை.

ஃபெரூஸ்ஸா பணிபுரிந்த மேற்கு முனை தொல்பொருள் விற்பனைக் கூடத்திற்கு நடந்தேன். ஸ்டெல்லாவிடமிருந்து அஸீத்தாவின் கைப்பேசி எண்ணை வாங்க வேண்டியதிருந்தது.

அந்த விற்பனைக் கூடம் அப்போது மூடியிருந்தது. அருகேயிருந்த சிற்றுண்டிச் சாலைக்குச் சென்றேன்.

ஒரு கோப்பை காபி அருந்தினேன். மேசையில் கிடந்த செய்தித் தாளைத் திருப்பினேன்.

மதிய வேளையிலும் ஸ்டெல்லா வரவில்லை.

சிற்றுண்டிச் சாலையில் பணிபுரிவோரைக் கேட்டேன். நேற்றும் அந்த விற்பனைக் கூடம் மூடியிருந்ததாகக் கூறினர்.

---

2 ‘திடீரெனத் தோன்றுபவை’ என்பது இதன் நேரடிப் பொருள். கிராமப் பகுதிகளிலிருந்து பெருநகரங்களுக்குப் புலம்பெயர்வோர் புறநகர்ப் பகுதிகளில் மிகக் குறைந்த செலவில் சட்டத்திற்குப் புறம்பாக மிக விரைவாக வீடு கட்டிக்கொள்வார்கள். இந்த வசிப்பிடங்கள்தாம் கேச்செகோண்டு எனப்படும்.

என்ன செய்வதென யோசித்தேன். இந்தச் சிறிய நகரில் சென்ற வாரம் சந்தித்த ஒவ்வொருவரும் திடீரென மறைந்துவிட்டதாக உணர்ந்தேன்.

ஒரு துண்டுக் காகிதத்தில் சிறிய குறிப்பை எழுதிக் கடையிலிருந்த அஞ்சல் பெட்டியில் போட்டேன்.

நீச்சல் குளத்தையும் பெரிய பூங்காவையும் கடந்து தெருவில் நடந்தேன்.

சிட்டி சென்டரிலிருந்த சந்தையைச் சுற்றினேன். உணவுக் கடைகளைக் கவனித்துப் பார்த்தேன். பிரகாசமாக ஒளிர்ந்த நகைக் கடைகள் ஈர்த்தன. பழைய புத்தகக் கடையிலிருந்த புத்தகங்களைப் புரட்டினேன். கடை உரிமையாளர் ஒவ்வொருவரின் முகத்தையும் உற்றுப் பார்த்தேன்.

என் கவனம் முழுவதும் கையிலிருந்த கைப்பேசியில் இருந்தது. எந்த நேரமும் ஃபெரூஸ்ஸா என்னை அழைக்கலாம்.

ஆற்றங்கரையை நோக்கிச் சென்றேன். அங்கிருந்த ஜீசஸ் பசுமைப் பூங்காவின் புல்வெளியில் சாவகாசமாய் அமர்ந்திருந்த கூட்டத்தில் கலந்தேன்.

பூங்காவிலிருந்த மக்கள் மத்தியில் காலாற நடந்து பிற்பகல் முழுவதையும் கழித்தேன். சிலர் திறந்த வெளியில் உணவு சமைத்து உண்டார்கள், சிலர் கூடைப் பந்து விளையாடினர், முத்தமிட்டவாறும் வெயிலில் குளிர் காய்ந்தும் புத்தகம் வாசித்தவாறும் சிலர் இருந்தார்கள். எல்லாரும் மகிழ்ச்சியாக இருந்தார்கள்.

எனக்குத் தெரிந்தவர்களைத் தற்செயலாகப் பார்த்தேன். ஆனால் நான் பார்க்க வேண்டிய நபர்கள் யாரும் அவர்களில் இல்லை.

ஒரு ஜூடாஸ் மரத்தடியில் அமர்ந்தேன். இளஞ் சிவப்பு நிற மலர்க் கொத்துக்களைப் பார்க்கத் தலையை மேலே உயர்த்தினேன்.

சூரிய வெளிச்சத்தைத் தழுவியவாறு இங்கே என்னால் உறங்க முடியுமானால் இங்கேயே என்றென்றைக்கும் இருப்பேன்.

அப்படியிருந்தால், தூங்கி விழிக்கையில் ஃபெரூஸ்ஸாவின் குரலைக் கேட்பேன். பாவங்களைப் பற்றி அல்ல, எங்கள் நம்பிக்கைகளைப் பேசுவோம். இலேசாகச் சாய்ந்த எங்களின் கழுத்துக்களை, எங்களின் மெல்லிய விரல்களை, ஜூடாஸ் மர மலர்க் கொத்துக்களை நீண்ட நேரம் உற்றுப் பார்ப்போம்.

என் கைப்பேசி ஒலிக்க அதை எடுக்கப் பாய்ந்தேன். என் நண்பனின் குரல்.

வலுக் குறைந்த என் இதயம் மேலும் சிறிது பலவீனமானது.

என்ன செய்வதெனத் தெரியாது ஆற்றங்கரையில் நடந்தேன். திரும்பினேன். துடுப்புக்களை வலித்தவாறு நீரில் சென்றுகொண்டிருந்த படகுகளைக் கவனித்தேன்.

ஃபெரூஸ்ஸாவின் வீட்டிற்குச் சென்றேன்.

திரைச் சீலைகள் அப்போதும் இழுத்துவிடப்பட்டிருந்தன.

அழைப்பு மணியை அழுத்தினேன். கதவை ஓங்கித் தட்டினேன்.

நேற்று சைக்கிளைச் சாத்திவைத்திருந்த சுவரில் சாய்ந்தவாறு அமர்ந்தேன்.

தலையைப் பின்னால் சாய்த்துக் கண்களை மூட, தகிக்கும் சூரிய வெப்பம் சுடுநீராய் நெற்றியிலிருந்து கழுத்தில் இறங்கி வழிந்தது.

என்னைத் தாண்டி நடந்துகொண்டிருந்த சிறார்களின் பேச்சுச் சத்தம் காதில் விழுந்தது.

ஒரு சைக்கிள் மணி வித்தியாசமாக ஒலித்தது. கைப்பேசியில் பேசியவாறு ஒரு பெண் என்னைத் தாண்டிச் சென்றாள்.

பிறகு நீண்ட அமைதி.

நிறைவேற வேண்டுமென ஒரு விருப்பத்தை மனத்தில் வைத்துக் கண்களைத் திறக்க, என் விருப்பத்தின்படிப் பார்க்க வேண்டிய யாரும் அருகே இல்லை.

குளிரில் உறைந்து நடுங்கிக்கொண்டிருந்த எனது நேற்றைய நிலைமையை நினைத்துப் பார்த்தேன்.

தூக்கம் வருவது போலிருந்தது.

பல நாட்கள் உறங்காமல் மீண்டும் தூங்கத் தொடங்கும்போதெல்லாம் உடம்பு ஒத்துழைக்காது பழி தீர்த்துக் கொள்ளும். பகல் நேரத்தில் கண்கள் மூடிக்கொள்ளும்.

இப்போது பார்வை மங்கிற்று. தலை சுற்றியது.

தள்ளாடி நடப்பதைப் பார்த்து நான் குடித்திருப்பதாய் நினைத்தார்கள்.

சிக்னல் விளக்கைப் பார்க்காமல் சாலையைத் தாண்டியபோது "நாசமாய்ப் போன குடிகாரப் பயலே" என ஒரு வாகன ஓட்டி கத்தினான்.

நானும் ஃபெரூஸ்ஸாவும் முதன்முறையாகச் சந்தித்த புனித ஜார்ஜ் கோட்டைக்கு வந்தபோது சூரியன் மறைந்திருந்தான்.

நான் வெளியே அமர்ந்தேன்.

பெரிய மேசைக்கு மறுபுறம் அமர்ந்திருந்த இரண்டுபெண்களிடம் சிகரெட் கேட்டேன். புகைப்பதில் நான் அனுபவமில்லாதவன் என்று அவர்களுக்குத் தெரியாமலிருக்க, வெளியே திரும்பி வாயை மூடினேன். மூச்சு முட்டியது.

பொதுவிடுதிக்கு எதிரே மிகப் பெரிய பூங்கா இருந்தது. மரங்கள் அனாதைகளாய்க் கண்முன்னால் முடிவற்று நின்றிருந்தன. ஒருகாலத்தில் கொள்ளை நோய்க்குப் பலியானவர்கள் பூங்காவின் புல்தரைக்குக் கீழே புதைக்கப்பட்டிருந்தார்கள். அவர்கள் இப்போது அமைதியாக

உறங்கிக்கொண்டிருந்தார்கள். சாலையின் மறுபக்கத்திலிருந்த வீடுகளில் எரிந்துகொண்டிருந்த விளக்குகள் மலைக்குப் பின்னாலிருந்த நட்சத்திரங்களைப் போல வெகுதொலைவிலிருப்பதுபோலத் தெரிந்தன.

ஒரு குடிகாரனைப் போல் உரக்கக் கத்த விரும்பினேன்.

"மாலை நேரம் நல்லதாக அமைவதாக" என்று கூறி எழுந்தேன்.

என்னுடையதாக இருக்கலாம் என்ற நப்பாசையில் வழியில் சென்று கொண்டிருந்த ஒவ்வொரு சைக்கிளையும் கூர்ந்து பார்த்தேன்.

மூலைக் கடையில் கொஞ்சம் மளிகைச் சாமான்கள் வாங்கினேன்.

வீடு வந்து சேர்ந்தபோது மிகவும் களைத்திருந்தேன்.

ஒரு முழு ரொட்டியைப் பாதியாக வெட்டி அதன்மீது வெண்ணெய் தடவி தக்காளித் துண்டுகளையும் சேர்த்தேன்.

எலுமிச்சைச் சாறு கலந்த தேநீரை அருந்தினேன்.

இங்கிலாந்து ராணுவ வீரர்களால் சித்திரவதைக்கு ஆளாகிக் கொல்லப் பட்ட ஈராக்கிய மனிதனைப் பற்றிய செய்தியையே டி வி அப்போதும் ஒளிபரப்பிக்கொண்டிருந்தது.

டிவியின் அடுத்த செய்தி நில நடுக்கம் பற்றியது.

டிவியையும் விளக்கையும் அணைத்துப் படுக்கைக்குச் சென்றேன்.

என் உறக்கத்தின் கதவு திறந்திருந்ததா என்பது பற்றி எனக்கு எதுவும் தெரியாது. முறிந்த ஒரு சாவியைப் பொறுத்து இரவுத் தூக்கத்தின் விதி இருந்தது.

சென்ற வாரத்தில் எனது அதிர்ஷ்டப் புத்தக[3]த்திலிருந்த கவிதை ஞாபகம் வந்தது.

எனக்காக பார்ஸி மொழியிலிருந்து சில கவிதை வரிகளை ஃபெரூஸ்ஸா மொழிபெயர்த்திருந்தாள். அந்த வரிகள் நினைவுக்கு வந்தன. "குளிர்பருவத் தொடக்கத்தில் நாம் நம்பிக்கை கொள்வோம்."

நேரமாகிக் கடந்தது.

படுக்கையில் புரண்டுகொண்டிருந்தேன். பயனில்லை.

குளிர்பருவத் தொடக்கத்தில் எனத் திரும்பத் திரும்பத் திரும்பக் கூறி ஏதோ அந்தச் சொற்களின் சுழலுக்குள் மாட்டிக்கொண்டதாக உணர்ந்தேன்.

கண்களைத் திறந்தேன்.

---

3. அதிர்ஷ்டம், ஜோதிடம் முதலியவற்றின் மீதான நம்பிக்கை உதுமானியப் பேரரசின் ஆட்சிக் காலத்தில் நிலவிவந்த துருக்கிய மரபின் ஒரு பகுதியாகும். புத்தகங்களின் உதவியால் அதிர்ஷ்டம் வருவதையும் நஷ்டம் ஏற்படுவதையும் நண்பர்கள் தங்களுக்கிடையே பகிர்ந்துகொள்வதுண்டு. ஒரு மிடறு அளவேயான காபி டிகாக்ஷன் காபி குவளையின் அடிப்பகுதியிலும் சுற்றுப் பக்கமும், மூடியிலும் விட்டுச் செல்லும் புள்ளிகள், கோடுகள், வடிவங்களை வைத்துக் குறிசொல்லும் வழக்கம் நகரில் பிரசித்தி பெற்றதாகும். ஜோதிடம் தொடர்பான இத்தகையை வழக்கங்கள் இன்று மிகவும் குறைந்துள்ளன.

என் படுக்கை அருகே மேசையிலிருந்த பார்ஸி – ஆங்கில அகராதியை எடுத்தேன்.

படுக்கையிலிருந்து எழுந்து விளக்கைப் போட வேண்டிய தேவையில்லை. சன்னல்வழியாகப் பாய்ந்துவந்த நிலா வெளிச்சமே போதுமானதாக இருந்தது. அந்த வெளிச்சத்தில் அகராதியின் பக்கங்களைப் புரட்டினேன்.

ஒன்பது வயது இசைமேதை பாக்[4]கைப்போல என்னை உணர்ந்தேன்.

சிறுவயதிலேயே பெற்றோர் இருவரையும் இழந்த பாக் தனது மூத்த அண்ணனுடன் வாழ்ந்தார். இசைக் குறிப்புக்களை அவரிடமிருந்து பாக் கற்றுக்கொண்டார். சில இசைக் குறிப்புக்களின் மூலப் பிரதிகள் பற்றி பாக்கின் அண்ணனுக்கு உறுதியாகத் தெரியாது. அதனால் அவற்றை ஓர் அலமாரியில் பூட்டிவைத்திருந்தார். இரவில் அனைவரும் உறங்கும் வரை காத்திருந்து படுக்கையிலிருந்து பாக் மெல்ல எழுவார். அலமாரிக் கம்பிகளுக்கு இடையே தனது மெலிந்த கையைச் சிரமத்துடன் நுழைத்து அந்த இசைக் குறிப்புகளின் மூலப் பிரதியை வெளியே எடுத்துப் பார்ப்பார். இரவு முழுக்கக் கண் விழித்து நிலா வெளிச்சத்தில் வேறு தாள்களில் அந்த இசைக் குறிப்புக்களைப் பிரதி எடுப்பார்.

இப்போது எனது கையிலிருந்த பார்ஸி – ஆங்கில அகராதி, பாக்கின் நிலா வெளிச்சத்து இசைக் குறிப்புகளைப் போல விலைமதிப்பற்றதாக இருந்தது.

ஃபெரூஸ்ஸாவின் நாவைத் தொட்டுச் சுவாசத்தையும் தீண்டிய வார்த்தைகளுக்கு இணையான பார்ஸி சொற்களை அகராதியில் தேடிக் கொண்டிருந்தேன். குளிர்பருவத் தொடக்கத்தில் நம்பிக்கைகொண்ட அவளின் அந்தச் சொற்களைக் காண விரும்பினேன்.

"Iman beyaverim be agaze fasle serd."

---

4. பாக் (1685–1750): உலகின் மாபெரும் இசைக் கலைஞரும் இசை அமைப்பாளரும் ஆவார். ஜெர்மன் நாட்டைச் சார்ந்தவர்.

11

டெனெஸ்[1]

கண்ணாடிகளின் பூமி

தங்கள் கிராமத்தைப் புறக்கணித்து அங்கிருந்து வெளியேறிவிடும் விசுவாசமில்லாத பெரியவர்களில் ஒருவனாக நானும் ஆகிவிடுவேனோ என்ற அச்சம் சிறுவயதில் எனக்கு இருந்தது. திரும்பிக்கூடப் பார்க்காமல் கிராமத்தை விட்டு வெளியேறிச் செல்லும் பெரியவர்கள் தங்களின் குழந்தைப் பருவத்திற்குத் துரோகம் செய்பவர்கள். இது அவர்களின் விதி என்று சொல்லித் தங்களின் தினசரி வாழ்வை வழக்கம்போல் கிராமவாசிகள் தொடர்ந்தார்கள். இந்த விஷயத்தில் ஹாட்டிஃப் மாமாவின் விதியை அறிவதில் ஆவலாக இருந்தேன். எல்லாப் பருவ காலங்களிலும், தன் ரேடியோவில் ஒலித்தவாறிருக்கும் முன்பின் பழக்கமில்லாத துயரமான குரல்களை அவர் ஏன் எப்போதும் கேட்டவாறிருந்தார்? ரேடியோவில் ஒலிக்கும் குரல்களைக் கேட்கையில் ஏதோ ஒரு கண்ணாடி[2]க்கு உள்ளே வேறொரு உலகில் இருப்பதாக நான் உணர்வதுண்டு. என் தாய் கூறும் கதை ஒன்றில் வேறொரு உலகிற்குச் சென்ற ஒருவன் ஜின்[3]களாலும் ஹாட்ஸ்[4]களாலும் பிடிபட்டு ஏறத்தாழ ஆயிரத்தொரு தடவை சாவிலிருந்து தப்பித்துத் திரும்பினான்.

---

1. துருக்கிய சமதர்மப் புரட்சியாளர்; அரசியல் செயல்பாட்டாளர். ‘அரசியலமைப்பு ஒழுங்கு முறையைக் குலைக்க முயன்ற குற்றத்திற்காக’ தனது இருபத்தைந்தாம் வயதில், 1972ஆம் ஆண்டு ராணுவ விசாரணைத் தீர்ப்பாயத்தால் மரண தண்டனை விதிக்கப்பட்டு நிறைவேற்றப்பட்டது. இன்று இடதுசாரி வட்டத்தில் தேசிய வீரராகக் கருதப்படுகிறார். துருக்கியில் டெனெஸ் என்ற சொல்லின் பொருள் ‘கடல்’ என்பதாகும்.

2. கண்ணாடி ஒரு குறியீடாக இங்கே பயன்படுத்தப் படுகிறது என்று பொருள்கொள்ளலாம். உளவியல் ரீதியாக நனவு மனத்திற்கும் நனவிலி மனத்திற்கும் இடையிலான நுழைவாயிலைக் கண்ணாடி சுட்டுகிறது.

3. மனித, விலங்கு உருவங்களின் கலவையாக இருக்கும் ஆவி என அரபு முஸ்லிம் புராணங்களில் குறிப்பிடப்பட்டுள்ளது.

4. குர்திய கிராமியப் பாடல்களில் குறிப்பிடப்படும் மனிதர்களை, குறிப்பாகக் குழந்தைகள், சிறுவர்களைக் கொன்று தின்னும் அரக்கன்.

வேறொரு உலகிற்குச் சென்ற நான் அம்மா சொன்ன கதையில் வரும் மனிதனைப் போல், திரும்பவே முடியாதோவெனச் சில சமயங்களில் அஞ்சுவதுண்டு. பின்னர் அந்த உலகிலிருந்து வெளியே வந்து பரவச நிலையில் என் கிராமத்திற்குச் செல்வேன். என்னைச் சுற்றிப் பொறுமையில்லாமல் அமர்ந்திருக்கும் சிறார்களுக்கு வானொலியில் நான் கேட்டிருந்த கதைகளைச் சொல்வேன். அவர்களைப் பொறுத்தவரை எங்கோ வெகுதொலைவில் யாருமே அறியாத ஓர் இடத்திலிருந்து வரும் புதிரான பயணி நான். நான் சொல்லும் கதைகளை அவர்கள் கவனித்துக் கேட்பார்கள். ஒருநாள் இங்கிருந்து வெளியேறி எங்கோ தொலைதூர இடங்களுக்குச் செல்வோமென அன்றாட உலகில் சலிப்புற்ற அனாதைக் குழந்தைகளின் உறுதியுடன் சபதமேற்பார்கள். நாங்கள் அனைவரும் ஒரே மரத்துக் கிளையில் பூத்த மலர்களாதலால் நானும் அவர்களுடன் சபதமேற்றுக் கொள்வேன்.

அப்போதிருந்து ரேடியோவில் கேட்கும் ஒவ்வொரு வார்த்தையையும் நினைவில் வைத்து நான் கேட்ட கதைகளைப் பிறரிடம் கூறத் தொடங்கினேன். ஆனால் என் கதைகளை மெய்ம்மறந்து கேட்ட சிறுவர்களோ கொஞ்சமும் பொறுமை இல்லாதிருந்தார்கள்.

ஆண் : "என் இதயத்திலிருக்கும் உணர்வுகளை ஒருபோதும் வார்த்தைகளில் வெளிப்படுத்த மாட்டேன்."

பெண் : "ஏன்?"

ஆண் : "நடக்க முடியாதவற்றைப் பேசுவது நம் இருவரையும் பாதிக்கும்."

பெண் : "நம்மால் அதற்கு நிச்சயம் வழிகாண முடியும்."

ஆண் : "நான் என்ன சொல்லப்போகிறேன் என்று அறிந்தால் நீங்கள் இப்படிக் கூற மாட்டீர்கள்."

கூட்டத்தின் பேச்சுக் குரல், வாகனங்களின் எஞ்சின் எழுப்பும் அதிரொலி.

பெண் : "ரயில் புறப்பட இருக்கிறது."

("ரயில் என்றால் என்ன?"/ "எனக்கு எப்படி தெரியும், ரேடியோவில் அதனைக் கேட்டேன்"/ "துருக்கி மொழி சரியாக உனக்குப் புரியாது மகனே, ரேடியோவில் அவள் வேறு எதையோ கூறியிருக்கவேண்டும்" / "ரேடியோவில் அந்த மேடம் கூறிய ஒவ்வொன்றையும் மிகச் சரியாகப் புரிந்துகொண்டேன்"/ "மேடம் என்றால் என்ன?"/ "பெண்ணின் பெயர்")

ஆண் : "இதுபோன்ற ஒரு காட்சி ஒரு நாவலில் வருகிறது."

பெண் : "அதன் பின் என்னவாகிறது?"

ஆண் : "ஓர் இளைஞனுக்கு ஒரு பெண்மீது காதல். அவர்களின் காதல் நிறைவேறாது. எனினும் 'என் சிந்தனை எதை அஞ்சுகிறதோ அதை என் உணர்ச்சிகள் விரும்புகின்றன' என்று அந்தப் பெண்ணிடம் கூறுகிறான்."

பெண் : "அந்தப் பெண் என்ன செய்கிறாள்?"

ஆண் : "அது அவ்வளவு முக்கியமல்ல. கடைசியில் என்ன நடக்கிறது என்பதுதான் முக்கியம்."

பெண் : "கடைசியில் என்ன நடக்கிறது?"

ஆண் : "அந்தப் பெண் தற்கொலைசெய்துகொள்கிறாள்."

பெண் : "அப்படியானால் அவள் அவனைக் காதலிக்கிறாள் என்று அர்த்தம்."

ரயில் சத்தம்.

("ரயில் என்பது பெரிய பஸ்ஸாக இருக்கும்" / "கதையைத் தொடரும்படி அவனிடம் சொல்லுங்கள்")

ஆண் : "காதலிப்பவர் ஒவ்வொருவரும் சாக வேண்டுமெனில் அந்த விதியிலிருந்து நீ விடுபட வேண்டுமென விரும்புகிறேன்."

பெண் : "அதைச் செய்வதற்கான ஒரே வழி மவுனமாக இருப்பதா?"

ஆண் : "என் எண்ணம் எதை அஞ்சுகிறதோ அதனை உணர்ச்சிகள் விரும்புகின்றன, அது எதுவெனில்..."

பெண் : "ஒன்றும் பேசாதே. முத்தமிடு"

அமைதி.

பெண் : "இந்தக் கணத்திற்காக நீண்ட நாள் காத்திருந்தேன். மீண்டும் என்னை முத்தமிடு."

அமைதி

("இப்போது அவளை முத்தமிட்டுக்கொண்டிருக்கிறானா?"/ "ஆம்"/ "இன்னும் சிறிது நேரம் அமைதியை நீடித்திருக்கச் செய்"/ "சரி")

தொடர்ந்து அமைதி நிலவுகிறது.

துப்பாக்கிச் சத்தம்.

கூட்டம் அலறத் தொடங்குகிறது.

மீண்டும் துப்பாக்கிச் சத்தம்.

பெண் : "ஆ. நாவலில் வரும் காதலைவிடவும் நமது காதலின் ஆயுள் குறுகியது."

ஆண் : "என் கையைப் பிடித்துக்கொண்டால் நாம் சேர்ந்து சாகலாம்."

விசில் ஊதும் சத்தம், ரயில் சத்தம் மெல்லத் தேய்கிறது.

("அந்தச் சிறுமிகளுடன் சேர்ந்து மவுன விளையாட்டு ஆடலாமா?" / "சரி வாருங்கள் போகலாம்")

எல்லாச் சிறுவர்களுக்கும் கதை சொல்லிக்கொண்டிருக்கும்போது நானும் அவர்களும் ஒரு கண்ணாடிக்குள்ளே புகுந்துகொள்வோம். பின்னர் திரும்ப வந்துவிடுவோம். வேறு வழியில்லை. எல்லாச் சிறுவர்களும் ரேடியோ ஹீரோவான டெனெஸை முன்மாதிரியாகக் கொண்டு அவனைப் பின்பற்ற முயன்றுகொண்டிருந்த காலகட்டம் அது. கண்ணாடிக்குள் இருந்த அவனைச் சந்திக்கும் நம்பிக்கையில் வாழ்ந்தோம். அவனை நினைத்தாலே எங்கள் இதயம் வேகமாய்த் துடித்தது. மூச்சு விட முடியாது திணறினோம். மணற்காற்றில் டெனெஸ் தன் கைகளைத் தட்டுவது காதில் விழும். பின்னர் கண்டுபிடிக்கப்படாத நிழல்களைத் தேடி அவன் புறப்பட்டுவிடுவான். டெனெஸைப் பற்றிய பேச்சு வரும்போது பெரியவர்கள் இறைவணக்கத்தையும் சிலசமயங்களில் தவறவிட்டு விடுவார்கள், துயரத்தில் குரல் உடைந்து பெண்கள் அழுவார்கள். ஆண்கள் ஒன்று மாற்றி ஒன்றென சிகரெட்டைப் புகைத்துக்கொண்டிருப்பார்கள். கண்ணாடிக்குள் டெனெஸின் தடங்களை அமைதியாக நாங்கள் பின்தொடர்ந்தவாறிருப்போம்.

ஒரே ஒரு நாளாவது டெனெஸைப் போல் இருக்க வேண்டும் என்பது நோஞ்சான் பிள்ளையான என் விநோதமான கனவாகும். டெனெஸ் ஒரு கடலோடி என நினைத்தோம். ஆற்றில் மிக வேகமாக நீந்துபவனுக்கு டெனெஸ் என்று பெயரிட்டு அவனைக் கவுரவப்படுத்துவோம். முடிந்தவரை நான் வேகமாய் நீந்துவேன். ஆனால் பெரும்பாலும் மூச்சு வாங்கிச் சோர்ந்துவிடுவேன். கேவேயிடமிருந்து பரம்பரைச் சொத்தாகப் பெற்ற ஓர் அறை கொண்ட வீட்டில் என் அம்மா, அப்பா, நான்கு சகோதரர்கள், சகோதரிகள் ஆகிய அனைவரும் தூங்கிக்கொண்டிருக்கையில், மறுநாள் நன்றாக நீந்துவதுபோலக் கனவு காண்பேன். சிலசமயம் மூடியிருந்த மெல்லிய மெத்தைப் போர்வையை உதறி எழுந்தவாறு அலறுவேன். என் அம்மா கண் விழித்து வியர்வையால் நனைந்திருந்த என் கழுத்தை, தலையை மிருதுவாக முத்தமிடுவாள். “தூங்கு ப்ரானி டாவோ...தூங்கு” என மெதுவாகக் கூறுவாள். “தூங்கு...டெனெஸ்” என்று சொல்வதாக நான் நினைப்பதுண்டு. டெனெஸாக ஆகும் போட்டியில் தோற்றுப்போய்விடுவேனோ என்ற கவலையே எனக்கு அதிகமும் இருந்தது. அதைத் தவிர மகிழ்ச்சியின்மை என்றால் என்னவென எனக்குத் தெரியாது. கிராமத்தில் இருந்த ஒவ்வொருவரும் அவரவர் வழிகளில் மகிழ்ச்சியாகவே இருந்தார்கள். நகர வாழ்க்கைக்குப் பழகி அந்த வாழ்வுமுறையுடன் பிணைந்திருந்த மனிதர்களின் இதயங்களிலேயே மகிழ்ச்சியின்மை இருந்தது. வேதனை, துக்கம் ஆகியவை வேறு. அவை கிராமத்தில் இருக்கும் எங்களுக்குப் பழக்கமானவைதாம். டெனெஸ் ஒரு கலகக்காரன் எனினும் அவன் ஒரு கடலோடி என்பதில் நாங்கள் உறுதியாக இருந்தோம். முழு உலகும் அவனைத் தேடிக் கொண்டிருந்தது. ஆனால் உண்மையில் அவன் கண்ணாடிக்குள் வாழ்ந்ததை ஒருவரிடமும் நாங்கள் கூறவில்லை.

ஒருநாள் சில படைவீரர்களும் அதிகாரிகளும் கிராமத்திற்கு வந்தார்கள். அப்போது ஹாட்டிஃப் மாமா, அம்மா, நான் என நாங்கள் அனைவரும் ரேடியோ கேட்டுக்கொண்டிருந்தோம். மேற்கூரையைப் பாதுகாப்பதற்காக வீட்டிலுள்ள ஒவ்வோர் அறையின் மத்தியிலும் ஒரு மரத்தூண் இருக்கும். இது பழங்குடியினர் வாழும் பகுதிகளில் தொன்றுதொட்டு இருந்துவரும்

பழக்கம். சுண்ணாம்பினால் வெள்ளை அடித்திருந்தாலும் தூண் இல்லாத வீடுகள் ஏழை வீடுகளாகவே கருதப்பட்டன. இதே இடத்தில் முப்பது ஆண்டுகளாக கேவே முன்னர் வசித்துவந்தாள். இப்போது என் அம்மா அதே வீட்டின் தூணில் சாய்ந்தபடித் திறந்திருந்த கதவின் வழியே வெளியுலகைப் பார்த்துக்கொண்டிருந்தாள். ஆயுதம் தாங்கிய ஒருவன் கதவைத் தட்டிச் சென்றுகொண்டிருந்தான். "அவன் யார்?" என்று கேட்டேன்.

"ஷெண்டார்ம் (போலீஸ் அதிகாரி)" என்றார் மாமா.

பின்னர் ஒட்டுக் கம்பளத் தொப்பி அணிந்திருந்த ஒருவன் எங்களைக் கடந்து சென்றான். "யார் அது?" எனக் கேட்டேன்.

"வரி கண்காணிப்பாளர்" என்றார் மாமா.

ரேடியோவில் பலர் ஒரே நேரத்தில் பேசிக்கொண்டிருந்தார்கள். "அவர்கள் யார்?" என்றேன்.

"ஆன்கராவிலுள்ள மக்கள்" என்றார் மாமா. ரேடியோவிலிருந்து வந்த பேச்சுக் குரல்கள் நின்றன. என் அம்மாவும் மாமாவும் ஒன்றும் பேசாமல் அமைதியானார்கள்.

"நாம் யார்?" என்று கேட்டேன். அவர்கள் இருவரும் என்னைப் பார்த்தார்கள்.

டெனெஸுக்கும் அவன் நண்பர்களுக்கும் மரண தண்டனை நிறைவேற்றப்பட்டதாக அன்று ரேடியோவில் அறிவித்தபோது என் காதுகள் அதிர்ந்தன. என் குழந்தைப் பருவத்தில் முதன்முறையாகச் சரியாக ரேடியோ கேட்கவில்லை என்று நினைத்தேன். "அரசு அவனைக் கொன்றுவிட்டது" என்று கூறினார்கள்.

"அரசு என்றால் அது யார்?" என்று கேட்டேன். இந்தக் கேள்வியை நான் கேட்கும்போதெல்லாம் பூமி நடுங்கிற்று, வானத்தில் இடியோசை கேட்டது[5]. ஒவ்வொரு பள்ளிக் குழந்தையும் 'அரசு' என்பதன் உண்மையான பொருளை அறியாது இருக்க வேண்டிய சூழ்நிலை அப்போது இருந்தது. இந்த நிலையில் புரட்சியாளன் டெனெஸைக் கண்ணாடிகளுக்குள் மறைத்து வைக்க வேண்டும் என்று உணர்ந்தேன். கவி கூறுவதுபோல:

வெகு தொலைவிலிருந்து டெனெஸ் திரும்பிய இரவில்,
இருண்ட கண்ணாடி முன் தலை வாரிக்கொண்டிருந்தாள்
ஓர் இளம் பெண்.
வெளியே குதிரைகள் சுவாசிக்கும் சத்தம்,
ரேடியோ நிலையங்கள்,
புதிதாய் வெட்டப்பட்ட வைக்கோல் மணம்,
மிகப் பழைய பூட்டுகள், வயதான கதவுகள்.
அபாய மணிகள்,
ஓயாமல் ஒலித்து,
ஒவ்வொரு மனத்தின் தீமையை அறிவிக்கும்.

5. எழுபதுகளின் தொடக்கத்தில் குர்தியர்களுக்கான பிரிவினை கோரி கிளர்ச்சி நடந்தது. ஆதரவாக இடதுசாரிகள் அதில் பங்கேற்றனர். இராணுவத்தின் துணையுடன் வலதுசாரி கூட்டணி அப்போது ஆட்சி செய்தது.

ஒருவரும் எழவில்லை, சன்னலுக்கு ஓடவில்லை.
ஒருநாள் விடியலில்
களைத்துச் சோர்ந்த கண்களுடன்
டெனெஸுடன் சிறுவர்கள் புறப்பட்டார்கள் கண்ணாடிகளின் பூமிக்கு.
குளிரில் கைவிடப்பட்ட மரங்கள் போல்,
உறைபனி நம் இதயங்களை ஓங்கி அறைந்தது
ஓங்கி அறைந்தது.

ஹாட்டிஃப் மாமாவை மீண்டும் பார்க்கவில்லை. தனது பயணப் பையை என் அம்மாவிடம் கொடுத்துவிட்டுக் கிராமத்திலிருந்து மாமா புறப்பட்டார். சில ஆண்டுகளுக்குப் பின் காயமடைந்து நான் படுக்கையிலிருந்தபோது அவரின் கதையை என் அம்மா கூறினாள்.

மாமா இளைஞனாக இருந்தபோது மங்கல் மலையின் மறு பகுதியிலிருந்த கிராமங்களில் ஆட்டிடையனாக வேலை பார்த்தார். திருமணமாகி மூன்றுமாதங்கள் ஆகியபின் தன் மனைவியை 'ஸாஹீத்' என வாய் தவறித் தற்செயலாக அழைத்தார். தனது இதயத்தில் ஏதோ கத்தியை அவர் பாய்ச்சியதாக உணர்ந்த அவரின் மனைவி, "யார் அந்த ஸாஹீத்" என்று அலறினாள். அவளின் கிறீச்சொலி அந்தப் பகுதி முழுவதும் எதிரொலித்தது. கர்ப்பிணியான அவளின் கரு கலையாதிருந்தது அதிசயம். ஹாட்டிஃப் மாமாவின் மனம் வெறுமையானது; ஸாஹீத் என்ற பெயர் அவர் மனத்தில் எங்கிருந்து வந்ததென்று அவருக்கே தெரியாது. அவரின் குடும்பத்திலோ அல்லது இடையனாக இருந்த கிராமத்திலோ ஸாஹீத் என்ற பெயரில் யாரும் இல்லை

மறுநாள் மாமா தனது ஆட்டு மந்தையை மேய்ச்சலுக்காக வெளியே ஓட்டிச் சென்றபோது தனது உணவுப் பொட்டலத்தை எடுத்துச் செல்ல மறந்துவிட்டிருந்தார். நாள் முழுக்கப் பட்டினி கிடந்ததால் வழக்கத்திற்கு மாறாக ஆட்டு மந்தையுடன் சீக்கிரம் கிராமத்திற்குத் திரும்பிவிட்டார். அவர் அவ்விதம் சீக்கிரமே வீடு திரும்பியிராவிட்டால் நாடோடிகளின் கூண்டு வண்டியைப் பார்த்திருப்பார். ஸாஹீத் என அழைக்கப்படும் பேரழகி அந்த வண்டியில் இருப்பதைக் கண்டிருப்பார், தங்களின் விதிக்கு எதிராகப் போராட வலுவற்ற மரண தண்டனைக் கைதிகளைப் போல அந்தக் கணத்திலேயே அவள்மேல் காதல்கொண்டிருப்பார்; கூண்டு வண்டியில் ஸாஹீதுடன் செல்வதற்காக வீட்டையும் மனைவியையும் துறந்து, தூரத்துக் கிராமங்களில் நாடோடிகளுடன் சுற்றித் திரிந்திருப்பார். ஏழு ஆண்டுகளுக்குப் பிறகு ஸாஹீத்திற்காக நிகழவிருந்த சச்சரவில் கத்தியால் குத்தப்பட்டு இறந்துமிருப்பார். மேய்ச்சல் நிலத்திலிருந்து அன்றைய தினம் சீக்கிரமே வீடு திரும்பியதால் இவை எதுவும் நிகழவில்லை.

புதிய துப்பாக்கி வாங்குவதற்காகப் பக்கத்துக் கிராமத்திற்குச் சென்றபோது எழுதப்படாத தனது விதியின் ஒரு பகுதியை ஹாட்டிஃப் மாமா கண்டுகொண்டார். கூண்டு வண்டி அந்தக் கிராமத்தில்தான் இருந்தது. பார்வையற்ற வயதான ஒரு நாடோடிக் கிழவி குறி சொல்கையில் 'ஆட்டிடையன் ஒருவன் துப்பாக்கி வாங்க வருவான்' என மாமாவைத் தொடர்புபடுத்திக் கூறினாள். "நிறைவேறாத விதியால் விளைவதென்ன? நன்மையா, தீமையா?" என்று ஒரு நாடோடி கேட்க, குறி சொல்வதைக்

கேட்டுக்கொண்டிருந்த அனைவரும் "மோசமான தீமையே" என ஒருமித்த குரலில் கூறினார்கள். சிகரெட்டை ஒருமுறை இழுத்துத் திருப்தி அடைந்தவளாகத் தனது ஆதிகாலக் கொக்கரிப்புடன் கிராமவாசிகளை ஏளனத்துடன் பார்த்தாள் பார்வையற்ற வயதான அந்த நாடோடிக் கிழவி.

நாடோடிகளுக்கிடையே ஒரு ஸாஹீத் இருப்பதை முதலில் கண்டபோதும் பின்னர் தனது விதியின் இன்னொரு பகுதியை (குறி சொல்பவள் மூலமாக) அறிய வந்தபோதும் அதிர்ச்சியடைந்தார் ஹாட்டிஃப் மாமா. முழு நிலா வெளிச்சத்தில் வீடு திரும்பினார். எல்லாவற்றையும் தன் மனைவியிடம் கூறுவதென முடிவுசெய்தார். ஆனால் மனைவி அங்கே இல்லை. "அந்தக் கர்ப்பிணிப் பெண் வயிற்றில் பிள்ளையைச் சுமந்தவாறு வீட்டை விட்டுச் சென்றுவிட்ட"தாக அக்கம்பக்கத்திலுள்ளவர்கள் கூறினார்கள். நேசிப்பது என்றால் என்னவென எல்லாருக்கும் தெரியும், ஆனால் நேசிக்கப்படுவது விதியின் கைகளில் உள்ளது. அந்த இரவில் துப்பாக்கியால் முழு நிலாவைச் சுட்ட ஹாட்டிஃப் மாமா, தனது விதி உண்மையில் அப்போதுதான் தொடங்கவிருப்பதை உணர்ந்தார்.

தனது குழந்தை ஆணா பெண்ணா என்றறிய கிராமத்துச் சமவெளிகள், தூரத்துப் பள்ளத்தாக்குகள் என எல்லா இடங்களிலும் இரவும் பகலும் வேதனையுடன் தேடினார் ஹாட்டிஃப் மாமா. வருடங்கள் கழிந்தன. தனக்கு மகள் பிறந்திருந்தால் தன்னைக் கைவிட்டுச் சென்றுவிட்ட அவள் அம்மாவைப் போல உயரமாக இருப்பாள் என நினைத்தார். ஒருவேளை அது மகனாக இருந்தால், தன்னைப் போலத் தோற்றம்கொண்ட ஓர் இளைஞனைச் சுட்டிகாட்டி, அவனைப் போலிருப்பான் எனச் சந்திக்கும் ஒவ்வொருவரிடமும் விவரிப்பார். "என் முகத்தைக் கவனமாகப் பாருங்கள். முழு நிலா ஒருவர் முகத்தில் ஒளிராதவரை ஒவ்வொருவரும் ஒரு ஏரி தான். நான் என் முழு நிலாவைத் தேடிக்கொண்டிருக்கிறேன்" என கிராமத்துச் சதுக்கங்களில் அறிவிப்பார். சிலசமயங்களில் எதைப் பின் தொடர்ந்து செல்கிறோம் என்று அவருக்கே தெரியாதிருந்தது; பயணத்தில் எங்காவது செல்கையில் நாடோடிகளின் கூண்டு வண்டிகளைப் பார்த்தால் அவர்களுடன் சேர்ந்துகொள்வார்; மலைகளையும் பள்ளத்தாக்குகளையும் கடந்து கோடைக் குளிர் எனப் பருவ காலங்கள் முழுவதையும் அவர்களுடன் கழிப்பார். தனது மகனைப் பற்றியோ மகளைப் பற்றியோ எதையும் அவர்களிடம் சொல்வதில்லை, "என் முகத்தைப் பாருங்கள்" என முன்புபோல கூறுவதில்லை. ஸாஹீதைப் பற்றி மட்டுமே அவர்களிடம் கேட்டார். மாமாவுக்கு வயதாகிக்கொண்டிருந்தது; ஸாஹீதை அவரால் கண்டுபிடிக்கவும் முடியவில்லை. தொடர்ந்து புகைத்துக்கொண்டிருந்தார். அது அவரின் இதயத்தைச் சுட்டெரித்தது. தூங்க முடியாத ஒரு குழந்தையைப் போல ஒரு புதிய நம்பிக்கை அவருக்குத் தேவையாக இருந்த அந்தச் சமயத்தில், புகைப்படம் எடுக்கும் டாட்டரை ஹேம்னாவிலுள்ள ஒரு காபிக் கடையில் ஹாட்டிஃப் மாமா சந்தித்தார். கிராமங்களில் டாட்டர் எடுத்த புகைப்படங்களை அவர் பார்த்துக்கொண்டிருந்தபோது கண்ணாடிச் சட்டமிட்ட ஒரு புகைப்படம் கீழே விழுந்து நொறுங்குவதைப் போல, தனது வாழ்க்கை தரையில் மோதி நொறுங்கிவிட்டதாக உணர்ந்தார். மரத்திலிருந்த இலைகளைப் போல் அவர்களின் தலைவிதி ஒன்று போலிருந்தது. ஒரே

காரணத்திற்காகடாட்டரும் என் மாமாவும் சமவெளியிலிருந்த கிராமங்களில் அலைந்துகொண்டிருந்தார்கள்.

சென்ற முறை மாமா கிராமத்திற்கு வந்தபோது நான் குழந்தையாக இருந்தேன். அப்போது அவர் முகத்திலிருந்த துயரம் இப்போதும் என் ஞாபகத்திலுள்ளது. ஒரு புனித நூலைப் போல் வாழ்க்கை பவித்திரமானது. வாழ்வெனும் அந்தப் புனித நூலின் பக்கங்கள் எத்தனையோ முறை திருப்பப்பட்டுள்ளன; முழுவதுமாக வாசித்து முடிக்கப்பட்டுள்ளன. ஆனால் அதன் உட்பொருளோ இன்னும் அறியப்படாததாக இருக்கிறது. வருந்தியும் அச்சத்தால் வெளிறியும் வாழ்வெனும் பக்கங்களில் அலைந்து திரிந்தார் மாமா. அவர் புறப்பட்ட அந்தக் கடைசி நாளன்று என் அம்மாவிடம் கொடுத்த பயணப் பையில் சில பழைய புகைப்படங்களும் ஒரு கேமராவும் இருந்தன. புகைப்படம் எடுக்கும் டாட்டர் அந்தக் கேமராவை எப்போது என் மாமாவிடம் கொடுத்தான் என்று என் அம்மாவுக்குத் தெரியாது. ஆனால் கேமராவைப் பற்றி அம்மாவுக்குத் தெளிவாக ஞாபகம் இருந்தது. என் அம்மா குழந்தையாக இருந்தபோது, அவளையும் கேவேவையும் டாட்டர் புகைப்படம் எடுத்தான். அப்போது கேமராவை கவனமாக ஆராய்ந்த என் அம்மா, அதற்குள் ஒரு விதி உருவாக்கப்படுவதாக உணர்ந்தாள். அந்த நாளிலிருந்து வாழ்வின் புதியதொரு தோட்டம் தனது கண்முன் விரிவதைக் கண்டாள்.

12

ஸ்டெல்லா

வெண்ணிறச் சட்டை

படுக்கையிலிருந்து எழுந்தேன்.

யாரேனும் அழைத்திருந்தார்களா என்று உறுதிசெய்ய கைப்பேசியைப் பார்த்தேன்.

குளித்தேன்.

டிவி முன்னால் அமர்ந்து காலை உணவு சாப்பிட்டேன்.

இனிமையான நாள்.

வெளியே பிரகாசமான வெளிச்சம் வசீகரித்து அருகே வர அழைப்பது போலிருந்தது.

சலவை செய்த துணிகள் வைக்கப்பட்டிருந்த கூடையில் இருந்து எனது வெண்ணிறச் சட்டையை வெளியே எடுத்து இஸ்திரி போட்டேன். ஃபெரூஸ்ஸாவை முதன் முதலாய்ச் சந்தித்த தினத்தில் அந்தச் சட்டையை அணிந்திருந்தேன்.

வெளியே போகும்போது சுவரிலிருந்த புகைப்படத்தைப் பார்க்கவில்லை.

கீழே ஆற்றினை நோக்கிச் சென்றேன்.

உடற்பயிற்சிக்காக மெல்ல ஓடிக்கொண்டிருந்தார்கள். அவர்களுக்கருகே நடந்தேன். பரிசிலில் துடுப்புக்களை வலித்து ஆற்றில் சிலர் சென்றுகொண்டிருந்தார்கள்.

நெரிசல் மிகுந்த தெருக்களில் நடந்து விட்கன்ஸ்டெய்னை அடக்கம் செய்திருந்த கல்லறைப் பகுதிக்கு வந்தேன்.

கல்லறைக்கு இட்டுச் செல்லும் தெருவிலிருந்த ஒரு வீட்டின் சன்னலருகே வயதான ஒரு மனிதரைச் சென்ற வாரத்திலிருந்து பார்த்துவருகிறேன். அவர் வெளியுலகைப் பார்த்துக்கொண்டிருந்தார். புன்னகையுடன் அவருக்குக் கையசைத்தேன்.

அந்த நிமிடத்திலேயே ஒலிக்கும் என்பதுபோல் என் கைபேசியைப் பார்த்தேன்.

காய்ந்த இலைகளின் மீது மெதுவாக நடந்தேன். சரசரவெனச் சத்தம் வந்தது.

கல்லறைக் குழி தோண்டுபவர்களைப் பார்க்க முடியவில்லை. வெயில் நாட்களில் விடுமுறை எடுத்துக்கொண்டு மழைநாட்களில் வேலை செய்வார்களோ என வியந்தேன்.

கல்லறையினுள் வசிப்போரின் கதைகளை ஊகிக்க முயன்றவனாகப் பல கல்லறைகளுக்கருகே நின்று நின்று சென்றேன்.

வெயில் படாமல் கல்லறைகளைப் பாதுகாத்த மரத்தின் நிழல்களில் இறந்தவர்களின் வாழ்வைப் புரிந்துகொள்வதற்கான குறிப்புகள் உள்ளங்கை மேல் இருக்கும் கோடுகளைப் போல் இருந்தன.

தேவாலயத்திற்குப் பின்புறம் சென்றேன்.

விட்கன்ஸ்டெய்னின் கல்லறையை அடைந்தேன். அவர் இறந்த ஆண்டு நினைவு நாளை ஞாபகம் வைத்திருந்த சிலர் அவரின் கல்லறை மீது மலர்க் கொத்துகளை வைத்திருந்தார்கள்.

காய்ந்த மண்ணில் அமர்ந்தேன்.

அனெத்தோலியன் சம்பிரதாயத்தின்படி விட்கன்ஸ்டெய்ன் சமாதியிலிருந்த சில காய்ந்த இலைகளை அகற்றித் தண்ணீர் பாட்டிலிலிருந்து கொஞ்சம் நீரை எடுத்து அதன்மீது தெளித்தேன்.

யாராவது பார்த்தால் நாள் முழுவதும் அங்கேயே இருக்கும் எண்ணம் கொண்டவனாக என்னை நினைத்திருப்பார்கள்.

கடுமையான வெயில் என் முன்னந்தலையைச் சுட்டது.

ஒரு கவிதைப் புத்தகத்தை என் பையிலிருந்து வெளியே எடுத்து ஏதோ ஒரு பக்கத்தைத் திறந்தேன்.

சிறுவயதில் ஒருநாள் ரேடியோவில் அழுதவாறு கவிதை வாசித்த ஒருவனின் ஞாபகம் வந்தது. கவிதை வாசிக்கும்போது அழக் கூடாதென அப்போது உணர்ந்தேன்.

கிராமத்து அறுவடைத் தினங்களில் சிறுவர்களுக்கும் பங்கு கிடைத்தது. அறுவடை செய்பவர்கள் ஒவ்வொரு சிறுவனுக்கும் இரண்டு கை கோதுமை கொடுப்பார்கள். அந்தக் கோதுமையைச் சிறு பொருட்களை விற்பனை செய்யும் தெரு வியாபாரிகளிடம் கொடுத்து அதற்குப் பதிலாக பிஸ்கட், லோக்கும்[1] முதலியவற்றை அவர்களிடமிருந்து பெற்றுக்கொள்வோம். கவிதை வாசிப்பதற்காக சிறுவர்கள் எனக்குத் தரும் கோதுமையை வாங்க மறுத்து

---

1. இனிப்புகள், கேக், சாக்லேட்டுகள் போன்ற பாரம்பரிய துருக்கிய இனிப்புப் பண்டங்கள். பாதாம் பிஸ்தா பன்னீர் அல்லது எலுமிச்சை ஆகியவற்றைச் சுவையூட்டுவதற்காக இதனுடன் சேர்த்துக்கொள்வார்கள். துருக்கிய இன்பம் என இந்த இனிப்புப் பண்டங்கள் அழைக்கப்படுகின்றன.

விடுவேன். காரணம்: கவிதை இறை வணக்கத்தைப் போல் புனிதமாகக் கருதப்பட்ட காலகட்டம் அது. அதனை கோதுமை கொண்டு அளக்க முடியாது. ஆனால் கவிதை வாசித்ததற்காக அவர்கள் எனக்கு லோக்கும் தருவதுண்டு. அதனைச் சில சமயங்களை ஏற்றுக் கொள்வேன்.

சிறுவனாக இருந்தபோது நிலத்தையும் கோதுமையையும் தொடுவது என்னை உயிர்ப்புடன் இருக்கச் செய்தது. நிலத்துடனும் கோதுமை தானியத்துடனும் காலத்தில் வேர் கொண்டிருந்தது எங்கள் கிராமம். நகரத்து மக்களின் நம்பிக்கைக்கு மாறாக கிராமத்தில் ஒருவனின் வரலாறு அவன் குடும்பத்திலுள்ள மிக மூத்த மனிதனிடமிருந்து தொடங்குவதில்லை. கவிதையை வாசித்து முடித்ததும் புத்தகத்தை என் பையில் வைத்தேன்.

சுற்றுமுற்றும் பார்த்தேன்.

அங்கிருந்த நூற்றுக்கணக்கான கல்லறைகளுடன் நான் தனியே இருந்தேன்.

விட்கன்ஸ்டெய்னின் கல்லறை அருகே படுத்தேன். எங்களுக்குக் கீழே அவர் புதைக்கப்பட்டிருந்த அதே மண் இருந்தது. எங்கள் தலைக்கு மேலே இருந்ததும் அதே வானம்தான்.

கண்களை மூடினேன்.

எனக்கு மேல் கல்லறை இருப்பதாகக் கற்பனைசெய்துகொண்டேன். சாம்பல் நிறப் பெரிய கல்லறை.

அந்தக் கல்லறைப் பகுதியின் கடைக்கோடிச் சுவரருகே இருந்த சடலமும் கேட்க முடியுமளவு சப்தமாக ஒரு நாட்டுப் பாடலைப் பாடத் தொடங்கினேன்.

பறவைகள் பறந்து சென்றன; கிளைகள் சலசலத்தன.

சுவருக்கு மறுபுறத்திலிருந்து வயலின் இசை கேட்டது.

அந்த இசையைக் கேட்பதற்காக நான் பாடுவதை நிறுத்தினேன். வயலின் வாசிப்பதும் நின்றது.

கண்களைத் திறந்தேன்.

சற்று நேரம் காத்திருந்தேன்.

மீண்டும் பாடத் தொடங்கினேன்.

என் பாடலுடன் வயலின் இசையும் சேர்ந்துகொண்டது.

பாட்டும் வயலின் இசையும் ஒருசேரத் தொடர்ந்து ஒலித்தன.

அந்தக் கிராமத்துப் பாடலை விளைநிலங்களில் விவசாயக் கூலிகள் பாடுவதை கேவே கேட்டிருந்தாள். நாற்பது ஆண்டுகளுக்குப் பிறகு அதே பாடலை அவள் என் அம்மாவிடம் பாடினாள். அந்தப் பாடலை இப்போது நான் பாடும்போதெல்லாம் மணற் காற்றின் கீழ் படுத்திருந்த அந்த இரவைக் கற்பனைசெய்துகொள்வேன். இவ்விதம் கேவே காதல்வயப்பட்டிருந்த நட்சத்திரங்கள் நிரம்பிய அந்த இரவுக்கு உண்மையாக இருந்தேன்.

கேவேயின் கதையை ஃபெரூஸ்ஸாவிடம் சொல்லிய நாளில் தனக்காக அந்தப் பாடலைப் பாடும்படி அவள் என்னைக் கேட்டிருந்தாள். கூச்சத்துடன் நாணிக் கோணும் ஒரு குழந்தையைப் போல் “இது சரியான நேரம் அல்ல” எனக் கூறினேன்.

சூரிய வெப்பம் என் முகத்தையும் குரலையும் கதகதப்பாக்கியது.

இது போல் தரையில் கால் நீட்டிப் படுத்து வருடங்களாகி விட்டிருந்தன. என் உடலின் மேல்தோல் பூமிக்குள் வேர்விடத் தொடங்கியது.

என் பாடல் முடிந்தது.

வயலின் ஒலி நின்றது.

பறவைகள் திரும்பின. மரக் கிளைகளின் நிழல்கள் இலேசாக நடுங்கின.

நான் எழுந்து பையிலுள்ள ரொட்டியை எடுத்து அதன் துணுக்குகளைக் கல்லறையின் மீது தூவ வேண்டும். இதனைத் தஸ்தயேவ்ஸ்கியின் நாவலில் வாசித்திருந்தேன். பறவைகள் ரொட்டித் துணுக்குகளைத் தின்ன வரும்போது அவை பாடும். கல்லறைக்குள் இருப்பவர்கள் அதைக் கேட்பார்கள்.

என் கைப்பேசி ஒலித்தது. பேசுவது யாரெனப் பாராமலே கைப்பேசியை எடுத்துப் பதில் கூறினேன்.

ஆற்றங்கரைக்குச் சுற்றுலா போகலாமாவென நண்பன் என்னை அழைத்தான்.

இங்கே கல்லறையில் இருக்கையில், கைப்பேசியை அணைத்து வைத்திருந்திருக்க வேண்டும். இறந்தோருடன் இருப்பது உறக்கத்தின் கோவிலுக்குள் நுழைவதுபோல் புனிதமானது. ஆனால் கடந்த சில நாட்கள் தவிர உறங்கும் போதும் கைப்பேசியை அணைக்காமல் வைத்திருந்தேன்.

எழுந்து அமர்ந்தேன். விட்கன்ஸ்டெய்ன் கல்லறையைப் பார்த்தேன். அதன்மீது வைக்கப்பட்டிருந்த சிவப்பு ரோஜா மலர்கள் சூரிய ஒளியில் பிரகாசித்தன.

மலர்களுக்கு அருகே வந்தமர்ந்த ஒரு குருவி சில எட்டுக்கள் எடுத்து வைத்துத் தாவிக் குதித்தது. என் கைப்பேசி திரும்பவும் ஒலிக்க, வெளியே சிறகடித்துப் பறந்தது குருவி.

யாருடைய கைப்பேசி எண் என்று அடையாளம் காண முடியவில்லை. மேற்கு முனை தொல்பொருள் விற்பனைக் கூடத்திலிருந்து ஒருவர் என்னை அழைப்பதாக ஒரு பெண் கூறினாள். ஸ்டெல்லாவின் சினேகிதி அவள். சில பொருட்களை எடுத்துச் செல்வதற்காகக் கடைக்கு வந்த அவள் கதவிலிருந்த என் குறிப்பைப் பார்த்திருந்தாள்.

“ஸ்டெல்லா மருத்துவமனையில் இருக்கிறாள்” என்றாள்.

ரொட்டித்துண்டுகளைப் பையிலிருந்து எடுத்தேன். சிறிய துணுக்குகளாய் அவற்றைப் பிய்த்து விட்கன்ஸ்டைன் கல்லறைமீது தூவினேன்.

பேருந்து நிறுத்தத்திற்குச் சென்றேன்.

புர்ஹான் ஸென்மெஸ்

அட்டென்புரூக் மருத்துவமனைக்குச் செல்லும் வழியில் ஆயிரக் கணக்கான எண்ணங்கள் மனத்தில் பளிச்சிட்டன. மருத்துவமனை வாயிலில் மலர்க் கொத்து ஒன்றை வாங்கினேன்.

மூன்றாம் மாடியில் ஸ்டெல்லா இருந்த வார்டுக்குச் சென்றேன்.

சன்னலுக்குப் பக்கத்திலிருந்த படுக்கையைச் செவிலி சுட்டிக் காட்டினாள். திரைச் சீலையைக் கீறலளவு திறந்தேன். ஸ்டெல்லா தூங்கிக் கொண்டிருந்தாள். அவளுக்குப் பக்கத்தில் இருந்த நாற்காலியில் அமர்ந்தேன்.

படுக்கைக்கு அடுத்திருந்த மேசையில் மலர்களை வைத்தேன்.

ஸ்டெல்லாவின் நெஞ்சிலிருந்து சில ஒயர்கள் கணினித் திரையுடன் இணைக்கப்பட்டிருந்தன.

கணினித் திரையைக் கூர்ந்து பார்த்தேன். எனக்குப் புரியவில்லை. நோயாளியின் ரத்த ஓட்டம் சுவாசம் ஆகிய உடல் நலம் தொடர்பான எண்களும் எழுத்துக்களுமாக அவை இருக்கலாம் என நினைத்தேன்.

அவள் முகச் சுருக்கங்களைக் கவனமாகப் பார்த்தேன்.

வெளிர்ந்த அவளின் தோல் நிறம் இன்னும் சிறிது வெளுத்திருந்தது. அவள் தலைமுடியின் அடர்த்தி குறைந்திருந்தது.

குனிந்து அவள் சுவாசத்தைக் கவனித்தேன். ஆழமாகவும் வெப்பமாகவும் அது இருந்தது.

ஸ்டெல்லாவுக்கு ஒரு மகன் இருப்பதாகவும் அவன் வெளிநாட்டில் இருப்பதாகவும் ஃபெரூஸ்ஸா கூறியிருந்தாள். ஸ்டெல்லா மருத்துவமனையில் இருப்பது அவனுக்குத் தெரியுமாவென யோசித்தேன்.

மெல்லத் தன் கண்களைப் பாதி திறந்தாள் ஸ்டெல்லா. ஒன்றும் பேசாமல் சற்றுத் தயங்கி, “ஹலோ இளைஞனே” என்றாள்.

“ஹலோ டியர்” என்று பதிலளித்தேன்.

அவள் எழுந்து உட்கார முயன்றாள்.

உட்காருவதற்குத் தோதுவாகப் படுக்கையின் தலைப்பகுதியை நிமிர்த்தினேன். தலையணைகளை அதற்கேற்பச் சரி செய்தேன்.

“இப்போது மணி என்ன?” என்று கேட்டாள்.

சொன்னேன்.

“உங்களுக்குக் கொஞ்சம் தண்ணீர் தரவா?” என்று கேட்டேன்.

“கொடுங்கள்.”

ஒருநாள் இரவு தன் நெஞ்சு இறுக்கமாக இருப்பதை ஸ்டெல்லா உணர்ந்தாள். அவசர உதவிச் சேவையை அழைத்திருந்தாள். ஆம்புலென்ஸ் குறித்த நேரத்தில் வந்தது.

“மருத்துவர்கள் என்ன சொல்கிறார்கள்?”

“எனக்கு வயது அதிகமாகிவிட்டது. ஆனால் சீக்கிரமே குணமாகி விடுவேன் என்று சொல்கிறார்கள்.”

“இங்கே இன்னும் எவ்வளவு நாட்கள் இருக்கப் போகிறீர்கள்?”

“யாருக்குத் தெரியும்?

“சீக்கிரம் வீடு திரும்ப அவசரப் பட வேண்டாம்” என்றேன்.

அவள் புன்னகை செய்தாள்.

“சாவை முதன்முதலாய் எதிர்கொண்ட சம்பவத்தைக் கடந்த சில நாட்களாக நினைத்துப் பார்த்துக்கொண்டிருக்கிறேன்.”

“எங்கே அது நடந்தது?”

“ஒரு கப்பலின் மேல் தளத்தில்.”

“எப்போது நடந்தது? நீண்ட காலத்திற்கு முன்பா?”

“இரண்டாம் உலகப் போர் நடந்தபோது நான் வளரிளம் பருவத்தில் இருந்தேன். செவிலியர் பிரிவில் பணிபுரிய எனக்கு ஆணை பிறப்பித்தார்கள். வெளிநாடு செல்லப்போவதாக ஒருநாள் அவர்கள் எங்களிடம் கூறினார்கள். கடுமையாகப் புயலடித்த ஓர் இரவில் கப்பலேறினோம். பயணத்தின் போது ஜெர்மானியர் திடீரென எங்களைத் தாக்க, கப்பல் மூழ்கியது. கடல் அலைகளிலிருந்து என்னையும் சேர்த்து நான்குபேரை மட்டுமே அவர்களால் உயிருடன் மீட்க முடிந்தது. சிறியதாக வெட்டியிருந்த தலை முடியுடன் ஒல்லியான சிறுவனைப் போல் நான் இருந்தேன். எங்கள் உடை பெட்ரோலில் நனைந்திருந்ததால் அவற்றைக் களைந்த பின் ரப்பர் குழாய் வழியே கப்பல் மேல் தளத்திலிருந்து எங்களைக் கீழே இறக்கினர். என் பாட்டனாரைப் போலவே நானும் போரில் மாண்டு விடுவேனோ என அந்த இரவில் நினைத்தேன். முன்பு நடந்த சோம் யுத்தத்தில் மடிந்த லட்சக்கணக்கான போர் வீரர்களில் என் பாட்டனாரும் ஒருவர்.”

பேசுவதைச் சற்று நிறுத்தினாள்.

“குடிக்க நீர் வேண்டுமா?” என்று கேட்டேன்.

“மூச்சு வாங்குகிறது” என்றாள்.

சற்றுக் காத்திருந்தாள்.

“நான் ஒரு பெண் என்பதைக் கண்டுகொண்ட ஜெர்மன் அதிகாரி. ‘இந்தச் சிறு பெண் இந்தக் கப்பலில் என்ன செய்கிறாள்?’ என்று கேட்டான். அவன் பிறரிடமிருந்து என்னைப் பிரித்து மீண்டும் இங்கிலாந்திற்கே அனுப்பி வைத்தான். செத்துப்போய்விடுவேன் என்று முதலில் நினைத்தேன். அது இப்போது இல்லை. ஆனால் போர் முடிந்ததும் அந்த உணர்வு மீண்டும் வந்தது. நான் காதலித்த பையன் திரும்பி வரவேயில்லை. ஒரு புதைகுழிகூட அவனுக்குக் கிடைக்கவில்லை...”

அவள் கேட்காமலேயே தண்ணீர் பாட்டிலை அவளிடம் நகர்த்தினேன்.

தண்ணீரை ஒரு மிடறு குடித்தாள்.

“கப்பல் மேல் தளத்தில் காற்றுடன் மழை பெய்த அந்த இரவு ஏதோ நேற்று நடந்ததுபோல் இன்னும் ஞாபகத்தில் உள்ளது” என்றாள்.

“போர் பற்றிய சினிமாவில் வரும் காட்சிபோல் இருக்கிறது” என்றேன்.

“போர் பற்றிய திரைப்படங்கள் அந்தக் காலத்திற்கே என்னைக் கொண்டு சென்றுவிடும். நல்ல வேளை எங்களைப் போல் நீங்கள் போருக்குச் செல்லவில்லை. அந்தவகையில் நீங்கள் கொடுத்துவைத்தவர்” என்று பதிலளித்தாள்.

நான் ஒன்றும் பேசவில்லை. சிறிது நேரம் அமைதியாக இருந்தேன்.

தண்ணீர் பாட்டிலை அவள் கையிலிருந்து வாங்கிக்கொண்டேன்.

“உங்களுக்கு ஏதாவது வேண்டுமா?” என்று கேட்டேன்.

“மிக்க நன்றி. இன்று காலை ஒரு சிநேகிதி வந்தாள்; சில பொருட்களைக் கொண்டுவரும்படி அவளிடம் கேட்டிருக்கிறேன்.”

“நீங்கள் மருத்துவமனையில் இருப்பது உங்கள் மகனுக்குத் தெரியுமா?” என்று கேட்டேன்.

“இல்லை. அவனைத் தொந்தரவு செய்வதில் பயனில்லை.”

“நீங்கள் உடல் நலமில்லாதிருப்பதை அறிந்தால் அவன் நிச்சயம் இங்கு வருவான்” என்றேன்.

“அவன் கனடாவில் வாழ்கிறான். முழுநேரமும் வேலை செய்ய வேண்டியதிருக்கிறது.”

“ஒருநாளாவது அவன் இங்கு வர முடியும்...”

“சென்ற மாதம்தான் அவன் வந்திருந்தான்.”

வெகுதொலைவிலுள்ள நாடுகளில் வாழும் பிள்ளைகளின் தனிமையை நான் நினைத்துப் பார்த்ததில்லை. ஆனால் அவர்களின் தாயார் தனியே விடப்பட்டிருப்பதை நினைப்பதுண்டு.

கைப்பேசியில் பேசும்போது எல்லாவற்றையும் என் அம்மா என்னிடம் சொல்வதில்லை. அவளைக் கவனமாகக் கேட்ட பின் அவள் சொல்லாதவற்றை யூகிக்க முயல்வேன்

“நீ தனியாகவா வந்தாய்?” ஸ்டெல்லா கேட்டாள்.

ஃபெரூஸ்ஸா பற்றிய விவரங்கள் அவளுக்குத் தெரியாது.

அவளைப் பற்றிய அண்மைத் தகவல்களைத் தெரிவித்தேன்.

“நான் மருத்துவமனைக்கு வந்த அதே நாளில் ஃபெரூஸ்ஸா ஈரான் சென்றிருக்கிறாள் போலிருக்கிறது; அதனால்தான் அவள் கைப்பேசி அணைக்கப்பட்டிருந்தது; கைப்பேசியில் அவளைத்தொடர்புகொள்ளும்படிச் செவிலியரை நேற்று நான் கேட்டுக்கொண்டேன்” என்றாள்.

“இதுபற்றி உங்களுக்குத் தெரியுமென்று நினைத்தேன்.”

“ஈரானுக்குப் புறப்படும் முன்னர் என் வீட்டிற்கும் கடைக்கும் அவள் நிச்சயம் கைப்பேசியில் தொடர்புகொண்டிருப்பாள். என்னிடம் கைப்பேசி இல்லை” என்று கூறினாள்.

மருத்துவமனைகளில் கைப்பேசி அணைக்கப்பட வேண்டுமென்பது அப்போது ஞாபகம் வந்தது.

ஒரு கணம் தயங்கினேன்.

பாக்கெட்டிலிருந்து கைப்பேசியை வெளியே எடுத்தேன். கைப்பேசியை அணைக்கப் பொத்தானை அழுத்தினேன். விளக்கு அணையும்வரை கைப்பேசித் திரையிலேயே என் கண்கள் இருந்தன.

“ஃபெரூஸ்ஸ்ஸா அம்மாவின் கைப்பேசி எண் உங்களிடம் உள்ளதா?” என்று கேட்டேன்.

“வீட்டு எண்தான் உள்ளது” என்று பதில் கூறினாள்.

“அவர்கள் வீட்டில் இல்லை” என்றேன்

திரைக்கு மறுபுறமிருந்த நோயாளியைப் பார்க்க வந்திருந்த சிலர் கோடை விடுமுறை தினங்கள் பற்றிப் பேசிக்கொண்டிருந்தார்கள். சிறிது நேரம் அவர்கள் பேசுவதைக் கேட்டோம்.

நேரம் என்னவென ஸ்டெல்லா கேட்டாள்.

நான் கூறினேன்.

“நீங்கள் தேடிக்கொண்டிருக்கும் கேமரா, உற்பத்தி செய்யும் நிறுவனம், ஆண்டு பற்றிய விபரங்களைக் கண்டுபிடித்துவிட்டேன்” என்றாள்.

“உண்மையாகவா?”

அவள் முறுவலித்தாள்.

“ஒலிம்பஸ் சிக்ஸ்” என்றாள்.

“அந்தக் கேமரா பிரபலமானதா?” என்று கேட்டேன்.

“ஆம். இரண்டாம் உலகப் போர் நடந்த சமயத்தில் அது விற்பனைக்கு வந்தது. புகைப்படத்தில் அந்தக் கேமராவைப் பார்த்ததும் அது எனக்குப் பரிச்சயமான ஒன்றாகப் பட்டது.”

“நம்மால் அதைத் தேடிக் கண்டுபிடிக்க முடியுமென்று நினைக்கிறீர்களா?”

“ஐன்ஸ்டெயி[2]னின் கேமராவைக் கண்டுபிடிப்பதைவிட அது எளிது. லண்டனிலிருக்கும் என் நண்பனிடம் அதைக் கண்டுபிடிக்குமாறு கேட்டிருக்கிறேன்.”

“நன்றி.”

---

2. கோட்டாக்கின் தானியங்கிக் கேமரா சந்தைக்கு வருவதற்கு ஐந்தாண்டுகளுக்கும் முன்னரே ஆல்பெர்ட் ஐன்ஸ்டைன், மூடித் திறக்கும் கேமராவைக் கண்டுபிடித்து அதற்கான காப்புரிமையையும் பெற்றிருந்தார்.

"அது உங்களுக்கு மிகவும் முக்கியமானதா?"

"அதை என் அம்மாவுக்குக் கொடுப்பதாக இருக்கிறேன்."

"உன் அம்மா மற்றும் மாமாவின் கதைகள் சிலவற்றை ஃபெரூஸ்ஸா என்னிடம் சொல்லியிருக்கிறாள்."

"உண்மையில் அவர் என் அம்மாவின் மாமா. நாங்களும் அவரை மாமா என்றே அழைப்போம்."

"கிராமத்திலேயே நீயும் இருந்திருந்தால் அந்தச் சூரிய வெப்பத்தில் உன் தோற்றமும் உன் மாமாவைப் போலவே ஆகியிருக்கும்."

"என் அம்மாவும் இதையே சொல்வாள்" என்றேன்.

ஏதோ களைப்படைந்துவிட்டாற்போல் பேச்சை நிறுத்தினாள் ஸ்டெல்லா. ஆழமாய் மூச்சை இழுத்தாள்.

"நீங்கள் நன்றாக இருக்கிறீர்கள்தானே? செவிலியை அழைக்கட்டுமா?" என்றேன்.

"எப்போதும்போலவே இருக்கிறேன். சில சமயங்களில் ஆழமாக மூச்சை இழுக்க வேண்டியதிருக்கிறது."

"உங்களுக்குக் குடிக்க நீர் வேண்டுமா?"

"வேண்டாம் நன்றி" என்றாள்.

ஒரு கணம் பேசுவதை நிறுத்தினாள்.

"உன் மாமாவைப் பற்றிப் பேசிக்கொண்டிருந்தாய்..." என்றாள்.

"நான் குழந்தையாக இருந்தபோது 'எங்கிருந்து நான் வந்தேன்?' என்று கேட்பதுண்டு. என் அம்மாவும் அக்கம்பக்கத்தில் இருக்கும் 'அத்தை'களும் சிரிப்பார்கள். அவர்கள் சொன்ன பதிலை நான் நம்பவில்லை. சில சமயங்களில் நடு இரவில் கண் விழித்து அமைதியை உற்றுக் கவனிப்பேன். அந்த இருளிலேயே நான் மறைந்துவிடுவதாக நினைப்பதுண்டு. இந்த உலகிற்கு எப்படி வந்தேன் என்பதை அறிய எவ்விதம் ஆவல் கொண்டிருந்தேனோ அதுபோலச் சாவைப் பற்றி அறிந்துகொள்ளும் ஆவர்வமும் என்னிடம் இருந்தது."

"அதற்கான பதில் இப்போது உனக்குத் தெரியுமா?" என்று கேட்டாள் ஸ்டெல்லா.

அவள் புன்னகை செய்தபோது அவள் முகச் சுருக்கங்கள் ஆழமாகத் தெரிந்தன.

"சென்ற முறை கிராமத்துக்கு வந்தபோது ஹாட்டிஃப் மாமா தனது கேமராவை என் அம்மாவிடம் விட்டுச் சென்றிருந்தார். புகைப்படக் கருவி மனிதர்களை எவ்விதம் உருவாக்குகிறது என்று கண்டுபிடிக்க முடிந்தால் இந்த உலகில் நான் எப்படி பிறந்தேன் என்ற என்னைப் பற்றிய கேள்விக்கும் விடை கிடைத்துவிடும் என்று நான் நினைப்பது

வழக்கம். வீட்டில் யாருமில்லாதபோது பெட்டியைத் திறந்தேன். அதில் தலையை மறைப்பதற்காகப் பயன்படும் வண்ணத் துணிகளுக்கு மத்தியில் ஒளித்துவைக்கப்பட்டிருந்த கேமராவை வெளியே எடுத்தேன். கேமரா கையில் கிடைத்த பரபரப்பினால் என் இதயமே பிளந்துவிடுவதுபோல உணர்ந்த நான் அதனை ஆற்றுப் படுகைக்கு எடுத்துச் சென்றேன். ஒரு கல்லால் கேமராவை உடைத்தேன். சில திருகாணிகளையும் சிறுசிறு உலோகத் துண்டுகளையும் தவிர வேறு எதுவும் அதனுள் இல்லை. நான் நினைத்திருந்தபடி மனிதனை உருவாக்குவதற்கான எந்தத் தடயமும் அதில் இல்லை. அதனால் என் கேள்விக்கு விடையும் கிடைக்காது. இது வலுவற்ற என் மனதைப் பெரும் சுமையாய் அழுத்தியது. கட்டுப்படுத்த முடியாமல் கதறி அழுதேன்."

ஒரு கணம் என்னால் பேச முடியவில்லை.

வயதான மனிதனைப் போல் பெருமூச்சு விட்டேன். பின்பு பேச்சைத் தொடர்ந்தேன்.

"களைகளுக்கும் புதர்ச் செடிகளுக்கும் மத்தியில் கேமராவின் உடைந்த துண்டுகளைப் பொறுக்கியெடுத்து வீட்டிற்குக் கொண்டுபோய் மீண்டும் பெட்டிக்குள் வைத்தேன். சில மாதங்களுக்குப் பின் என் அம்மாவுக்கு இது தெரியாது. ஒரு மழைநாளில் என் மாமா இறந்துவிட்ட செய்தி கிடைத்ததும் துயரத்தில் என் அம்மா உரக்க அழுதாள். மாமாவின் பொருட்களைப் பெட்டியிலிருந்து வெளியே எடுத்தாள். தலையை மறைக்கும் வண்ணத் துணிகளுக்கு மத்தியில் உடைந்து நொறுங்கிய கேமராவின் துண்டுகளைப் பார்த்ததும் சட்டென அவளின் அழுகை நின்றது. ஏதாவது நிகழுமென்ற கவலையும் அச்சமும் அவளைப் பற்றிக்கொண்டது. அவளை அணைத்தவாறு பீறிட்டு அழுதேன். கண்ணீருடன் என் தலையை முத்தமிட்டாள். மீண்டும் அந்தப் பேச்சை அவள் எடுக்கவில்லை."

நான் மவுனமானேன்.

தாயின் மென்மையான உணர்வுடன் ஸ்டெல்லா என்னைப் பார்த்தாள்.

"உன் கேமராவைப் பற்றி ஃபெரூஸ்ஸாவுக்கும் எனக்கும் பலவிதமான கோட்பாடுகள் இருந்தன" என்றாள்.

"என்ன கோட்பாடுகள்?" என்றேன்.

"நீ வந்த முதல் நாளில் கேமராவை நீ தேடிக்கொண்டிருப்பதற்கான காரணம் என்னவாக இருக்கக்கூடும் என்பதைப் பற்றிப் பேசினோம். ஆனால் எங்கள் ஊகங்கள் அனைத்தும் தவறாகிவிட்டன."

"என்னிடம் நீங்கள் கேட்டிருக்க வேண்டும்."

"ஃபெரூஸ்ஸாவிடம் இன்னும் நீ சொல்லவில்லையா?"

"இல்லை."

"அவள் ஈரானிலிருந்து திரும்பி வரும்போது சொல்லலாம்..."

"எப்போது வருவாள்?"

“கவலைப்படாதே. அவள் திரும்பிவருவாள்” என்றாள்.

“அப்படித்தான் நம்புகிறேன்...” என்றேன்.

அவள் புன்னகை செய்தாள். என் மனம் நம்பிக்கையில் நிறைந்தது.

பாதி திறந்த கண்களுடன் அவள் வெளியே பார்த்தாள்.

“இதற்குப் பிறகாவது தன் சகோதரியுடன் அவள் சமாதானமாகி யிருப்பாள்” என்றாள்.

“ஏன் அவர்கள் இருவரும் பேசிக்கொள்வதில்லையா?” என்று கேட்டேன்.

“உனக்குத் தெரியாதா?” என்றாள்.

“தெரியாது” என்றேன்.

அவள் சிறிது நிறுத்தினாள். கண்களை மூடினாள். சென்ற ஆண்டின் விடுமுறை தினங்கள் மிகமோசமாக இருந்ததெனப் பக்கத்துப் படுக்கை நோயாளியைப் பார்க்க வந்தவர்கள் குறைபட்டுக்கொண்டிருந்தார்கள்.

ஸ்டெல்லா கண்களைத் திறந்து என்னைப் பார்த்தாள்.

“அந்த வெண்ணிறச் சட்டை உனக்குப் பொருத்தமாக இருக்கிறது” என்றாள்.

“வசந்த காலத்தில் வெண்ணிற ஆடை அணிவது எனக்குப் பிடிக்கும்” என்றேன்.

நான் இடுகாட்டிற்குச் சென்றுவந்ததை அவளிடம் சொல்லவில்லை.

சிறிது நேரம் எதுவும் பேசாதிருந்தோம்.

“எப்படியும் ஃபெரூஸ்ஸா உன்னிடம் சொல்லத்தான் போகிறாள். அவளுக்குப் பதிலாக நான் உன்னிடம் இப்போதே சொல்ல வேண்டுமா?”

“ஆம். சொல்ல வேண்டும்” என்றேன்.

“ரகசியத்தை என்னையறியாமலேயே சொல்லிவிட்டேன். இதற்கு மேலும் உன்னைக் காத்திருக்கச் செய்யக் கூடாது.”

“ஆம். காத்திருக்க வைக்க வேண்டாம்” என்றேன்.

குடிக்கத் தண்ணீர் கேட்டாள். ஜாடியிலிருந்த குடிநீரை அவளின் குவளையில் நிரப்பினேன். தன் உதடுகளை நனைப்பதற்காக இரண்டு மிடறு குடித்தாள்.

“இப்போது மணி என்ன?” என்று கேட்டாள்.

நான் சொன்னேன்.

பின்னர் மிக மெதுவாக இவ்விதம் சொன்னாள்.

“ஃபெரூஸ்ஸா ஓர் ஈரானியனைச் சந்தித்தாள். அவன் பெயர் ஞாபகத்தில் இல்லை. அவன் கண்களும் உன்னைப் போலக் கருநிறமாக

இருந்தன. உயரமான இளைஞன். இருவரும் திருமணம் செய்துகொண்டு ஈரானுக்குச் செல்வதெனத் திட்டமிட்டிருந்தார்கள். ஈரானிய இளைஞன் தனியாக ஈரானுக்குச் சென்றான். அதற்கான காரணம் என்னவென எங்களுக்கு அப்போது தெரியாது. அந்தச் சமயத்தில் ரோயா லண்டனில் படித்துக்கொண்டிருந்தாள்."

"ரோயா?"

"ஃபெரூஸ்ஸாவின் இரட்டை."

"அவள் பெயர் எனக்குத் தெரியாது."

"ரோயா லண்டனில் இருப்பதாக எல்லாரும் நினைத்தார்கள். ஆனால் ஒருநாள் ஈரானிலிருந்து ஃபெரூஸ்ஸாவுக்கு ஒரு கடிதம் வந்தது. அவள் அந்த ஈரானியனுடன் காதல் வயப்பட்டிருந்ததாக அந்தக் கடிதம் சொன்னது. அந்தக் காதல் வேண்டாமெனத் தன்னைக் கட்டுப் படுத்திக்கொள்ள முயன்றாள், அளவுக்கு மீறி மருந்துகள் உட்கொண்டாள், அந்தக் குடியிருப்பு வீட்டில் அவளுடன் இருந்தவர்கள் இதைக் கண்டுபிடித்து அவளை மருத்துவமனைக்கு உடனே கொண்டு சென்றார்கள். அதன்பின் காதலை மறுப்பதற்கோ அல்லது சாவதற்கோ வலுவேதும் அவளிடம் இல்லை. அந்த ஈரானியனுடன் பேசி அவனுடனேயே சென்றுவிட்டாள்."

தான் பேசுவதைத் திரைக்குப் பின்னால் இருந்தவர்கள் கேட்டு விடாதிருக்க ஸ்டெல்லா குரலைத் தணித்து முணுமுணுப்பதுபோல் பேசினாள்.

"ஃபெரூஸ்ஸாவை ரோயா குற்றம் சாட்டினாள். அந்த ஈரானிய இளைஞன் நீண்ட நாளாகத் தனது நண்பனாக இருந்துவந்திருந்தான் எனவும் அவனால் ஈர்க்கப்பட்டு அவன் மீது தான் காதல் கொண்டதாகவும் கூறினாள். ஈரானிய இளைஞனை ஃபெரூஸ்ஸாவிற்கு அறிமுகம் செய்துவைத்ததே அவள்தான் எனவும், ஆனால் அவர்கள் இருவரும் காதலர்களாவார்கள் என்பதைக் கற்பனையும் செய்ததில்லை எனவும் ரோயா மேலும் குறிப்பிட்டிருந்தாள். பின்னர் ஃபெரூஸ்ஸா இதுபற்றி எதுவும் பேசாதிருந்தாள். நீண்ட நாட்களுக்குப் பின் சூழ்நிலையைப் புரிந்து அதனை ஏற்றுக்கொண்டாள்."

சீராக என்னால் மூச்சுவிட முடியவில்லை. அதன் வேகம் குறைந்து கொண்டே இருந்தது. அது நின்றுவிடுமோ என அஞ்சினேன்.

என் குடிநீர்ப் பாட்டிலைப் பையிலிருந்து வெளியே எடுத்தேன்.

ஒரு மிடறு குடித்தேன்.

காத்திருந்தேன்.

இன்னொரு மிடறு குடித்தேன்.

விட்ட இடத்திலிருந்து ஸ்டெல்லா மீண்டும் பேச்சைத் தொடர்ந்தாள். "அது உண்மை அல்ல எனவும் ரோயா அவனைக் காதலித்தது தனக்குத் தெரியாது எனவும் ஃபெரூஸ்ஸா கூறினாள்."

குடிநீர் பாட்டிலைக் கீழே போட்டேன்.

திரையை நீக்கி செவிலி உள்ளே வந்தாள்.

“ஏதாவது பிரச்சினையா?” என்று கேட்டாள்

பிளாஸ்டிக் பாட்டிலைத் தரையிலிருந்து எடுத்தேன்.

“ஒன்றுமில்லை. இதைத் தவறிக் கீழே போட்டுவிட்டேன்” என்றேன்.

“எல்லாம் சரியாக இருக்கிறது” என ஸ்டெல்லா கூறினாள்.

புன்னகை செய்தவாறு வெளியே சென்றாள் செவிலி.

“அதிகமும் ஆபத்தானது எது? ஒரு பெண்ணின் புண்பட்ட கர்வமா அல்லது உடல் காயமுற்ற புலியா?” என்று கேட்டாள் ஸ்டெல்லா.

“அது எனக்குத் தெரியும்” என்றேன்.

“ஃபெரூஸ்ஸா ரோயா இருவரும் காயமடைந்தார்கள். ஒருவரை ஒருவர் காயப் படுத்திக்கொண்டார்கள்.”

அங்கிருந்து வெளியேறி விட்கன்ஸ்டெய்னின் சமாதிக்கு மீண்டும் செல்ல வேண்டுமென நினைத்தேன்.

வெண்ணிற ஆடை அணிந்த பிறரை அங்கே சந்திப்பேன்.

என் பெயரை ஒரு துண்டுத் தாளில் எழுதித் தரும்படி ஸ்டெல்லா கேட்டாள்.

“உன் பெயரை உச்சரிக்க முயற்சி செய்வேன்” என்றாள்.

அதை எழுதி அவளிடம் கொடுத்தேன்.

ஒவ்வொரு சொல்லின் ஓசையையும் உச்சரித்தவாறு அதை வாசித்தாள்.

“ப்ரா – ணி – டெ – வோ.”

நான் சொல்ல அவள் அதைத் திருப்பிச் சொன்னாள்.

“ப்ரா – ணி – டா – வோ ...” நீண்ட நேரம் உற்றுப் பார்த்தாள். ஒளி வீசும் கண்ணாடி போல் அந்தப் பார்வை இருந்தது.

தனது கையை நீட்டி என் விரல்களைத் தொட்டாள்.

அவள் பார்வையைத் தவிர்க்கக் கீழே குனிந்துகொண்டேன்.

13

புகைப்படம் எடுக்கும் டாட்டர்

போரில் எஞ்சியவை

போர் இன்னும் தொடங்கியிருக்கவில்லை. தான் தேடி அலைந்துகொண்டிருந்த பொக்கிஷத்திற்காக முதலும் கடைசியுமாக ஆன்கராவுக்கு ஓஸ் வந்தபோது இரண்டு நண்பர்களுடன் சேர்ந்து எடுத்துக்கொண்ட புகைப்படம் அவரிடம் இருந்தது. ஓஸ் அதில் ஒரு பிணத்தைப்போல அசையாமல் கேமராவுக்குத் தோற்றம் தந்திருந்தார். அந்த கேமராவுக்குள் என்ன இருக்குமென வியந்தவாறு திரும்பிப் பயணம்செல்லத்தயாரானார். அன்று அவரின் இருநண்பர்களும் அவரிடமிருந்து புகைப்படத்தை வாங்கிக்கொள்வதாக இருந்தது. ஆனால் படத்தின் சுருள் பாழாகிவிட்டதாகவும் மீண்டும் அவற்றைச் சரிசெய்ய வேண்டுமெனவும் புகைப்படம் எடுப்பவன் மறுநாள் சொன்னான். "எங்களின் மூன்றாவது நண்பன் இங்கில்லை" என்று அவர்கள் சொன்னார்கள்.

"கவலை வேண்டாம். எல்லாவற்றையும் நான் பார்த்துக் கொள்கிறேன்" என்றான் புகைப்படம் எடுப்பவன். வயதான ஓஸைப் போல் தாடிவைத்திருந்த ஒருவனை வழியில் பார்த்தான். அவனுக்கு மேல் சட்டை அணிவித்து அமரச் செய்து அவன் கையில் செபமாலையைக் கொடுத்தான்.

ஓஸின் நண்பர்கள் ஒருவாரம் கழித்துப் புகைப்படத்தை அவனுக்குக் காட்டியபோது, "என்னைப் போலிருக்கிறது. ஆனால் இது நான் அல்ல என்பதுபோலும் தெரிகிறது" என்று ஓஸ் சொன்னான். பல நாட்கள் அவனால் உறங்க முடியவில்லை, இருட்டில் அலைந்தான். தொழுவதை நிறுத்தினான். ஆன்மா தன்னிடமிருந்து பறிக்கப்பட்டதாக உணர்ந்தான். தொழுகைக்கு அழைக்கும் ஒவ்வொரு முறையும் தலையைத் திருப்பிச் சுவரில் தொங்கிக்கொண்டிருந்த புகைப்படத்தை உற்றுப் பார்த்தான். பனி விழுந்தது, பூக்கள் மலர்ந்தன, அறுவடைக் காலக் காற்றைப் போல் ஆண்டுகள் பறந்தோடின. ஒரு கோடை நாளில் புகைப்படமெடுக்கும்

ஒருவன் கிராமத்திற்கு வந்திருந்ததைப் பார்த்த வயதான ஓஸ், ஒவ்வொரு வீட்டுக் கதவையும் தட்டி, "புகைப்படம் எடுப்பவர்கள் மனிதர்களைப் புகைப்படத்தில் உருவாக்கிக் கடவுளைப் போலியாக நகல் செய்கிறார்கள். ஆனால் புகைப்படம் எடுத்த மனிதர்களை வறண்ட நிலத்தைப்போல ஆன்மா அற்றவர்களாக விட்டுவிடுகிறார்கள்" என்று கூறினான்.

டாட்டர் இஸ்தான்புல்லில் இருந்த தனது அண்ணனுடன் சேர்ந்து புகைப்படமெடுக்கும் வேலை செய்துகொண்டிருந்தான். போர் முடிந்தபின் டாட்டர் தனியாகத் தொழில் தொடங்கினான். போர் நடந்தபோது 'இஸ்தான்புல்லிலிருந்து வந்த சார்ஜென்ட்' என டாட்டரின் அண்ணனை அழைத்தார்கள். அவன் சாடேயைத் திருமணம் செய்து ஆன்கராவில் குடியேறினான். இவ்விதம் வேறு ஒரு வாழ்க்கைப் பாதையைத் தேர்ந்தெடுத்துக்கொண்டான். போரிலிருந்து திரும்பிய வீரர்களின் நினைவுகளில் கண்ணுக்குத் தெரியாத காயங்களும் வலியுமே இருந்தன. அவற்றைக் குணப்படுத்தி இலேசாக்கும் வேலையைக் காலத்தின் கைகளில் அவர்கள் விட்டுவிட்டிருந்தார்கள். இஸ்தான்புல் சார்ஜென்ட்டின் கனவுகள் தொடக்கத்தில் எல்லாரும் பாராட்டும்படி இருந்தன. அவன் தன் மனைவியை நேசித்தான், பணம் சம்பாதித்தான். போரிலிருந்து ஆதாயமாகக் கொண்டுவந்திருந்த அலறல்களும் பிணங்கள் பற்றிய நினைவுகளும் வாழ்வின் இருளுக்குள் அவனைக் கொண்டுசேர்க்கும்வரை கடுமையாக உழைத்தான்.

சில படை வீரர்கள் விதிவசத்தால் போரில் இறந்தார்கள்; உயிர் பிழைக்க நேர்ந்த படைவீரர்களோ இயல்பு நிலைக்குத் திரும்பாமலேயே துயரம் நிரம்பிய வாழ்வின் பள்ளத்தில் தலைகுப்புற விழுந்தார்கள். இஸ்தான்புல் சார்ஜென்ட் தடுமாறினான், அதிர்ச்சியில் திகைத்தான். இறுதியில் புறக்கணிக்கப்பட்ட குழந்தையைப் போலானான். ஒழுக்கக் கேடான செயல்கள் நடக்கும் மறைவிடங்களில் இரவுகளைக் கழித்தான். ஒவ்வொரு நாள் இரவும் வீட்டில் மனைவி தனக்காகக் காத்திருப்பதைப் பற்றிக் கொஞ்சமும் கவலைப்படாமல், இருட்டில் வழியில் வரும் ஒவ்வொருவர் மீதும் கத்தியை வீசினான். குவியும் பிணங்களின் எண்ணிக்கை பெருகப் பெருக அவன் புகழ் பரவிற்று; குடிமயக்கத்தில் அவன் மனம் மேலும் குழம்பிற்று. தனது மனைவியை வீட்டிற்குத் திரும்ப அழைத்துவருவதற்காக ஒருநாள் இரவு தனது மனைவியின் தந்தையான முன்னாள் படைத் தலைவர் வீட்டிற்குள் நுழைந்தான். போரில் பதுங்குகுழியிலிருந்து வெளியே வர உத்தரவு பிறப்பிப்பதுபோல வீட்டிலிருந்து வெளியேறும்படி படைத் தலைவர் அவனுக்கு ஆணையிட்டார். குடிபோதையிலிருந்த அவனோ தன்னை நோக்கி எதிரிகள் இவ்விதம் கூக்குரலிடுவதாக நினைத்துத் துப்பாக்கியை எடுத்துச் சுடத் தொடங்கினான். அங்கிருந்தோர் அதிர்ச்சி அடைந்தார்கள்.

பல நாட்களுக்குப் பிறகே இஸ்தான்புல்லிற்குச் செய்தி தெரிந்தது. ஒருநாள் மாலை காபி குடித்தவாறு பக்கத்துக் கடை முதலாளியுடன் தன் கடைக்கு முன்னால் நின்று பேசிக்கொண்டிருந்தான் டாட்டர். அவனுக்காக வீட்டில் யாரும் காத்துக்கொண்டிருக்கவில்லை. ஒருநாள் மற்றொரு நாளைப் போலவே கழிந்தது. அப்போது அவனுக்குத் தெரிந்த ஒருவர் அங்கே வந்தார். "இஸ்தான்புல்லிலிருந்து வந்த சார்ஜென்ட் என அழைக்கிறார்களே அவன்

உன் அண்ணனா?” என்று கேட்ட அவர் ஆன்கராவிலிருந்த ஒரு ஆசிரியர் அவனைப் பற்றிச் சொன்னதைத் தெரிவித்தார். தன் கடைச் சாவியைப் பக்கத்துக் கடை முதலாளியிடம் கொடுத்து விட்டு அங்கிருந்து உடனே கிளம்பினான் டாட்டர்.

வண்ணமயமான நகரங்களின் கறுப்பு–வெள்ளைப் பிரதியாக ஆன்கரா நகரம் அப்போது இருந்தது. எது சரி எது தவறு என்பதை எளிதாக அங்கே புரிந்துகொள்ள முடியும். ஒவ்வொருவரும் இன்னொருவரைப் போலவே அங்கே இருந்தார்கள். ஓர் அந்நியனை அங்கே உடனே இனங்காணலாம். வயிற்றில் குழந்தையுடனிருந்த சாடேயையும், தனது அண்ணனையும் டாட்டர் தேடினான். மருத்துவமனைகளிலும் போலீஸ் நிலையங்களிலும் விசாரித்தான். பழைய பத்திரிகைகளைச் சேகரித்துத் தன் அண்ணன் செய்திருந்த கொலைகளைப் பற்றிப் படித்தான். சாடேயின் பெற்றோர் புதைக்கப்பட்ட சமாதிகளுக்குச் சென்று அவள் அங்கு வரக்கூடும் என்ற நம்பிக்கையில் பல நாட்கள் அங்கே காத்திருந்தான். சாடே தன் குடும்பத்தை விட்டுவிட்டு அவள் தந்தை கூறியபடி ஹேம்னா சமவெளிக்குத் தனியாகச் சென்று அங்கே ஒரு கிராமத்தில் வாழ்வதாகக் கேள்விப்பட்டேன் என்று ஒருநாள் ஒரு கிழவன் கூறினான். இஸ்தான்புல் சார்ஜென்ட் எங்கே சென்றான் என்பது பற்றி யாரும் அறிந்திருக்கவில்லை; எங்கேயாவது ஒரு மதுக் கடையில் அவன் தென்படக்கூடும் அல்லது ஓர் இருண்ட தெருவிலிருந்து அவன் வெளிவரலாம்.

டாட்டர் குடிகாரர்களுடன் பேசிப் பழகினான், வேலை வெட்டி இல்லாத ஊர் சுற்றிகளின் நம்பிக்கைக்குரியவனானான். அவர்கள் கொலை செய்யத் தயாராக இருந்தார்கள்; சாவதற்கு அல்ல. இஸ்தான்புல்லில் பிறந்த அமைதியான தனது அண்ணன் எப்படி இந்த நபர்களில் ஒருவனானான் என்று டாட்டரால் புரிந்துகொள்ள முடியவில்லை. ஒருநாள் இரவு நகரின் மையப் பகுதியிலிருந்த மதுக் கடையில் மூன்று நாடோடிகள் இஸ்தான்புல் சார்ஜென்டிடம் சண்டை இழுத்துக் கொண்டிருப்பதாகக் கேள்விப்பட்டு உடனே அங்கு வேகமாக ஓடினான். மதுக்கடைக்குப் பின்புறம் கூடியிருந்த கும்பலுடன் சேர்ந்துகொண்டான். சில அடி தூரத்தில் அவனுடைய அண்ணன் தனியே நின்றிருந்தான். முழு நிலா வெளிச்சத்தில் அவன் கையிலிருந்த கத்தி மின்னியது. அவன் காலடியில் மூன்று நாடோடிகள் செத்துக் கிடந்தார்கள். அவர்களின் ரத்தம் கறுப்பும் வெள்ளையுமாக மண்ணில் வடிந்தவாறிருந்தது.

கும்பலைத் தள்ளியவாறு வளைந்து நெளிந்து முன்னால் சென்றான் டாட்டர். கும்பலிலிருந்தவர்கள் பதற்றத்துடன் அவனுக்கு வழிவிட்டுப் பின்னால் நகர, அவன் சார்ஜென்ட்டின் முன்னால் சென்றான். முதன்முதலாய் ஒரு சிலையைப் பார்க்கும் குடியானவனைப் போல தனக்கு முன்னால் நின்றுகொண்டிருந்த மனிதனை நீண்ட நேரம் கூர்ந்து பார்த்தவாறிருந்தான் சார்ஜென்ட். முன்னாலோ பின்னாலோ அடியெடுத்து வைக்காமல் பல எட்டுக்கள் பக்கவாட்டில் நகர்ந்தான். டாட்டர் தனது கைகளை வீசுவது போல் வெளியே நீட்டினான். கும்பல் இன்னொரு எட்டு பின்னால் நகர்ந்தது.

பிற இடங்களைப் போலவே இந்த நகரிலுள்ள மனிதர்கள் முகங்களிலும் அச்சம் இருந்தது. இதனை அறிந்திருந்த இஸ்தான்புல் சார்ஜென்ட் திரும்பிப் பாராமல் மெல்ல அங்கிருந்து வெளியேறித் தெருவுக்குச் சென்றான். டாட்டர் அவனைப் பின் தொடர்ந்தான். ஏழைகள் வாழும் அந்த நகரத்துத் தெருக்களில் ஒருவர் பின் ஒருவராய் அவர்கள் இருவரும் விடியும்வரை சுற்றித் திரிந்தார்கள். கும்பல் அவர்களைப் பின்தொடர்ந்தது. ஏதோ புனிதப் பயணம் மேற்கொள்வது போல் ஒரு வார்த்தையும் பேசாமல் அமைதியாகச் சென்றுகொண்டிருந்த அவர்கள் ஒரு பெரிய சாம்பல்நிறக் கட்டடத்திற்கு முன்னால் வந்தார்கள். நிலா வெளிச்சம் அந்தக் கட்டடத்தின் பின்புறம் விழுந்தது. இஸ்தான்புல் சார்ஜென்ட் அங்கேயே சிறிது காத்திருந்தான். தலை தாழ்த்தி வணங்கினான். டாட்டர் மெல்ல அவன் அருகே சென்று அவனை அரவணைத்து "அன்பு அண்ணனே" என்றான். ஏதோ பல ஆண்டுகளாய்க் குடித்திருந்த ஒயினின் போதை தணிந்து அப்போதுதான் நிதானத்திற்கு வந்தாற்போல, தெருச் சுற்றிகளும் நாடோடிகளும் கண்களை விரியத் திறந்து அவர்களை உற்றுப் பார்த்தார்கள். இஸ்தான்புல் சார்ஜென்ட் தனது சகோதரனை இப்போது ஏன் அரவணைத்துக்கொண்டிருந்தான் என்பதை அவர்களால் விளங்கிக்கொள்ள முடியவில்லை. அந்த இரு சகோதரர்களும் கொஞ்ச நேரம் அணைத்தவாறிருந்தார்கள். கையிலிருந்த கத்தியைத் திடீரெனச் சகோதரனின் கையில் திணித்த இஸ்தான்புல் சார்ஜென்ட், உடனே கத்தியைப் பிடித்திருந்த அவன் கையை இழுத்துக் கத்தியைத் தன் வயிற்றில் தானே குத்திக்கொண்டான். "என் எதிரிகள் அனைவரையும் கொன்றிருக்கிறேன். என்னைக் கொன்ற கவுரவம் என் சகோதரனுக்கே உரியது" என்றான். அரவணைத்துத் தூக்குவதற்காக ஏங்கும் ஒரு குழந்தைபோலத் தனது உடலைச் சகோதரனின் தோள்களில் சாய்த்தான் சார்ஜென்ட். கவி கூறுவது போல:

> நாட்களை எண்ணவும் மறந்தவன் அவன்,
> கட்டற்ற மகிழ்வுடன் இருப்பான் அல்லது
> வருத்தத்துடன் சாவை அழைப்பான்.
> ஒரு மழைத்துளி போதும் அவனைக் காக்க,
> அல்லது
> ஒரு நண்பனின் கரம் வாழ்வின் உறக்கத்திலிருந்து
> அவனை விடுவிக்கக்கூடும்.

"இஸ்தான்புல் சார்ஜென்டை அதோ அவன்தான் கொன்றான்" என அவர்கள் கூக்குரலிட்டார்கள். மண்டியிட்டு நின்றிருந்த டாட்டரை அங்கிருந்து வெளியே கொண்டுசென்றார்கள். சிறையில் ஒவ்வொரு நாளும் மற்றொரு நாளைப் போலவே கழிந்தது. வருடங்களை எண்ணியவாறு சிறையிலிருந்த டாட்டர், தன் சகோதரனின் ரத்தத்தைத் தன் விதியுடனேயே இணைத்துக்கொண்டான். பகலில் கம்பளம் நெய்தான். இரவில் புத்தகங்கள் வாசித்தான். ஹேம்னா சமவெளியிலிருந்து வந்த சிறைக் கைதிகள் கூறும் கதைகளைக் கேட்டு குர்திஷ் மொழி கற்றுக்கொண்டான். சமவெளியிலிருந்த கிராமங்களின் பெயர்களையும் தூரத்தில் வெளியே தெரியும் மலைக் குன்றுகளின் பெயர்களையும் மனப்பாடம் செய்தான். சாடே ஹேம்னா சமவெளிக்குச் சென்றிருப்பது அவனுக்குத் தெரியும். ஆனால் அவள்

எந்தக் கிராமத்தில் இருந்தாள் எனத் தெரியாது. போர்முனையில் தனது படைத் தலைவருடன் இஸ்தான்புல் சார்ஜென்ட் எடுத்துக்கொண்ட புகைப்படங்களை ஒவ்வொரு நாளும் ஆராய்ந்து படைத் தலைவரின் சாயல்கொண்ட ஒரு பெண்ணை வெளியே சென்று தேடத் தன்னைத் தயார்ப்படுத்திக்கொண்டான். வருடங்கள் கழிந்தன. தனக்கு வயதாகி வருவதும் கண்டு பிடிக்க வேண்டிய நபர்களுக்கு மேலும் வயதாகியிருக்கும் என்பதும் அவன் நினைவில் இல்லை.

சிறையிலிருந்து வெளியே வந்த டாட்டர் இஸ்தான்புல்லுக்குச் செல்லவில்லை. ஹேம்னா சமவெளியின் ஏழைகள் நிறைந்த ஒவ்வொரு கிராமத்திலும் அலைந்து திரிந்து புகைப்படங்கள் எடுத்தான். ஒவ்வொருவரின் ஆன்மாவையும் புகைப்படம் கைப்பற்றிக்கொண்டது. தங்களின் உண்மையான முகத்தை ஒருவராலும் அதனிடமிருந்து மறைக்க முடியாது. ஒரு துளி கண்ணீரில் ஆயிரம் துளிகள் இருந்தன. ஒரு புன்னகையில் ஆயிரம் அர்த்தம். யாராவது ஒருத்தி வந்து, என்னைத் தழுவி, “நீ தேடும் பெண் நான்” என்று கூறுவதாக டாட்டர் சில சமயங்களில் கற்பனை செய்வதுண்டு. புகைப்படங்களில் உண்மை தெரியும் என்பது பின்னரே அவனது ஞாபகத்திற்கு வர, ஒவ்வொரு நாள் காலையிலும் தான் எடுத்த புகைப்படங்களைத் தரையில் பரத்திப் போட்டுத் தனது அண்ணனின் பார்வைகொண்ட ஒரு குழந்தையையும், படைத் தலைவர் சாயலில் இருக்கும் ஒரு பெண்ணையும் அவற்றில் தேடுவான். அந்தச் சாயலுள்ளவர்களைத் தேடிப் பல வருடங்கள் அலைந்து திரிந்தான். ஒரு குழந்தை அல்ல, இரண்டு குழந்தைகள் சாடேக்கு இருந்ததும், சாம்பல்நிறக் கரடி தாக்கிய பின்னர் அவள் கரடி தாக்கி முகம் சிதைந்த பெண்மணி என அழைக்கப்பட்டதும் அவனுக்குத் தெரியாது.

சாடேயையும் அவளின் இரட்டைக் குழந்தைகளையும் தேடிக் கொண்டிருந்த ரகசியத்தை ஒரு பொக்கிஷத்தைப் போல டாட்டர் மறைத்து வைத்திருந்தபோது, ஒருநாள் ஹாட்டிஃப் மாமாவை ஹேம்னாவிலிருந்த ஒரு காபிக் கடையில் தற்செயலாகப் பார்த்தான். மாமாவின் குரலிலிருந்த நிதானம் உண்மையில் அவர் களைத்துச் சோர்ந்திருந்தார் என்பதை அவனுக்கு உணர்த்தியது; தன் மனைவியையும் குழந்தையையும் இழந்திருந்த அவர், அவர்களைத் தேடி மூச்சிரைக்க ஓடிக் கொண்டிருந்ததையும் டாட்டர் அறிந்திருந்தான். அவருக்குத் தேநீரும் புகையிலையும் தந்தான். தனது பையிலிருந்த புகைப்படங்களைக் காட்டி “நீங்கள் தேடிக்கொண்டிருக்கும் நபர்கள் இந்தப் புகைப்படங்களில் இருக்கலாம்” என்றான்.

அவர்கள் இருவரின் நட்பும் அங்கே அன்று தொடங்கிற்று. ஆனால் டாட்டர் தனது ரகசியத்தை மாமாவிடம் சொல்லவில்லை. புகைப்படங்கள் எடுத்தவாறு கிராமம் கிராமமாக அவன் சென்றுகொண்டிருந்ததையும் சொல்லவில்லை. இருவரின் பாதைகளும் பிரிந்திருந்தன. தத்தமது கதைகளின் தடத்தைத் தனித்தனியே அவர்கள் பின்தொடர்ந்தார்கள். ஒவ்வொரு பருவ காலத்திலும் அவர்கள் சந்தித்துக்கொண்டார்கள். சென்ற இடங்கள், பார்த்த மனிதர்கள், பயணிகளின் கூண்டு வண்டிகள் பற்றியெல்லாம் பேசிக்கொண்டார்கள். காலம் என்ற குதிரையின் வேகத்திற்கு அவர்களால்

ஈடு கொடுக்க முடியவில்லை. ஒருநாள் பேசிக்கொண்டிருந்த போது தங்களின் குழந்தைப் பருவத்தையும், சமீபத்தில் இறந்த உறவினர் பற்றியும் பகிர்ந்துகொண்டார்கள். தங்கள் நினைவுகளைப் பற்றிப் பேசினர். தனது குடும்பத்தாரின் புகைப்படங்களைக் காட்டிப் போரில் தனது சகோதரன் இறந்த விஷயத்தை ஹாட்டிஃப் மாமாவிடம் டாட்டர் கூறினான். புகைப்படங்களை ஒவ்வொன்றாகப் பார்த்த ஹாட்டிஃப் மாமா ஒரு குறிப்பிட்ட படத்தை நிதானமாகக் கூர்ந்து பார்த்தார். அந்தப் படத்தில் இஸ்தான்புல் சார்ஜென்ட் நின்ற நிலையிலும், படைத் தலைவர் தொப்பி அணியாமல் தரையிலும் இருந்தார்கள். மணற்காற்று வீசியது. ஹாட்டிஃப் மாமா தேநீரை ஒரு மிடறு குடித்தார். சிகரெட்டை ஒருமுறை இழுத்தார். "கரடி தாக்கிய பெண்மணியைப் போல இந்த மனிதன் இருக்கிறான்" என்றார்.

"யார்?" என்றான் டாட்டர்.

"இந்தப் படைத் தலைவர்."

14

ஓ'ஹாரா

கவிதைக் கலை

கைப்பேசி மணி ஒலித்தது.

லண்டனிலிருந்து நண்பர் பேசினார்.

"நேற்று ஊர்வலத்திற்கு நீங்கள் வரவில்லை..."

"என்னால் வர முடியவில்லை."

"மீண்டும் தூக்கமின்மையா?"

"ஆம்."

"இஸ்தான்புல்லில் நடந்தது பற்றி உனக்குத் தெரியுமா?"

"நேற்று இரவு அவர்கள் என்னை அழைத்தார்கள். நமது தோழர்கள் சிலர் கைது செய்யப்பட்டதாகச் சொன்னார்கள்."

"நமது கூட்டத்தை முன்கூட்டியே வைக்கலாமென நினைக்கிறேன். நீங்கள் என்ன சொல்கிறீர்கள்?"

"நல்ல யோசனை. தேதி முடிவான பின் என்னிடம் சொல்லுங்கள்."

"கட்டுரையை எழுதிமுடித்துவிட்டீர்களா?"

"கிட்டத்தட்ட. இஸ்தான்புல்லிலிருந்து வந்த கோப்புக்களைப் பார்த்துக்கொண்டிருக்கிறேன்."

கைப்பேசியைக் கீழே வைத்தேன்.

மேலும் ஒரு மணிநேரம் படுக்கையில் இருந்தேன்.

சன்னல் வழியாக வானத்தைப் பார்த்து வானிலையைக் கணிக்க முயன்றேன்.

எழுந்து டிவியை இயக்கினேன்.

மொழிபெயர்ப்பாளர்களின் முகைமையை அழைத்து, வரும் வாரத்தில் வேலை இருக்கிறதா என்று விசாரித்தேன்.

வெளியே சென்று புதுக் காற்றைச் சுவாசித்தேன்.

துடுப்புக்களை வலித்தவாறு சில படகுகள் ஆற்றில் சென்று கொண்டிருந்தன.

வெள்ளையடித்த வீடுகளைக் கடந்து அமைதியான தெருக்களில் உலாவினேன்.

வர்த்தக மையத்திற்கு அருகே சுரங்கப் பாதையின் உள்ளே இருந்த பொதுச் சுவரில் எழுதப்பட்டிருந்த வார்த்தைகள் என் கவனத்தை ஈர்த்தன. பதின்பருவத்துப் பையன்கள் "கவிதையில் கலை என்பது" என்று சுவரில் எழுதி, வண்ணச் சாயம் இல்லாத காரணத்தால் அந்த வாக்கியத்தை முழுவதும் எழுதி முடிக்காமல் பாதியில் விட்டிருந்தார்கள். சுவரின் மீதேறி "கவிதையில் கலை என்பது இறத்தல்" என எழுதி இப்போது அதனை முடித்திருந்தார்கள்.

அந்தச் சொற்களுக்கு முன்னால் நின்றேன். என்னைக் கடந்து சென்றோர் 'கவிதையில் சாவை'ப் பார்க்கவில்லை; ஆனால் என்னைப் பார்த்தார்கள்.

சிட்டி சென்டருக்குச் சென்றேன்.

தெருப் பாடகர்கள் பாடுவதைக் கேட்டேன்.

சந்தையில் வண்ண ஆடைகள், அலங்கரிக்கப்பட்ட நகைகள், புதிய பழங்கள் முதலியவற்றின் மீது பார்வையை ஓட்டினேன்.

சிற்றுண்டி ஊர்தியிலிருந்து காபி வாங்கிக்கொண்டு சந்தையின் சதுக்கத்திலிருந்த நீரூற்றுக்கு அருகே அமர்ந்தேன்.

பல்வேறு நாடுகளைச் சேர்ந்த பல மாணவர்கள் தாங்கள் வாங்கி வந்த பொருட்களை ஒருவர் மற்றவரிடம் காட்டியவாறிருந்தார்கள். இந்திய டீ ஷர்ட், ஆரஞ்சு வண்ணக் கழுத்துச் சால்வை, தோலினாலான காப்பு ஆகியவை ஒருவரிடமிருந்து இன்னொருவருக்குக் கடந்தவாறிருந்தது.

காபி குடித்து முடித்ததும் மீண்டும் கடைகளைப் பார்க்கத் தொடங்கினேன்.

பழைய புத்தகங்களைப் புரட்டினேன்.

ரொட்டி விற்கும் கடையிலிருந்த ஒருவன் என் கவனத்தை ஈர்த்தான். எந்த நாட்டைச் சார்ந்தவன் என அவனிடம் கேட்டேன்.

"அயர்லாந்து…" எனக்குப் பின்னால் குரல் கேட்டது.

யாரென்று பார்க்கத் திரும்பினேன். அடையாளம் கண்டுகொண்டேன். அஸீத்தாவின் பிறந்தநாளில் சந்தித்த கறுப்பு ஃபிரேம் கண்ணாடி அணிந்த அதே நபர்.

“ஹலோ ஓ’ஹாரா” என்றேன்.

அருகே வந்து கை குலுக்கினார்.

“ஹலோ… ப்ரானி டாவோ” என்றார்.

“உங்களுக்கு என் பெயர் நினைவிருக்கிறது” என்றேன்.

“ஆம்.” என்ற அவர், “இவர்தான் என் தந்தை” என்றார்.

கடையிலிருந்த வயதான மனிதருக்கு முகமன் கூறினேன்.

“அவர் உங்களைப் போல் இருப்பதால் எந்த நாட்டிலிருந்து வந்திருக்கிறார் எனக் கேட்டேன்.”

“நான் கண்ணாடி அணிந்திருந்துமா அவர் என்னைப் போல் இருப்பதாக நீங்கள் நினைத்தீர்கள்?” என்று கேட்டார் ஓ’ஹாரா.

“ஆம்.”

நான் எந்த நாட்டைச் சேர்ந்தவன், என்ன செய்கிறேன் இங்கே எவ்வளவு காலமாக இருந்துவருகிறேன் ஆகிய விவரங்களை என்னிடம் கேட்டார் அவர் தந்தை. இங்கிலாந்து வாழ்க்கையைப் பொறுத்துக்கொள்ளும்படி என்னிடம் சொன்னார்.

அடுத்த கடையிலிருந்த ஒரு முதியவரைச் சுட்டிக்காட்டி, “இந்த இடம் பாழாய்ப்போன ஆங்கிலேயர்களுக்குச் சொந்தமானதாக இல்லாதிருந்தால் நன்றாக இருந்திருக்கும்” என்றார்.

“அது எங்களுக்குச் சொந்தமான இடமாக இல்லாதிருந்தால் உங்கள் கிராமங்களிலேயே நீங்கள் இன்னும் உழன்றுகொண்டிருப்பீர்கள்” எனக் காட்டமாகப் பதிலளித்தார் பக்கத்துக் கடை முதியவர்.

“நாங்கள் உங்கள் நகருக்கு வந்தது மிக நல்ல விஷயம். இல்லாவிட்டால் அசல் ஆண்களைக் காணும் வாய்ப்பு உங்கள் பெண்களுக்கு ஒருபோதும் கிடைத்திருக்காது.”

வயதான அந்த இரண்டு முதியவர்களும் கடகடவெனக் குலுங்கிச் சிரித்தார்கள்.

“மீண்டும் அவர்கள் சண்டைபோடத் தொடங்கிவிடுவார்கள்” என்றார் ஓ’ஹாரா.

“இப்படித்தான் அவர்கள் எப்போதும் இருப்பார்கள் என்று தெரிகிறது” என்றேன்.

சின்னக் குழந்தை ஒன்று தத்தித் தத்தி நடந்து வந்து எங்களைக் கடந்து ஓடியது; குழந்தையின் அம்மா அந்தக் குழந்தையைப் பிடித்தாள்.

“உங்களின் கைப்பேசி எண்ணைத் தரும்படி ஃபெரூஸ்ஸாவிடம் கேட்டேன்” என்று கூறினார் ஓ’ஹாரா.

“உண்மையாகவா?”

“இந்த வாரம் உங்களைக் கைப்பேசியில் அழைக்கவிருந்தேன்.”

“டீனாவை சமீபத்தில் பார்த்தீர்களா?” என்று கேட்டேன்.

“இல்லை. பாரிஸில் ஒரு மாநாட்டிற்குச் சென்றேன். இன்று காலை தான் திரும்பினேன்.”

“மாநாடு?”

“தத்துவம் தொடர்பான மாநாடு.”

“நீங்கள் ரொட்டி, கேக் முதலியவற்றைச் செய்து விற்பவரல்லவா?”

“இது எனது தந்தையின் பேக்கரி. உதவிக்காக எப்போதாவது இங்கு வருவேன்.”

நான் சற்றுத் தயங்கினேன்.

“உங்களிடம் டீனாவின் கைப்பேசி எண் உள்ளதா?” என்றேன்.

“ஆம். என்ன விஷயம்?”

ஃபெரூஸ்ஸா ஈரான் சென்றது, அஸீத்தா வீட்டில் இல்லாதது எனச் சென்ற வாரம் நடந்த விஷயங்களைக் கூறினேன்.

ஓ’ஹாரா கைப்பேசியில் டீனாவை அழைத்தார். அவள் கிடைக்கவில்லை.

“உங்களுக்கு நேரம் இருக்கிறதா? கொஞ்ச தூரம் நடக்கலாமா?”

அவரின் தந்தையும் அடுத்த கடைக்காரரும் ஒருவரோடொருவர் வாதம் செய்வதும் சிரிப்பதுமாக இருந்தார்கள்.

சிற்றுண்டி ஊர்தியிலிருந்து ஆளுக்கு ஒரு காபியை வாங்கினோம்.

தேவாலயத்திற்கு அருகேயிருந்த குறுகலான தெருவிற்குச் சென்றோம். தெருவுக்குப் பின்னால் இருந்த கிங்ஸ் கல்லூரியின் சுற்றுச் சுவரின் மீது அமர்ந்தோம்.

“உங்களைப் பற்றியும் உங்கள் அரசியல் செயல்பாடுகளைப் பற்றியும் ஃபெரூஸ்ஸா என்னிடம் சொல்லியிருக்கிறாள்” என்றேன்.

“உன்னைப் பற்றியும் என்னிடம் சொல்லியிருக்கிறாள்” என்றார்.

நாங்கள் சிரித்தோம்.

“எங்களின் அமைப்புகளுக்கிடையே தூது செல்லும் பொறுப்பைத் தானாகவே அவள் ஏற்றுக்கொண்டிருக்கிறாள்.”

“சில சமயங்களில் இந்த விஷயங்கள் இயல்பாகவே நடக்கின்றன.”

வயதான தம்பதியர் எங்களுக்கு அருகே வந்து எங்கள் முன்னால் நின்றனர். எதிர்வீட்டு இரண்டாம் மாடியிலிருந்த பெயர் பொறித்த கற்பலகையைப் பார்த்தார்கள்.

“லண்டனிலிருக்கும் உங்கள் ஆட்களிடம் எங்களின் தோழர்கள் ஒரு சந்திப்பை ஏற்பாடு செய்ய முயன்றுவருகிறார்கள்” என்றேன்.

“உங்களுக்குத் தொடர்புகள் இருக்கிறதா?” என ஓ’ஹாரா கேட்டார்.

“இருந்தது. உங்கள் அமைப்பிற்கும் ஆங்கிலேய அரசாங்கத்திற்கும் இடையேயான சமாதானப் பேச்சு வார்த்தை தீவிரமடைந்தபோது அந்தத் தொடர்புகள் முறிந்தன.”

“உங்களுக்கு உதவியாக நான் ஏதேனும் செய்ய முடியுமா என்று எனக்குத் தெரிவியுங்கள்” என்றார்.

“நிச்சயமாகச் சொல்கிறேன். நன்றி.”

ஓ’ஹாரா காபிக் குவளையை உயர்த்தினார்.

“நல்ல நாட்களுக்காக” என்றார்.

நானும் என் காபிக் குவளையை உயர்த்தினேன்.

“நல்ல நாட்களுக்காக.”

எங்களைக் கடந்து சிலர் சென்றுகொண்டிருந்தார்கள்.

“ஃபெரூஸ்ஸா ஈரானுக்குப் பயணம் செய்ய முடியும். ஆனால் அஸீத்தாவோ டீனாவோ சட்டப்படிப் பயணம் செய்ய முடியாது” என்றார்.

“அது ஆபத்தானது” என்றேன்.

“போலிக் கடவுச் சீட்டு இல்லாமல் அவர்களால் பயணம் செய்ய முடியாது.”

“அவர்களிடம் நிச்சயம் அது இருந்திருக்கும்.”

“இல்லை. அவர்களால் முடியாது. என் உதவியில்லாமல் அது சாத்தியமில்லை.”

“அவர்களுக்குக் கடவுச் சீட்டுக் கிடைக்க நீங்கள்தான் ஏற்பாடு செய்ய வேண்டுமா?”

“ஆம். என் செல்வாக்கைப் பயன்படுத்திக் கடவுச் சீட்டைப் பெற முடியும் என்று டீனாவுக்குத் தெரியும்.”

சில அடி தூரம் தள்ளி ஒரு சிறுமி வயலின் வாசிக்க மற்றொருவன் நடனமாடிக்கொண்டிருந்தான்.

“அவள் திரும்பி வருவாள் என நினைக்கிறீர்களா?” என்று கேட்டேன்.

“யார்? ஃபெரூஸ்ஸாவா?”

“ஆம்.”

“அவள் திரும்பி வருவாள் என நீங்கள் நினைக்கிறீர்களா?”

“எனக்குத் தெரியாது” என்றேன்.

“இரு வாரங்களுக்கு முன்பு அலாவ்டா அடிமையின் திருமண நிகழ்வு நாடகமாக மீண்டும் அரங்கேறியபோது நீங்கள் அங்கே இருந்தீர்கள்...”

"அங்கே ஃபெரூஸ்ஸாவைச் சந்தித்தேன்."

"டீனாவுக்கு ஃப்ளூ ஜுரம். அதனால் நாடகத்திற்கு வர முடியவில்லை. அவளின் அழைப்பிதழை ஃபெரூஸ்ஸா பயன்படுத்திக்கொண்டாள்."

"நீங்கள் அங்கே இருந்தீர்களா?" என்று கேட்டேன்.

"நான் ஓர் உரை நிகழ்த்தினேன்."

"விதியைப் பற்றி உரை நிகழ்த்தியது நீங்கள்தானா?"

"ஆம்."

"அப்போது நீங்கள் மூக்குக் கண்ணாடி அணிந்திருக்கவில்லை" என்றேன்.

"கான்டாக்ட் லென்ஸ் போட்டிருந்தேன்" என்றார்.

"அலாவ்டா ஆப்பிரிக்காவிலிருந்து கடத்திவரப்பட்ட அடிமை. எனினும் தனது விதியைத் தானாகவே அவன் உருவாக்கிக்கொண்டான் என்று சொன்னீர்கள்" என்றான்.

"ஆப்பிரிக்காவிற்கு அவனால் திரும்பிச் செல்ல முடியவில்லை. ஆனால் தனது ஆப்பிரிக்காவையே இங்கே அவன் உருவாக்கிக்கொண்டான்."

"ஃபெரூஸ்ஸா இல்லாமல் ஆப்பிரிக்காவை நான் எப்படி உருவாக்க முடியும்?" என்றேன்.

"ஃபெரூஸ்ஸாதான் உங்கள் ஆப்பிரிக்கா இல்லையா?"

ஆம் என்பதாகத் தலையசைத்தேன்.

"உங்களின் ஆப்பிரிக்கா உங்களிடம் வர நீங்கள் காத்திருக்க வேண்டும். அல்லது நீங்கள் உங்களின் ஆபிரிக்காவைத் தேடிச் செல்ல வேண்டும்."

"அப்படியானால் அவளைத் தேடிச் செல்கிறேன்" என்றேன்.

"ஈரானுக்கு."

"ஆம், ஆனால்…"

தயங்கினேன்.

ஒரு மிடறு காபி அருந்தினேன்.

ஓ'ஹாரா என்னைப் பார்த்தார்.

"ஆனால்..?" மீண்டும் கூறினார்.

"எனக்குக் கடவுச் சீட்டு வேண்டும்" என்றேன்.

ஓர் இளம் தம்பதியர் தங்களைப் புகைப்படம் எடுக்கும்படிக் கேட்டுக் கொண்டார்கள். எதிர் வீட்டிற்கு முன்னால் கையுடன் கை சேர்த்துப் புகைப் படத்திற்குத் தோற்றம் தந்தார்கள்.

"உங்களுக்குக் கடவுச் சீட்டு ஏற்பாடு செய்ய வேண்டுமா?" என்றார் ஓ' ஹாரா.

“முடியுமானால்” என்றேன்.

“முடியும். ஆனால் கொஞ்ச நாளாகும்” என்றார்.

“எவ்வளவு நாட்கள்?”

“சில வாரங்கள்” என்றார்.

“இவ்விதம் தனிப்பட்ட விஷயத்தில் உதவிசெய்யும்படி என் நண்பர்களையே என்னால் கேட்க முடியவில்லை” என்றேன்.

“புரிந்தது” என்றார்.

“மிக்க நன்றி. ஆப்பிரிக்காவுக்காக” என்றேன்.

அவர் சிரித்தார். காபிக் குவளையை உயர்த்தினார்.

“அனைத்து ஆப்பிரிக்கர்களுக்கும்” என்றார்.

“அனைத்து ஆப்பிரிக்கர்களுக்கும்.”

தெருவில் கூட்டம் நிரம்பி வழிந்தது. அந்த இரைச்சலில் சிறுமி வயலின் வாசித்தது காதில் விழவில்லை.

“நீயும் ஃபெரூஸ்ஸாவும் நல்ல தம்பதியராக இருக்க முடியும் என நாங்கள் நினைக்கிறோம்.”

“நாங்கள் என்றால் யார்?”

“டீனா, அஸீத்தா, நான்.”

“அஸீத்தா அப்படி சொன்னாளா?”

“தெளிவாகச் சொல்லவில்லை. ஆனால் ஈரானியப் பெண்களின் மனஓட்டம் எனக்குத் தெரியும்.”

“ஈரானியப் பெண்கள் அனைவரின்..? அனைவரின் பண்பும் ஒன்றுபோலவா எல்லோருக்கும் இருக்கும்?”

“சரி, இந்தக் குடும்பத்தில் இருக்கும் ஈரானியப் பெண்கள் என வைத்துக் கொள்ளலாம். சரியா?

“எனக்கும் கற்றுத் தருவீர்களா?”

“என்ன?”

“அவர்களை எப்படி புரிந்துகொண்டீர்கள் என்று கற்றுத் தாருங்கள்.”

“அதைச் சொல்லித்தர முடியாது.”

“அவர்களோடு இருப்பதன் மூலமே கற்றுக்கொள்ள முடியும்.”

என்னைப் பார்த்துப் புன்னகை செய்தார்.

கைப்பேசியில் தொடர்புகொள்ள வேண்டாமென நானும் ஓ’ஹாராவும் முடிவுசெய்துகொண்டோம். பேக்கரிக்குச் சென்று என் புகைப்படத்தை அவர் தந்தையிடம் கொடுப்பதன் மூலம் ஓ’ஹாராவைத் தொடர்புகொள்வேன். இருவரும் விடைபெற்று வீட்டிற்குப் புறப்பட்டோம்.

சுரங்கப் பாதை வழியாக நடந்துகொண்டிருந்தபோது, “இறந்து கொண்டிருப்பது கவிதையின் கலையாகும்” எனச் சுவரில் எழுதியிருந்த வாசகத்தின் முன்னால் ஒரு பெண் நின்றுகொண்டிருப்பதைப் பார்த்தேன். ஒரு சிறுமி அவளுடன் இருந்தாள். இருவரும் அந்த வாசகத்தைப் பார்த்துக் கொண்டிருந்தார்கள். வீடு வந்தபோது என் கைகள் நடுங்கிக்கொண்டிருந்தன.

நான் வேலை எதுவும் செய்யாதிருந்தும் மிகவும் களைப்படைந்திருந்தேன்.

குளித்தால் நன்றாக இருக்கும் என்று நினைத்தேன்.

குளியல் தொட்டியை நிரப்பிக் கண்களை மூடியவாறு வெந்நீரில் கிடந்தேன். எனது குடும்பத்துடன் வீடு திரும்புவதாகவும், வயல்வெளிகளில் அலைந்துதிரிவதாகவும், காபிக் கடை நடைபாதை மேடையில் அமர்ந்திருப்பதாகவும் பகல் கனவு கண்டேன்.

களைப்பினால் திடீரெனப் பாதிக்கப்படும்போதெல்லாம் தலை சுற்றுவது போலும் தசைகள் வலுவிழந்ததுபோலும் நான் உணர்வதுண்டு.

குளித்து முடித்து வெளியே வந்தபோதும் என் கைகள் நடுங்கியவாறு இருந்தன. பல மாதங்களாய் மயக்கமடையும் நிலை ஏற்படவில்லை. ஆனால் இப்போது எந்த நேரமும் மயங்கி விழுந்து விடுவேனோ என்று பயந்தேன்; படுக்கையில் விழுந்தேன்.

ஒரு கனவுக்குள் நழுவினேன். என்னைச் சுற்றிலும் கூட்டமிருந்ததையும் படை வீரர்கள் என்னை நோக்கி ஓடிவருவதையும் பார்த்தேன். சூரியன் திடீரென மறைந்தான். காலம் நிரந்தரமாய் ஸ்தம்பித்து நின்றது. படைவீரர்கள் உறுமியவாறு என்னை அடித்தார்கள். என் முகத்தின் எலும்புகள் முறியும் சத்தம் கேட்டது. முழு உடம்பும் ரத்தத்தில் நனைந்திருந்தது. ஒரு சிறுமியின் கண்களை என் கண்கள் சந்தித்தன. எனக்கு உதவத் தனது கைகளை என் முன் நீட்டினாள். புன்னகை செய்தேன். அவளும் புன்னகைத்தாள். எனக்குப் பின்னால் திரும்பிப் பார்த்தேன். மிகப் பெரிய வயல்வெளியும் பயிர்களும் தெரிந்தன. உடலிலிருந்து இன்னும் அதிகமாய் ரத்தம் வழிந்தது. கதிர்களின் நிறம் சிவப்பாக மாறியிருந்தது. “அவன் இறந்துவிட்டான்” என்ற குரல் கேட்டது. நாசித் துவாரங்கள் முழுவதும் ரத்த வாசனை. முழு உலகும் கரிய நிறம் கொண்டிருந்தது. தூரத்தில் ஒரே பாடலை மீண்டும் மீண்டும் பாடிக்கொண்டிருந்தாள் ஒரு பெண். கைப்பேசி விடாப்பிடியாக ஒலித்தவாறிருந்தது.

விரிந்த சிறகுகள் கொண்ட காலப் பறவை வெற்றிடத்தில் தொங்கியவாறிருந்தது.

கண்களை மெல்லத் திறந்தேன்.

கடிகாரத்தைப் பார்த்தேன். படுக்கைக்குச் சென்று மூன்றுமணி நேரமாகியிருந்தது.

நீண்ட நாட்களுக்குப் பிறகு கனவு காண்பது இதுவே முறை. மனம் தளர்ந்திருந்தது. மயக்கம் ஏற்பட்டது நல்லதுதான்.

கைப்பேசி மீண்டும் ஒலித்தது.

"ப்ரானி டாவோ" கைப்பேசியின் மறுமுனையில் ஒரு பெண்.

ஆயிரம் குரல்களில் அதனை என்னால் அடையாளம் கண்டுகொள்ள முடியும்.

"அஸீத்தா" என்றேன்.

"தவறான நேரத்தில் அழைத்துவிட்டேனா? நீண்ட நாட்களாய் உன்னிடமிருந்து எந்தத் தகவலுமில்லை..."

"இல்லை. இல்லை, இல்லை..."

கழுத்து, வயிறு முதுகெல்லாம் வியர்வையில் நனைந்தன.

ஆழமாய் மூச்சை இழுத்தேன்.

அஸீத்தா, டீனாவின் வீட்டில் இருந்தாள். ஃபெரூஸ்ஸாவை வழியனுப்பிய பின் அவர்கள் லண்டன் சென்றிருந்தார்கள். பரிசோதனைக்காக மருத்துவமனை சென்றிருந்ததால் ஓ'ஹாரா அனுப்பியிருந்த செய்தி தாமதமாகவே அவர்களுக்குக் கிடைத்தது.

ஒரு குறிப்பை எழுதி அவர்கள் வீட்டில் விட்டு வந்தது, தெரிந்த நண்பர்களிடம் விசாரித்தது, ஸ்டெல்லாவின் நெஞ்சு வலி, ஓ'ஹாராவைச் சந்தையில் பார்த்தது ஆகிய விவரங்களை அவளிடம் சொன்னேன்.

"பல விஷயங்கள் தொடர்ந்து நடந்துகொண்டிருந்ததால் அவற்றில் கவனம் செலுத்த வேண்டியதிருந்தது. அதனால் ஃபெரூஸ்ஸாவிடம் உங்கள் கைப்பேசி எண்ணைக் கேட்கவில்லை" என்றாள்.

"ஃபெரூஸ்ஸாவையும் கைப்பேசியில் தொடர்புகொள்ள முடியவில்லை" என்றேன்.

"வெளிநாடுகளில் அவள் கைப்பேசி வேலை செய்வதில்லை. அங்கே சென்ற பிறகுதான் அவளுக்கு இது தெரியும்" என்றாள்.

"அவளுடன் தொடர்பில் இருந்தீர்களா?"

"ஒருமுறை கைப்பேசியில் அவள் என்னிடம் பேசினாள்" என்றாள்.

"அவளிடம் பேச வேண்டும். கைப்பேசி எண் ஏதேனும் இருக்கிறதா?"

"துரதிருஷ்டவசமாக இல்லை" என்றாள்.

"ரோயா நன்றாக இருக்கிறாளா?"

"அவள் மருத்துவமனையில் இருக்கிறாள்" என்றாள்.

அவள் குரல் உடைந்ததை என்னால் உணர முடிந்தது.

"சென்ற தடவை நோயிலிருந்து மீண்டாள். இந்த முறையும் குணமடைவாள்" என்றேன்.

"ஈரானிலிருந்து வெகுதொலைவிலுள்ள ஒரு ஊரில் இறந்துவிடுவேனோ என அஞ்சினேன். இப்போதோ என் மகளே அங்கு உயிருக்குப் போராடிக் கொண்டிருக்கிறாள்."

புர்ஹான் ஸென்மெஸ்

ஈரானுக்குச் செல்வதாய் அஸீத்தாவிடம் நான் சொல்லவில்லை. அதற்கு இன்னும் நேரமிருந்தது.

“அதிர்ஷ்டப் புத்தகத்திலிருந்து சமீபத்தில் ஏதாவது சொன்னீர்களா?” என்று கேட்டேன்.

அவள் அமைதியாக இருந்தாள். சிறிதுநேர இடைவெளிக்குப் பிறகு, “இல்லை, சொல்லவில்லை. எனது கணவனைக் கைதுசெய்தபின் புத்தகத்திலிருந்து அதிர்ஷ்டம் சொல்வதற்கு அஞ்சினேன்; அதுபோன்ற அச்சத்தை ஒருபோதும் இனி உணர மாட்டேன்.”

“பிறந்த நாள் பரிசாக நான் உங்களுக்கு அளித்த புத்தகத்தை வாசிக்க முயற்சி செய்யுங்கள்” என்றேன்.

“நல்ல வேளை நினைவூட்டினாய், பிறந்த நாள் அன்பளிப்பிற்கு மீண்டும் உனக்கு நன்றி.”

“நல்லது. அது உங்களுக்குப் பிடித்திருக்கிறதா?”

“பிடித்திருக்கிறது என வெறுமனே கூற மாட்டேன், திகைத்துப்போனேன் என்று சொல்வதே சரி.”

“ஏன்?”

“அந்தப் புத்தகத்தை அலங்கரிக்க நீ மிகவும் பிரயாசைப்பட்டிருக்கிறாய். ஒவ்வொரு பக்கத்திலும் வெவ்வேறு பூவை வைத்து ஒட்டியிருக்கிறாய்.”

“இங்கிலாந்தில் முதன்முதலாய் வாங்கிய கவிதைப் புத்தகம் அது. பூங்காக்களிலிருந்து எடுத்துச் சேர்த்த சிறிய மலர்களை உலரச் செய்து ஒவ்வொரு பக்கத்தின் முனையிலும் ஒரு மலரை ஒட்டினேன்.”

“இந்தப் புத்தகத்தைப் பெற வேண்டிய நபர் நான்தானா? எனக்குத் தெரியவில்லை” என்றாள்.

“என் மனத்தின் குரலுக்குக் கீழ்ப்படிந்தேன். அதிர்ஷ்டத்தைக் கூறும்போது எந்தப் பக்கம் என்று பார்ப்பது முக்கியமில்லை. எந்தப் பக்கத்திலும் நீங்கள் ஒரு பூவைக் காண்பீர்கள்” என்றேன்.

சிறிது நேரம் பேசாதிருந்தோம்.

கைப்பேசி அழைப்பாக ஒரு பாடல் ஒலித்ததைக் கேட்டோம்.

“அந்தப் பாடல் எங்கு கிடைத்தது?” என்று கேட்டாள்.

“எந்தப் பாடல்?” என்றேன்.

“ஹேஜ்ரத். என் கைப்பேசியின் முனையிலிருந்து அதனைக் கேட்க முடிகிறது” என்றாள்.

ஒரு கணம் பேசாதிருந்தேன். சிடி ப்ளேயரை எப்போது இயக்கினேன் என்று ஞாபகத்தில் இல்லை. “ஃபெரூஸ்ஸா எனக்கு அதைக் கொடுத்தாள்” என்றேன்.

“ப்ரானி டாவோ …”

“ம் … சொல்லுங்கள்.”

“சோகமான பாடல்களை நீ கேட்கக் கூடாது” என்றாள்.

“சரி. நான் கேட்க மாட்டேன்” என்றேன்.

நான் தலையைத் தாழ்த்தினேன். கைப்பேசி இன்னும் என் கையில் இருந்தது.

“நீ பொறுமைசாலியா ?”

“விஷயங்கள் எப்படி முடிவுக்கு வரும் என்பதை முன்பே அறிந்து கொண்டால் நான் பொறுமைசாலி. ஆனால் நிச்சயமின்மை, காலத்தை விடவும் பாரமாய் அழுத்துகிறது” என்றேன்.

“ப்ரானி டாவோ …”

என் பெயரை அஸீத்தா உச்சரிக்கையில் என் மனம் அமைதியடைகிறது.

“ஃபெரூஸ்ஸாவை எந்த அளவு நீ மாற்றியுள்ளாய் என்று உனக்குத் தெரியுமா ?” என்றாள்.

“தெரியாது” என்றேன்.

“தனது சகோதரி புறப்பட்டுச் சென்ற பின் ரகசியங்களின் புத்தகத்தை ஃபெரூஸ்ஸா மீண்டும் தொடவில்லை. கவிதை மீது நம்பிக்கையை இழந்தாள். இரு வாரங்களுக்கும் முன்பு அவள் உன்னைச் சந்தித்தாள். அவளுக்குக் கொடுத்திருந்த ரோஜா வடிவமைப்பிலான புத்தகத்தை அலமாரியிலிருந்து வெளியே எடுத்து ஒவ்வொரு நாளும் தன்னுடன் வெளியே கொண்டுபோகத் தொடங்கிவிட்டாள்.”

தலையை உயர்த்திச் சன்னலின் வழியே வானத்தைப் பார்த்தேன். நட்சத்திரங்கள் பிரகாசித்தன.

15

ஹக்கோ

மக்களே மக்களுக்குப் பாதுகாப்பு

டாட்டர் கிராமத்திற்கு வந்த நாளன்று கேவே – ஹக்கோவின் வீட்டிலிருந்தவர்கள் நடு இரவில் வீட்டை விட்டுச் சென்றனர். கரடி தாக்கிய பெண்ணின் இரு மகள்களையும் தேடிச் சிலர் வெளியே சென்றனர். மின்னலால் என் தந்தை தாக்கப்பட்டதைக் கேள்விப்பட்ட வேறு சிலர் தெற்கே மலையுச்சிக்குச் சென்றனர். யாருமே இல்லாமல் திடீரென வீடுகள் காலியாகிவிட்டிருந்தன. இளம் பெண்கள், சிறார்கள், முதியோர் தவிர அந்தக் கிராமத்தில் வேறு யாருமில்லை.

விருந்தினரை வழியனுப்பிய பின் ஹக்கோ கொஞ்சம் புகையிலையைத் தாளில் வைத்துச் சுருட்டிக்கொண்டு வீட்டின் முன்வாசல் கதவருகே அமர்ந்தார். ஆப்பிள் மரக் கிளையில் மீண்டும் வந்தமர்ந்த ஒற்றைப் பறவை இருளில் க்றீச் க்றீச்சென ஒலி எழுப்பிற்று. ஒரு குழந்தையைப் போல சுறுசுறுப்பாகவும் ஆனந்தமாயும் நீரூற்று பீறிட்டவாறு வடிந்தது. படுக்கையை விரித்த கேவே கதவருகே சென்றாள். அங்கே ஹக்கோ தரையில் சரிந்துகிடந்ததைக் கண்டதும் பீதியடைந்து அப்போது பத்து வயதுச் சிறுமியாக இருந்த என் அம்மாவை அழைத்தாள். அவர்கள் ஹக்கோவைப் படுக்கைக்குத் தூக்கிச் சென்று அவர் முகத்தில் நீர் தெளித்தார்கள். அவர் கண்களைத் திறந்து கேவேயைப் பார்த்தார். "நீ மட்டும் தனியாகக் கஷ்டப்படக் கூடாது என்பதற்காக உனக்குப் பிறகே சாக நினைத்தேன்" என்றார்.

கிராமத்திற்கு வந்தபோது மிக வயதானவராக இருந்த ஹக்கோ பள்ளிவாசலில் இமாமாக வேலை செய்யத் தொடங்கினார். தன்னைக் கணவனாக ஏற்றுக்கொள்ளச் சம்மதமாவென ஒருநாள் கேவேயிடம் கேட்டார் ஹக்கோ. கேவே அவரின் நீண்ட வெள்ளை முடியைப் பார்த்தாள். ஆப்பிள் மரத்தடியில் அமர்ந்திருந்த அவள், தன் கையில் வைத்திருந்த ஆப்பிள் பழத்தைத்துண்டாக உடைத்து அவரிடம் கொடுத்தாள். பின்னர் தனது கடந்த காலத்தை ஹக்கோ விவரிக்கத் தொடங்கினார்.

"கத்திகளைச் சாணை பிடிப்பதற்காக நானும் என் தந்தையும் கிராமம் கிராமமாகப் பயணம் செய்வது வழக்கம்; எங்களுக்கெனக் குதிரைகளை வைத்திருந்தோம். போகுமிடமெல்லாம் அவை எங்களுடன் வந்தன. பறவை மனிதன் ஒருவனுக்குப் பறவைகள் எப்படியோ, காதல்கொண்ட ஒருவனுக்குத் தன் அருமைக் காதலி எப்படியோ அந்த அளவு நேசத்துடன் தன் கறுப்புக் குதிரைகளைப் போற்றிவந்தார் என் தந்தை. கூர்மங்கிய கத்திகளைச் சாணைக் கல்லில் தீட்டுவார்; தன்னைச் சுற்றிக் கூடியிருப்பவர்கள் ஒவ்வொருவருக்கும் குதிரைகளின் கதை கூறி மகிழச் செய்வார். என் தலைமுடியைத் தொடுகையில் ஏதோ குதிரைகளின் பிடரி மயிரை அவர் தடவுவதுபோல் இருக்கும். அகன்ற புல்வெளியில் குதிரைகளைச் சுதந்திரமாக விட்டுவிடும்படி அவர் இறப்பதற்கு முன் என்னிடம் கூறினார். என் தந்தை இறந்த கிராமத்திலேயே திருமணம்செய்துகொண்டேன், அங்கேயே இமாமாக வேலை செய்யத் தொடங்கினேன். பாசம்கொண்ட தந்தையாக என்னைத் தயார்செய்துகொண்டேன். ஆனால் எனக்குக் குழந்தை பிறக்கவில்லை. என் மனைவியும் நானும் பல ஆண்டுகள் தனியாக வாழ்ந்தோம். என் மனைவி இறந்தபின் கறுப்புக் குதிரைகளைச் சேகரிப்பது, கிராமம் கிராமமாகப் பயணம் செய்து கத்திகளுக்குச் சாணை பிடிப்பது என என் தந்தையின் வழியைப் பின்பற்றினேன். குளிர்காலம் கோடைகாலம் எனக் களைப்புடன் நடந்து சோர்ந்திருந்த ஒருநாளில் மங்கல் மலையில் ஃபெர்மெனைச் சந்தித்தேன். நான் தளர்ந்துவிட்டதாக உணர்ந்தேன். வழக்கம்போல் என் கைகள் வலுவாக இல்லை. கத்திகளைச் சாணை பிடிக்கையில் அடிக்கடி விரல்களை வெட்டிக்கொண்டேன். எங்கு புதைக்கப்படவிருக்கிறேனோ அந்த மண்ணில் இனி அமைதியாக ஓய்வெடுத்துக்கொள்வதே நல்லது. இந்தக் கிராமத்திலுள்ள பள்ளிவாசலில் இமாமாக வேலை செய்ய வேண்டுமென ஃபெர்மென் என்னிடம் கூறினார். குதிரைகளைத் தரிசுநிலத்தில் விட்டுவிடுவதாகவும் அவற்றைத் தானே கவனித்துக்கொள்வதாகவும் உறுதி அளித்தார்."

கதிரடிக்கும் தரையில் தனியே சிதறிக் கிடக்கும் தானிய மணிகளின் மதிப்பை உணர்ந்த பறவைகள்போலக் கணவன் மனைவியாய்ச் சேர்ந்து வாழும் மதிப்பை உணர்ந்த ஹக்கோவும் கேவேயும் ஒருவரையொருவர் கவனித்துப் பேணிக்கொண்டார்கள். வாழ்க்கை, அமைதியாக ஓடும் ஆறு. வயதான அந்த இருவரும் காலையில் சேர்ந்தே கண் விழித்தார்கள், தங்களின் சிறிய தோட்டத்தில் சேர்ந்தே வேலை செய்தார்கள். இன்றிருந்த ஆகாயம் அடுத்த நாள் இல்லை. ஒருவர் நோயினால் துன்புற்றபோது அதனை எதிர்க்கும் சக்தியைத் தங்கள் இருவரின் வாழ்விலிருந்தே அவர்கள் பெற்றுக்கொண்டார்கள். உறக்கம் வராத சமயங்களில் இருவரும் சேர்ந்தே நீண்ட நேரம் இருளை வெறித்தவாறிருந்தார்கள். மனிதர்களுக்கான மிகச் சிறந்த புகலிடம் மனிதர்கள்தாம். ஆப்பிள் மரத்தடியில் அமர்ந்து மகிழ்வான தேவதைக் கதைகளைச் சிறுமியான என் அம்மாவிடம் அவர்கள் சொன்னார்கள்.

ஹக்கோ, கேவே இருவரின் மகிழ்ச்சியையும் என் அம்மாவும் பகிர்ந்து கொண்டாள். குளிர்ந்த இரவுகளில் அவர்கள் இருவரின் மூச்சுக் காற்றும் என் அம்மாவைக் கதகதப்பாக இருக்கச் செய்தது. சில சமயங்களில் என் அம்மா

அவர்கள் இருவரையும் ஏதோ யாருமற்ற அனாதைகளைப் போலக் கருதித் தனது சிறிய கரங்களால் ஆதரவாக அவர்களை அணைத்துக் கொள்வாள். உறங்கும்போது வியர்வையில் நனைந்த அவர்களின் தலை முடியைத் தூக்கத்தில் வருடுவாள். ஒவ்வொரு குழந்தையும் இந்த உலகைத் தன் தோளில் சுமக்கத் தன்னைத் தயார்செய்துகொள்கிறது; எனது அம்மா ஒரே நேரத்தில் (தனது பெற்றோராகிய) இரு உலகங்களுக்கும் பொறுப்பேற்றுக்கொண்டாள்.

அன்று இரவு ஹக்கோ நிலைகுலைந்து தரையில் விழுந்தார். இந்த உலகிலிருந்து விடைபெற்றுச் செல்லும் ஒரு நல்ல மனிதனைப் போல அவர் முகம் பதற்றத்திலிருந்து விடுபட்டு ஆசுவாசம் கொண்டிருந்தது. அவர் மூச்சை ஆழமாக இழுத்தார். தன் மூன்றுவயதில் கடைசியாகப் பார்த்த அவரின் தாய் அப்போது கண்முன் தோன்றினாள். சாவு மோசமான விஷயம் அல்ல என்று புரிந்துகொண்டார். மிகப் பழைய அரவைக் கல் சுற்றுவதுபோலக் களைப்புடனும் சோர்வுடனும் அவர் பேசினார்.

"கறுப்புக் குதிரைகள் வெகுதொலைவிலிருந்து வந்து கொண்டிருக் கின்றன."

கேவே ஹக்கோவின் கண்களை மூடி மெல்லிய மெத்தைப் போர்வையால் அவர் முகத்தை மூடினாள். சுவரில் தொங்கிக்கொண்டிருந்த பையிலிருந்து குர்ஆனை வெளியே எடுத்து அதனை ஹக்கோவின் தலைமாட்டில் வைத்தார். திறந்திருந்த கதவு வழியே மணற்காற்று வீசியது. நிற்காமல் ஓடிக்கொண்டிருக்கும் ஆற்றினைப் போலத் தனது வாழ்க்கை கண் முன்னால் நிரந்தரமாக ஓடிக்கொண்டிருப்பதாக உணர்ந்தாள். வாழ்வில் அவள் எதிர்கொண்ட சாவுகள் அதிகம். அவற்றின் எண்ணிக்கையையே மறந்திருந்தாள். நம்பிக்கையை முழுவதுமாக இழந்த நிலையில் துயரத்துடன் தரையில் அமர்ந்திருந்த சிறுமியான என் அம்மாவை கேவே பார்த்தாள். இந்த உலகில் வேறுவிதமான தனிமையை ஒரு சிறிய பெண் குழந்தை அனுபவித்துக்கொண்டிருப்பதைக் கண்டாள். சாவு எனும் கொடும் துன்பத்தை அவள் பார்க்கக் கூடாது; அதிலிருந்து அவளை விலகி இருக்கச் செய்வதற்காக நீரூற்றுக்குப் போய் முகம் கழுவித் தண்ணீர் கொண்டுவரும்படி அவளிடம் கூறினாள்.

என் அம்மா இருளில் வெளியே சென்றாள். நட்சத்திரங்கள் நிரம்பிய வானத்தைப் பார்த்தாள். வெறுங்காலில் மெல்ல நடந்தாள். இரவில் அந்த நிலம் சந்ததிகளை உருவாக்கும் வளமான தாயை விடவும் பசித்த குழந்தையாகவே அது அதிகமும் இருந்ததென நினைத்தாள். ஆப்பிள் மரத்திற்குச் சென்று மவுனமாக அழுதாள். கிளைகளில் காத்திருந்த பறவைகளைத் திடுக்குறச் செய்யாது தாழ்வாய்த் தொங்கிக்கொண்டிருந்த ஒரு மரக் கிளையில் சத்தம் வராமல் ஒரு துணியைக் கட்டினாள். நீரூற்றின் குளுமையான நீருக்கடியில் தலையை வைத்தாள். தொன்மையான ரோமானிய எழுத்துக்கள் பொறிக்கப்பட்ட கல்லில் அமர்ந்து மனதார அழுது தீர்த்தாள். "மழையின்றிச் சூரிய வெப்பத்தை உணர முடியாது, குளிர்காலமில்லாமல் வசந்தத்தை உணர முடியாது" என்ற பாடல் அவள் நினைவுக்கு வந்தது. இறப்பு இல்லாமல் வாழ்வின் மதிப்பு தெரிவதில்லை. கவி கூறுவது போல:

பாவங்களும் அப்பாவிகளும்

காதலிப்பதும் சேர்ந்து உறங்குவதும்
ஆனந்தம்.
ஒவ்வொரு காதலரும் இதனை ஏற்கிறார்.
வாழ்வின் வசீகரம்தான் சாவு.
வாழ்வின் வசீகரம்தான் சாவு.

பல ஆண்டுகளாய்த் தனியாக அலைந்து திரிந்த ஃபெர்மென், ஹக்கோவின் கறுப்புக் குதிரைகளை வளர்ப்பதாக ஒப்புக்கொண்டபின் ஒரு கணம் ஹேம்னா சமவெளியின் இந்தப் புறமும் அடுத்த கணம் மறு புறமுமாகக் காற்றைப் போல அலைந்தான். மலைகள் முழுவதும் பயணம் செய்தான். ஆட்டிடையர்களுடன் அளவளாவி அக்கம்பக்கத்து ஊர் நடப்புக்களைத் தெரிந்துகொண்டான். சாம்பல்நிறக் கரடி ஒளிந்த இடமான பள்ளத்தாக்கிற்கு வந்தபோது அவன் கரடிகளின் காவல் தெய்வமானான். பயணிகளின் கூண்டு வண்டிகளையோ இடையர்களையோ அந்த இடத்திற்கு வர அனுமதிக்கவில்லை. அவ்வப்போது அவனை உரசிக் கொண்டிருந்த படை வீரர்கள் இப்போது பின்தொடர்வதில்லை. பொது மன்னிப்பு அறிவித்தபின் அவர்கள் அவனைத் தனியே விட்டுவிட்டார்கள்.

கிராமத்தில் காலம் உறைந்திருந்ததாக ஃபெர்மன் கருதினான். பதினாறு ஆண்டுகளுக்கு முன்பிருந்த காலகட்டத்திலேயே வாழ்க்கை ஸ்தம்பித்து நின்றிருந்ததெனவும் கிராமத்திற்கு வந்திருந்தால், பதினாறு ஆண்டுகளுக்கு முன்பு தனது சகோதரர்களைத் துப்பாக்கியால் சுட்ட அந்தக் குளிர்கால இரவைப் போல பனி இன்னும் அங்கு பெய்துகொண்டிருப்பதை அவன் பார்த்திருப்பான். அந்தத் தருணத்தில் மட்டுமீறிய தனது கோபத்தை வெளிப்படுத்தாமல் துப்பாக்கியை யார்மீதும் குறிவைக்காமல் அவன் இருந்திருக்க வேண்டும் என நினைத்தான். அந்தத் தரிசு நிலத்தில் தனியாக இறப்பதற்குத் தயாராக இருந்தான்.

விதியை ஏற்றுக்கொள்ளும் ஒருவன் சாவின் கணத்தைத் தவிர, வேறு எதற்காகவும் காத்திருக்க வேண்டாம். ஃபெர்மென் தனக்காகத் தானே ஒரு புதைகுழி வெட்டிக்கொண்டான். அதற்கருகே நெருப்பு மூட்டி நாட்டுப்புறப் பாடல்களைப் பாடினான். யாரையும் பொருட்படுத்தாமல் அவன் அங்கே தனிமைக்குப் பழகியிருந்ததால் இவ்விதம் முட்டாள்தனமாக நடந்துகொள்வது அவனுக்கு ஆறுதல் தந்திருக்கலாம். புகைப்படம் எடுக்கும் டாட்டரைச் சந்திக்கும்வரை இவ்விதமாக வாழ்ந்துவந்தான். ஆனால் விதி எனும் தோட்டத்தின் கதவு அப்போதும் சாத்தப்படவில்லை. டாட்டர் தந்த புகைப்படங்களைப் பார்த்த அன்று ஃபெர்மென் சஞ்சலமடைந்தான். அவன் மன ஆழத்திலிருந்த பாசிபடர்ந்த கல் ஒன்று திடீரென விரிசல் விட்டதாக உணர்ந்தான். கை தவறிக் கீழே விழுந்துவிடும் நிலையிலிருந்த கண்ணாடியைப் பிடிப்பதுபோல அஷ்யாவின் புகைப்படத்தைத் தனது மெலிந்த விரல்களுக்கிடையே பிடித்தான். அவள் முகத்தைப் புகைப்படத்தில் பார்த்தபோது தனது நினைவே அவனுக்கு வந்தது. சில சமயங்களில் மனித மனதிற்குத் தனது பிரதி பிம்பம் தேவையாக இருந்தது. இந்தத் தரிசு நிலத்திற்கு வந்ததிலிருந்து முதன்முறையாக அதுபோன்ற கண்ணாடியை ஃபெர்மென் பார்த்தான்.

கரடி தாக்கிய பெண்மணியின் இரட்டையரான சிறுமிகளைத் திடீரெனப் பார்த்ததும் ஃபெர்மென் திடுக்கிடவில்லை. ஏதோ ஆண்டாண்டு கால நீண்ட உறக்கத்திலிருந்து அப்போதுதான் விழித்ததுபோல உணர்ந்தான். அந்தச் சிறுமிகளைக் கறுப்புக் குதிரைமீது சவாரி செய்ய அனுமதித்தான். அவர்களுடன் சேர்ந்து மலைக் குன்றுகளைச் சுற்றி வந்தான். அவர்களை ஏதோ பெரியவர்களாகக் கருதி அவர்களுக்காகச் சிகரெட்டுகளைச் சுருட்டினான். "நீங்கள் யார்?" எனக் கேட்டபோது இரட்டையரான அந்தச் சிறுமிகள் வெடித்துச் சிரித்துத் தங்களின் கைகளை மாலையாய் அவன் கழுத்தைச் சுற்றிப் போட்டுக் கொண்டார்கள். நாங்கள் அஷ்யாவின் நம்பிக்கைக்குரியவர் என்று கூறினார்கள். பயணிகளையோ விவேகமான ஆட்டிடையனையோ ஆண்டாண்டுகளாய் ஒருபோதும் பொருட்படுத்தியிராத ஃபெர்மென், அப்போது சந்தித்த அந்தச் சிறுமிகளை நம்பினான், தனக்காகத் தோண்டிய புதைகுழிக்கு அவர்களை அழைத்துச் சென்று அங்கே நெருப்பு மூட்டினான். தான் இறந்தால் அந்தப் புதைகுழிக்குள் புதைக்க வேண்டுமென அவர்களிடம் சொன்னான். "கவலைப்படாதீர்கள். உங்களை இங்கேயே புதைப்போம். சமாதியைச் சுற்றி நடனமாடுவோம்" என அந்தச் சிறுமிகள் கூறினார்கள். பின்னர் தங்கள் தலைமுடியைப் பக்கவாட்டில் ஆட்டியவாறு கைகளைக் காற்றில் அசைத்துப் புதைகுழியைச் சுற்றி நடனமாடினார்கள். இரவில் ஆட்டிடையர்களின் முன்னால் தோன்றும் தேவதைகள்போல அவர்கள் மகிழ்ச்சியாக இருந்தார்கள். ஃபெர்மெனும் சிரித்தான். களைப்படையும்வரை அவர்களுடன் கைகோத்து நடனமாடினான். அவனுக்கு மூச்சு முட்டியது, வியர்வையில் முழுக்கவும் நனைந்தான். தரையில் கால் நீட்டிப் படுத்தான். தலைக்கு மேல் வானில் எரிமீன்களை நீண்ட நேரம் கூர்ந்து பார்த்தான். அஷ்யாவைப் பற்றி அந்தச் சிறுமிகள் அவனிடம் பேசினார்கள். அஷ்யாவும் இவ்விதம் புதைகுழிகளுக்கருகே இரவில் படுத்து எரிமீன்களை நீண்ட நேரம் பார்த்தவாறு கனவு காண்பாள் என்று அவனிடம் கூறினார்கள். பின்னர் விளையாடத் தொடங்கினார்கள். அந்த ஆட்டம் வித்தியாசமாக இருந்தது. ஒரு சிறுமி தன்னையே அஷ்யா போலப் பாவித்துக் கூச்சலிட, மற்றவள் குதிரை ஏற்றத்தில் திறமையுடைய ஒருவனைப் போல, ஃபெர்மெனாக நடித்து அவளைச் சுற்றி வந்தாள். இந்தச் சிறுமிகளும் அஷ்யாவும் தன்னைப் போலிருப்பதாக ஃபெர்மென் புரிந்துகொண்டான்.

முழு நிலா வானில் மேலே ஏறிக்கொண்டிருந்தது. "வாருங்கள் போகலாம்" என அந்தச் சிறுமிகள் அவனை அழைத்தார்கள்.

"எங்கே?" என்று ஃபெர்மென் கேட்டான்.

"எங்கேயா? அஷ்யாவிடம்தான்."

அந்தக் கணத்தில் வானத்தில் இடியோசை கேட்டது. தெற்கே மின்னலடித்தது. மிகத் தெளிவாக இருந்த அந்த இரவுக்கு என்ன நேர்ந்ததென அவர்களுக்கு விளங்கவில்லை. எதிரே இருந்த மலைக் குன்றில் ஆடுகளைக் காவல் காத்துக்கொண்டிருந்த என் தந்தை மின்னலால் தாக்கப்பட்ட போது, ஃபெர்மெனும் இரட்டையர்களான அந்தச் சிறுமிகளும் எல்லையிலா வானத்தை நீண்ட நேரம் பார்த்தவாறிருந்தார்கள். பின்னர் கொழுந்து விட்டெரியும் நெருப்பை அப்படியே விட்டுவிட்டுக் கறுப்புக் குதிரைகளின் மீதேறி, இருளில் பாய்ந்து சென்றனர்.

16

அவள்

வாழ்வின் மரம்

ரயில் நிலையத்திலிருந்து ரயில் புறப்பட்டது. எனக்கு எதிரே இருந்த இளம் பெண்ணைப் பார்த்தேன். டால்ஸ்டாய் கூறியது நினைவுக்கு வந்தது: மகிழ்ச்சியான அனைவரும் ஒரே மாதிரியாக இருக்கிறார்கள்; மகிழ்ச்சியற்ற ஒவ்வொருவரும் தத்தம் வழியில் மகிழ்ச்சியில்லாமல் இருக்கிறார்கள்.

ஏதோ குளிரடித்ததை உணர்ந்தாற்போல தேநீர்க் குவளையைத் தன் கைகளில் கவனமாகப் பிடித்திருந்த அந்த இளம்பெண் ஓரக் கண்ணால் என்னைப் பார்த்தாள்.

ரகசியம் எதையும் வெளிப்படுத்தாத அவள் முகத்தின் ஒரு பகுதியில் அவளின் மகிழ்ச்சியின்மை ஒளிந்திருந்தது. அவள் காதலன் யாரையோ திருமணம் செய்திருந்தான். அவனால் ஒரு மாதக் கர்ப்பிணியான விஷயத்தை அந்தக் காதலனிடம் அவள் கூறவில்லை.

அவள் தேநீர் குடித்துக்கொண்டிருப்பது தூங்காமல் கண் விழித்திருப்பதற்கு அல்ல, தனது துயரத்தை மறைப்பதற்கு.

அவள் அழகில் ஒருவிதத் துயரம் இருந்தது.

பயணத்தின்போது முன்பின் தெரியாதவர்களை இவ்விதம் உற்றுப் பார்த்து அவதானிப்பதும், அவர்களின் வாழ்க்கைக் கதைகளைக் கற்பனை செய்து வேடிக்கையாக எனக்கு நானே விளையாடுவதும் எனக்குப் பிடித்தமான ஆட்டம்.

அன்றைய தினத்தின் சூரிய வெளிச்சம் அப்போது பரவத் தொடங்கிற்று.

மொழிபெயர்த்துக் கூறும் வேலை தொடர்பாக லண்டனிலிருந்து 160 கி.மீ. தொலைவிலுள்ள நார்விச் நகருக்குச் சென்றுகொண்டிருந்தேன். பல்கலைக்கழக மருத்துவமனையில் ஒருவருக்குச் சிறுநீரக மாற்று அறுவை சிகிச்சை செய்யப்பட இருந்தது. இரண்டுமணிநேரத்தில் நான் அங்கு இருக்க வேண்டும்.

முந்தைய நாள் சலிப்பின் அறிகுறிகள் அதிகாலை ரயில் பயணிகளிடம் அப்போதும் இருந்தன. அவர்கள் மருத்துவமனைப் பணியாளரோ, பல்கலைக் கழக மாணவரோ, வணிக நிறுவன மேலாளரோ அல்ல; முந்திய தினத் துயரங்களை மறக்க விரும்பும் மகிழ்ச்சியற்ற மனிதர்கள். மகிழ்ச்சியான மனிதர்கள் அனைவரும் ஒன்றுபோல இருந்தார்கள்.

ஃபெரூஸ்ஸா ஈரானுக்குச் சென்று மூன்று வாரங்கள் ஆகியிருந்தன. அவள் திரும்பி வருவாளா இல்லையா என்பது பற்றி எதுவும் எனக்குத் தெரியாது. அஸீத்தாவிற்கும் தெரியாது.

லண்டனிலிருந்து அஸீத்தா திரும்பினாள். அவளைப் பார்க்கச் சென்றேன்.

ஸ்டெல்லா மருத்துவமனையிலிருந்து திரும்பினாள். அவளுக்கு உதவி செய்ய அவளின் பழம்பொருள் விற்பனைக் கூடத்திற்குப் பல முறை சென்றேன்.

ஓ'ஹாராவை மீண்டும் பார்க்கவில்லை. சந்தையிலிருந்த அவர்களின் கடையிலிருந்து ஒரு ரொட்டியை நேற்று வாங்கியிருந்தேன். நான் எதிர்பார்த்துக்கொண்டிருந்த பார்சல் அடுத்த வாரத்தில் நிச்சயம் வந்துவிடுமென அவன் தந்தை என்னிடம் சொன்னார்.

நேரமாகிக்கொண்டிருந்தது.

விமானப் பயணத்திற்கான டிக்கெட் பற்றி விசாரிக்க வேண்டும். நான் ஈரானுக்குச் செல்வதை அஸீத்தாவிடம் சொல்ல வேண்டும்.

ஃபெரூஸ்ஸாவிடமிருந்து செய்தி ஏதும் இல்லை. நிச்சயமற்ற நிலை காலத்தை விடவும் பாரமாக அழுத்திற்று.

ஒரு மாதத்திற்கும் முன்புதான் இந்தச் சிறிய நகரில் என் வாழ்வைத் தொடங்கினேன். எனினும் நீண்ட காலத்திற்கு முன்னரே மலை உச்சியிலிருந்து விழுந்த கல்போல இங்கே இருந்து வருவதாக உணர்கிறேன்.

சென்ற ஆண்டு வாரத்தில் மூன்று தடவை மயங்கி விழுந்தேன். அந்தச் சாதனையை இப்போது நானே முறியடித்திருந்தேன். எனினும் அதற்காக அதிகமும் வருந்தவில்லை.

தனியாக இருப்பதுதான் இப்போது என்னை அதிகமும் கவலையுறச் செய்துவருகிறது.

இரவு நேரத்தில் பாதித் தூக்கத்தில் கண் விழித்து யாராவது அழைத்திருந்தார்களா எனக் கைப்பேசியைப் பார்க்கிறேன்.

இவையெல்லாம் என்ன? எனக்கு நடந்துகொண்டிருப்பது உண்மை தானா? உறுதியாக என்னால் எதுவும் சொல்ல முடியவில்லை.

எனது கடந்த காலம் திரைக்குப் பின்னால் இருக்கிறது. ஃபெரூஸ்ஸா விடம் செல்ல வேண்டும், அவளைப் பார்க்க வேண்டும். அப்போது என் எதிர் காலம், கடந்த காலம் இரண்டின் திரையையும் என்னால் விலக்க முடியும்.

பசுமை நிறைந்த வயல்களை ரயில் வேகமாகக் கடந்து சென்றது.

தூரத்து மரங்களையும் மலைக் குன்றுகளையும் பனிமூட்டம் மறைத்திருந்தது.

தலையைத் திருப்பினேன். எனக்கு எதிரே அமர்ந்திருந்த இளம் பெண் என்னைப் பார்த்துக்கொண்டிருப்பது தெரிந்தது.

என் முகத்தில் அவள் என்ன பார்க்க முடியும்?

எந்தவிதமான கண்ணாடியாக அவளுக்கு நான் இருந்தேன்?

என் கண்களைத் தாழ்த்தி அவளைப் பார்ப்பதைத் தவிர்த்தேன்..

ஒரு புத்தகத்தைப் பையிலிருந்து வெளியே எடுத்தேன். முந்தைய இரவு வரை படித்திருந்த பக்கத்தைத் திறந்தேன். மகிழ்ச்சி வேறு மன அமைதி வேறு எனவும் ஒன்றைப் பெறுவதற்காக மற்றொன்றை மனிதர்கள் சில சமயங்களில் இழக்கக்கூடும் எனவும் அந்த நூல் சொல்கிறது.

எதிரே அமர்ந்திருந்த இளம்பெண்ணிடம் இதைச் சொல்ல வேண்டும்.

ரயில் ஒரு நிலையத்தில் நின்றது.

புத்தகத்திலிருந்து தலையை உயர்த்தினேன்.

ரயில் நிலைய நடை மேடையில் கூட்ட நெரிசல். ஓர் இளம் தம்பதி, பையைத் தூக்க முடியாமல் தூக்கியவாறு வந்துகொண்டிருந்த முதிய பெண்மணி, கைப்பேசியில் பேசியவாறு சென்றுகொண்டிருந்தவன் எனப் பலரும் சன்னலைக் கடந்து சென்றுகொண்டிருந்தார்கள்.

ஏதோ உறங்கச் செல்வதுபோலக் கண்களை மூடினேன்.

சன்னலில் தலையைச் சாய்த்தேன்.

ரயில் மெல்ல நகர்ந்தது. தண்டவாளங்களில் ஓடும் ரயிலின் சத்தம் காதில் விழுந்தது.

ரயில் பயணங்கள் பெரிய நகரங்களை நினைவூட்டின. பழைய தெருக்கள், வானளாவிய கட்டடங்கள், கள்ளக் காதல் விவகாரங்கள், அரசு, அதிகாரம், அமைப்பினை வலுவிழக்கச் செய்யும் நடவடிக்கைகள், சித்திரவதை, ஆடம்பர வாழ்க்கை முறை, வறுமை ஆகியவை என் கண் முன் தோன்றி மறைந்தன.

தண்டவாளங்களில் ரயில் நகரும் ஒரே மாதிரியான சத்தத்தால் தூக்கம் வந்தது.

தூங்கியும் இருந்திருக்கலாம். சில சமயங்களில் பகல் கனவுகளையும் நிதர்சனத்தையும் பிரித்துக் கூறுவது கடினம்.

தலையை உயர்த்தினேன்.

சன்னலுக்கு வெளியே பார்த்தேன். பசுமை நிறைந்த வயல்கள், மலைக் குன்றுகள், தூரத்துக் கிராமங்கள் தெரிந்தன.

எனக்கு எதிரே இருந்த இளம்பெண் தூங்கியிருந்தாள். அவள் தலை ஒரு பக்கம் சாய்ந்திருந்தது. முன்பிருந்த கலக்கம் அவள் முகத்தில் இல்லை. பதற்றம் தணிந்திருந்தது. தூக்கத்தில் அவள் சுவாசிப்பதாகவும் தெரியவில்லை.

ரயில் நார்விச் நிலையம் சேரும்வரை அவள் கண்களைத் திறக்கவில்லை.

ரயிலிலிருந்து இறங்கும்போது என்னைப் பார்த்துப் புன்னகை செய்தாள்.

அவளின் புன்னகையைப் புரிந்துகொண்டேன். ரயில் பயணத்தில் என் முகத்தை ஆழ்ந்து பார்த்து வந்திருந்ததால் நான் 0மகிழ்ச்சியாக இல்லை என்பதை அவள் உணர்ந்துகொண்டிருப்பாள்.

கூட்டத்திலிருந்து நழுவினேன்.

மருத்துவமனைக்கு விரைந்தேன்

மதியம்வரை அறுவை சிகிச்சை நீடித்தது. சிகிச்சை வெற்றிகரமாய் நடந்து முடிந்த செய்தி கிடைக்கும் வரை நோயாளியின் உறவினரைப் போலக் கவலையுடன் மேலும் கீழுமாக நடந்தேன். மருத்துவரின் நம்பிக்கையூட்டும் கனிவான சொற்களை மொழிபெயர்த்துச் சொல்கையில் கவலை நீங்கி ஆறுதல் அடைந்தேன்.

மருத்துவமனையிலிருந்து வெளியே வரும்போது வழியிலிருந்த திறந்த வெளி காபிக் கடையில் ஒரு குவளை தேநீர் வாங்கி பெஞ்சில் அமர்ந்தேன். ரயிலில் பார்த்த அந்த இளம்பெண் இப்போது என்னருகே இருந்ததைக் கவனித்தேன்.

அவள் மகிழ்ச்சியாக இருந்தாள். காலையில் அவள் முகத்திலிருந்த விரக்தி இப்போது இல்லை. ஒரு பாடலைத் தனக்குத் தானே முணுமுணுத்தவாறும் கையில் பிடித்திருந்த மாத இதழின் வண்ணப் பக்கங்களை விரல்களால் வேகமாகத் திருப்பிக்கொண்டும் இருந்தாள்.

என் பையிலிருந்து கைப்பேசியை வெளியே எடுக்கையில் என் மேல் தேநீர் சிந்திவிடாதிருக்கச் சட்டெனா எழுந்தேன். கைப்பேசி கீழே விழுந்தது.

தரையிலிருந்து அதை எடுத்தேன். நல்லவேளை அது இயங்கிக் கொண்டிருந்தது. நிம்மதிப் பெருமூச்சு விட்டேன்.

பல குறுஞ் செய்திகள் வந்திருந்தது. ஒன்று ஃபெரூஸ்ஸாவிடமிருந்து.

“நான் கேம்ப்ரிட்ஜில் இருக்கிறேன். கைப்பேசியில் அழைக்கவும்” என்று அதில் இருந்தது.

ஃபெரூஸ்ஸா இங்கிலாந்திற்குத் திரும்பியிருந்தாள்.

அந்தச் செய்தியைப் பலமுறை வாசித்தேன். சுற்றிலும் பார்த்தேன்.

ரயிலில் அந்த இளம்பெண்ணின் கண்களைப் பார்த்தேன். அவள் மகிழ்ச்சியாக இருந்தாள். இப்போது நானும்தான்.

ஆழமாய் மூச்சை இழுத்தேன்.

வெளியே சென்று எதிரே இருந்த சுவரில் சாய்ந்தேன்.

ஃபெரூஸ்ஸாவை அழைத்தேன். கைப்பேசி ஒலிக்கும் சத்தம் கேட்டது.

“ஹலோ ஃபெரூஸ்ஸா” என்றேன்.

“ப்ரானி டாவோ ...”

அவள் குரல் வெகுதூரத்தில் ஒலிப்பதுபோலும் அதே நேரம் வெகு அருகே கேட்பதுபோலும் இருந்தது .

“நல்வரவு” என்றேன்.

“தூங்கிக்கொண்டிருக்கிறீர்களா? வீட்டில் இருக்கிறீர்களா?” என்று கேட்டாள்.

“இல்லை. நான் நார்விச்சில் மொழிபெயர்க்கும் வேலையில் இருந்தேன்” என்றேன்.

“உங்களின் கைப்பேசி அணைத்து வைக்கப்பட்டிருந்தது அதனால் தானா?” என்றாள்.

“எப்போது திரும்பி வந்தீர்கள்?”

“இன்று காலை.”

“நீங்கள் வருவதாக என்னிடம் தெரிவித்திருக்க வேண்டும்” என்றேன்.

“தெரிவிக்க முடியவில்லை. எல்லாவற்றையும் நேரில் சொல்வேன்.”

“இனிமேல் இங்கிலாந்தில்தான் நீங்கள் இருக்கப்போவதாக எடுத்துக் கொள்ளலாமா?”

“ஆம். இனி நான் இங்குதான் இருக்கப் போகிறேன்” என்றாள்.

“இன்று சந்திக்கலாமா?”

“ஆம். நீங்கள் இங்கு வரும் நேரத்தைச் சொல்ல முடியுமா?”

“ரயிலில் வந்துகொண்டிருக்கிறேன். இன்னும் இரண்டு மணிநேரத்தில் அங்கு இருப்பேன்” என்றேன்.

“எங்கு சந்திக்கலாம்?”

“புனித ஜார்ஜ் கோட்டையில். நாம் சென்ற முதல் இடம்.”

“சரி” என்றாள்.

நான் பஸ் நிறுத்தத்திற்குச் செல்லவில்லை. என்னை நோக்கி வந்து கொண்டிருந்த டாக்சியைக் கை அசைத்து அழைத்து ரயில் நிலையம் சென்றேன்.

நடைமேடைக்கு ஓடினேன்.

ரயில் அப்போது புறப்பட இருந்தது.

அமர்ந்ததும் அது புறப்பட்டது. இருக்கையில் பின்னால் சாய்ந்தேன்.

தண்டவாளத்தில் ரயில் நகரும் சத்தத்தில் ஆழ்ந்தேன்.

ஒருபோதும் மறக்க முடியாத ஒரு பயணத்தை ஒருவர் மேற்கொள்ளக் கூடும் என்றால் அது போன்ற ஒரு பயணம் எனக்கு இதுவாகவே இருக்கும்.

ஃபெரூஸ்ஸா இல்லாததால் ஏதேதோ நிகழலாமெனப் பல வாரங்களாய் என்னைச் சித்திரவதை செய்துகொண்டிருந்த பயங்கரமான எண்ணங்கள் அனைத்தும் என் மனத்திலிருந்து இப்போது அழிக்கப்பட்டுவிட்டதாய் உணர்ந்தேன்.

சன்னல்வழியாக வெளியே பார்த்தேன்.

பின் மதிய நேரத்துச் சூரிய ஒளியில் மலைக் குன்றுகளும் சிறிய நகரங்களும் பற்றி எரிந்துகொண்டிருந்தன.

வயல்வெளிகளுக்குப் பக்கவாட்டிலிருந்த மேய்ச்சல் நிலங்களில் குதிரைகள் மந்தமாய் மேய்ந்துகொண்டிருந்தன.

நகரத்திற்கு முதல்முதலாய் வரும் குழந்தையின் வியப்பும் ஆர்வமும் மேலிட வாழ்வைப் பற்றி நீண்ட நேரம் நினைத்துக்கொண்டிருந்தேன்.

நார்விச் ரயில் நிலையத்தில் கடைசியாக இறங்கிய நான் கேம்ப்ரிட்ஜ் ரயில் நிலையத்தில் முதல் ஆளாக இறங்கினேன்.

நீண்ட எட்டுவைத்து நடந்துசென்றுகொண்டிருந்தபோது, ஃபெரூஸ்ஸாவின் குரல் கேட்டது.

“ப்ரானி டாவோ...”

சுற்றிலும் பார்த்தேன்.

நடைமேடையின் மறுகோடியிலிருந்து என்னைப் பார்த்துக் கை அசைத்துக்கொண்டிருந்தாள் ஃபெரூஸ்ஸா.

பரபரப்பான கூட்ட நெரிசலினூடே நடந்தேன்.

“நல்வரவு” என்றாள்.

“மீண்டும் வருகவென்று உங்களை வரவேற்கிறேன்.”

அமைதியாய் அவளை அணைத்துக்கொண்டேன்.

பின்னர் அவள் முகத்தைப் பார்த்தேன்.

அவள் மெலிந்திருந்தாள். கண்களுக்குக் கீழ் கருவளையம்.

“உங்களின் எடை குறைந்திருக்கிறது.”

அவள் புன்னகை செய்தாள்.

“இங்கே கூட்டமாக இருக்கிறது.”

“ரயில் நிலையத்திற்கு ஏன் வந்தீர்கள்? நாம் பப்பில் சந்திப்பதாக இருந்தோமே?” என்றேன்.

“அங்கே ஒரு காலி பெஞ்ச் இருக்கிறது. ஒரு நிமிடம் உட்காரலாம்” என்றாள்.

கூட்ட நெரிசலினூடே வேகமாய் நடந்து சிறிது தள்ளியிருந்த பெஞ்சில் அமர்ந்தோம்.

மிதமான குளிர்.

கட்டடங்களின் மேற்கூரைகளுக்குப் பின்னால் சூரியன் இறங்கி இருந்தான்.

ஃபெரூஸ்ஸாவுக்கு நிச்சயமாய்க் குளிரடிக்கும் என நினைத்தேன். பையிலிருந்து கம்பளிச் சட்டையை வெளியே எடுத்து அவள் தோள்களைச் சுற்றிப் போட்டேன்.

தேவாலயத்திற்கு அருகே முதன் முதலாய் நாங்கள் சந்தித்த இரவில் எனது மேற்சட்டையை ஏற்க மறுத்த ஃபெரூஸ்ஸா இப்போது புன்னகையுடன் கம்பளிச் சட்டையை வாங்கிக்கொண்டாள்.

"ஈரானில் எல்லாம் நல்லவிதமாக இருக்கிறதா?" என்று கேட்டேன்.

"அப்படித்தான் தெரிகிறது" என்றாள்.

"ரோயா எப்படி இருக்கிறாள்?"

"நன்றாக இருக்கிறாள். உடல் நலம் தேறிவிட்டது" என்றாள்.

"நல்லது" என்றேன்.

ஃபெரூஸ்ஸா தயங்கினாள்.

"அவள் தற்கொலை செய்துகொள்ள முயன்றது உங்களுக்குத் தெரியுமா?" என்று கேட்டாள்.

"நான் யூகித்துக்கொண்டேன். அவளுக்கும் அவள் கணவனுக்குமிடையேயான அந்நியோன்யம் எப்படி இருக்கிறது?"

"நன்றாக இருக்கிறது."

ஃபெரூஸ்ஸா தும்மினாள்.

பையிலிருந்து மென்மையான உறிஞ்சு தாளை எடுத்து அவளிடம் கொடுத்தேன்.

"நீங்கள் நன்றாக இருக்கிறீர்களா?" என்றேன்.

"ஆம்" என்ற அவள், "ரோயாவுக்கும் எனக்குமிடையே இருந்த உறவுப் பாலம் முறிந்துவிட்டது. அதனைச் சரி செய்ய வேண்டும்" என்றாள்.

"இந்த முறிவு திடீரென நிகழவில்லை. அதனால் உங்களால் சரி செய்ய முடியவில்லை" என்றேன்.

"அவள் இரண்டு உலகங்களில் வாழ்கிறாள். ஒன்றில் என்னுடன், ஒன்றில் தன் கணவனுடன் என்று கருதுகிறேன்."

"ஒரு உலகில் ஈரான் மற்றதில் இங்கிலாந்து..." என்றேன்.

எதுவுமே பேசாமல் என்னைப் பார்த்தாள் ஃபெரூஸ்ஸா.

"வாழ்வை மேலும் உறுதியாகப் பற்றிக்கொள்ள ரோயா விரும்பினாள். அதனால் தற்கொலைக்கு முயன்றாள்" என்றாள்.

"இனி உங்களைப் போல வாழ்வை உறுதியாக அவள் பற்றிக்கொள்வாள் என்று நம்புகிறேன்" என்றேன்.

ஒரு கணம் எதுவும் பேசாமல் நிறுத்தினாள். பின்னர் மூச்சை ஆழமாக இழுத்தாள்.

"குழந்தைப் பருவம்வரை ஈரானில் இருந்தேன். அதன் பின் இப்போது தான் அங்குத் திரும்பிச் சென்றேன்" என்றாள்.

"அங்கே எப்படி உணர்ந்தீர்கள்?"

“எப்படி உணர்ந்தேன் என்று உங்களுக்குச் சொல்லட்டுமா? உங்களின் பாட்டி கேவேயின் ஆப்பிள் மரத்தைப் போல தெஹ்ரானில் இருக்கும் ஒரு மரத்தை இங்கேயும் வளர்க்க ஆசை.”

“கட்டாயம் செய்ய வேண்டும்” என்றேன்.

“அந்த வாய்ப்பு இந்தப் பயணத்தின் போது கிடைக்கவில்லை. அடுத்த முறை ஒரு ஆப்பிள் மரத்தைத் தேர்வு செய்து அதன் விதைகளைக் கொண்டு வந்து அவற்றை இங்கே நடுவேன்.”

நிலையத்திற்குள் ரயில் வந்தது. காத்திருந்த பயணிகள் நடை மேடையை நோக்கி நகர்ந்தார்கள்.

“எப்படி இருக்கிறீர்கள் ? என்ன செய்துகொண்டிருக்கிறீர்கள் ?” என்று ஃபெரூஸ்ஸா கேட்டாள்.

“எல்லாம் வழக்கம்போலவே. இப்போதெல்லாம் அடிக்கடி ஸ்டெல்லாவைப் பார்க்கிறேன் என்பதுதான் வித்தியாசம்.”

“நானும் அவளைப் பார்க்கச் சென்றேன். இங்கே வருவதற்கு முன் அவளின் தொல்பொருள் விற்பனைக் கூடத்திற்குச் சென்றேன்” என்றாள்.

நான் சிரித்தேன். “முன்புபோல் இல்லை. இப்போது அந்தக் கடையில் அவள் மகிழ்ச்சியுடன் இருக்கிறாள்” என்றேன்.

“ஸ்டெல்லா ஏதோ ஒன்றை என்னிடம் காட்டினாள்” என்றாள்.

“என்ன ?”

“ஊகம் செய்யுங்கள்.”

“என் கேமரா வந்திருக்கிறதா ?”

“ஸ்டெல்லாவின் நண்பன் இன்று காலை அதை லண்டனிலிருந்து கொண்டுவந்தான்” என்றாள்.

“உண்மையாகவா ? அப்படியானால் இன்று எனக்கு நல்ல நாள்” என்றேன்.

“நல்ல கேமரா” என்றாள்.

“ஒலிம்பிக்ஸ் சிக்ஸ் மாடல்தானே ?”

“ஆம்.”

“கடைசியில் கேமரா கிடைத்துவிட்டது. எப்போதாவது இனி வீட்டிற்குப் போனால் வெறுங்கையுடன் அம்மாவிடம் போக மாட்டேன்” என்றேன்.

“கேமராவைப் பற்றிய கதையை நீங்கள் ஸ்டெல்லாவிடம் சொன்னீர்கள் இல்லையா ?”

“உங்களிடம்தான் முதலில் அதனைச் சொல்ல நினைத்தேன். அதற்கான வாய்ப்புக் கிடைக்கவில்லை” என்றேன்.

“நாம் இருவரும் நாளை ஸ்டெல்லாவைப் பார்க்கச் செல்லலாமா ?” என்று கேட்டாள்.

“சரி. போகலாம்.”

"அப்படியானால் இப்போது நாம் கொஞ்சம் பேசிக்கொண்டிருக்கலாம்" என்றாள்.

"எது பற்றி?" என்றேன்.

ஃபெரூஸ்ஸா ஒன்றும் பேசாமல் விழுங்கினாள்.

"பாவங்கள்..." என்றாள்.

"எனது பாவங்கள் அனைத்தையும் நாளை என்னும் ஒரே நாளினுள் அடைத்துவிடமுடியாது" என்றேன்.

வருத்தத்துடனும் மிகுந்த சோர்வுடனும் என்னைப் பார்த்தாள்.

"நான் விளையாட்டாகச் சொல்லவில்லை" என்றாள்.

"நானும்தான்" என்றேன்.

ரயில் நிலையத்தில் சத்தம் அதிகரித்தது. ஃபெரூஸ்ஸா இருமத் தொடங்கினாள்.

பையிலிருந்து தண்ணீர் பாட்டிலை வெளியே எடுத்து அவளிடம் கொடுத்தேன்.

"அந்தப் பையில் எல்லாமே வைத்திருக்கிறீர்கள் போலிருக்கிறது" என்றாள்.

பையைத் திறந்து பார்த்தேன்.

"உள்ளே இருந்த எல்லாவற்றையும் உங்களிடம் தந்திருக்கிறேன். மிஞ்சி இருப்பது ஒரு புத்தகம் மட்டுமே" என்றேன்.

"எந்தப் புத்தகம்?"

"ஒரு நாவல்."

அதை வெளியே எடுத்தேன்.

"துருக்கி மொழியில் எழுதப்பட்ட நாவலா?" என்று கேட்டாள்.

"ஆம்" என்று பதில் கூறினேன்.

"அதன் பெயர் என்ன?"

"A Mind at Peace"

"நல்ல புத்தகமா?"

"அது முக்கியம் இல்லை" என்றேன்.

ஃபெரூஸ்ஸா பேசாமல் நிறுத்தினாள். ரயில்வே நடைமேடையின் பரபரப்பும் இரைச்சலும் தணியும்வரை காத்திருந்தாள்.

"பின் ஏன் அந்தப் புத்தகத்தை வாசிக்கிறீர்கள்?"

"நீங்கள் போவதற்கு முன்பு நான் எப்படி உணர்ந்தேன் என்பதற்கும் இப்போது எப்படி உணர்கிறேன் என்பதற்கும் இடையேயான வித்தியாசம் உங்களுக்குத் தெரியுமா?" என்றேன்.

"என்ன?"

“அதற்கான விடை இந்த நூலில் உள்ளது. அது என்னவெனத் தெரிந்து கொள்ள வேண்டுமா ?”

“கட்டாயமாகத் தெரிந்துகொள்ள வேண்டும்” என்றாள்

புத்தகத்தை அவளிடம் தந்தேன்.

“அதில் எந்தப் பக்கத்தையாவது திறந்து பாருங்கள்” என்றேன்.

ஃபெரூஸ்ஸா ஒரு பக்கத்தைத் திறந்தாள். அதிலிருந்த சொற்கள் தனக்கு ஏதோ அர்த்தத்தை உணர்த்துவதுபோல அவற்றை நுணுகி ஆராய்ந்தாள்.

பின்னர் புத்தகத்தை என்னிடம் தந்தாள்.

“உங்களுக்காக ஒரு கிராமியப் பாடல் இதில் இருக்கிறது” என்றேன்.

ஃபெரூஸ்ஸா என்னைப் பார்த்தாள்.

“எந்தப் பக்கத்தைத் திறந்தாலும் எனக்கான அதே கிராமியப் பாடல் இருக்குமா ?” என்றாள்.

“ஆம். இத்தகைய ஆட்டத்தை உங்கள் குடும்பத்திலுள்ளவர்கள் மட்டும் விளையாடுவீர்களா என்ன ?” என்றேன்.

அவள் சிரித்தாள்.

“அந்த கிராமியப் பாடல் எப்படிப்பட்டது ?”

“என் பாட்டி கேவேயின் வாழ்க்கை பற்றி உங்களிடம் சொன்னபோது அவள் பாடிய கிராமியப் பாடலை நான் குறிப்பிட்டேன். நினைவிருக்கிறதா ?”

“ஒருநாள் இரவு வயல்வெளியில் அவள் கேட்ட பாடலை உங்கள் அம்மாவிடம் பாடினாள். அதுவா இந்தப் பாடல் ?”

“நீங்கள் மறக்கவில்லை” என்றேன்.

“நான் ஏன் மறக்க வேண்டும் ?”

“அன்று அந்தப் பாடலை நீங்கள் கேட்க விரும்பினீர்கள். ஆனால் அதை அப்போது உங்களுக்கு நான் பாடவில்லை. ஒவ்வொன்றும் அதற்குரிய நல்ல நேரத்தில் நடக்கும் என்று சொல்வார்கள். நீங்கள் ஈரானுக்குச் சென்ற காலகட்டம் எனக்கு மிக மோசமானதாக இருந்தது. இப்போது அந்தப் பாடலைப் பாடுவதற்கான நேரம் வந்திருக்கிறது.”

எங்களுக்கு இடையேயிருந்த பையை எடுத்துத் தரையில் வைத்த ஃபெரூஸ்ஸா, என்னருகே நகர்ந்தாள்.

“இதற்குமுன் அந்தப் பாடலை வேறு யாருக்கும் ஒருபோதும் நான் பாடியதில்லை என உங்களிடம் கூறியிருந்தேன்” என்றேன்.

“ஆம்.”

என் கண்களுக்குள் அவள் பார்த்தாள்.

“அந்தப் பாடலுக்குப் பிறகு எனக்கு ஒரு கதையும் சொல்வீர்களா ? உங்களின் கதைகளைக் கேட்டு நீண்ட நாளாகிறது” என்றாள்.

“ஒரு ரேடியோ கதை சொல்லவா ?”

"ஆமாம் ப்ரானி டாவோ. சிறுவயதில் வழக்கமாக நீங்கள் கேட்கும் ரேடியோ கதைகளில் ஏதாவது ஒன்றைச் சொல்லுங்கள்" என்றாள்.

"சரி" என்றேன்.

"ஃபெரூஸ்ஸாவின் முழங்கால் என் முழங்காலைத் தொட்டது. அவளின் சுவாசம் என் மூச்சுக் காற்றைத் தீண்டியது.

அவள் அமைதியாகக் காத்திருந்தாள்.

கண்களை மூடிப் பாடத் தொடங்கினேன். என் தலையைப் பக்கவாட்டில் சாய்த்தேன். என் அம்மாவிடம் பாடும்போது பாட்டி கேவே வழக்கமாக இவ்விதம் செய்வதுண்டு. என் அம்மா என்னிடம் பாடும் போது இப்படித்தான் தலையைச் சாய்ப்பாள்.

மணற்காற்று அடித்தது. மரக் கிளைகள் சலசலத்தன.

காலம் ஸ்தம்பித்து நின்றது.

ப்ரானி டாவோ : "மனதிலிருக்கும் உணர்வுகளை வார்த்தையில் சொல்ல எப்போதும் நான் தயங்குவதுண்டு ஃபெரூஸ்ஸா."

ஃபெரூஸ்ஸ்ஸா : "ஏன்?"

ப்ரானி டாவோ : "நாம் இருவருமே அதனால் காயமடைவோம் என்னும் அச்சம்தான் காரணம்."

ஃபெரூஸ்ஸா : "நாம் ஏன் காயமடைய வேண்டும்?"

ப்ரானி டாவோ : "எனது அச்சத்திற்கு அடிப்படை ஏதும் இல்லாதிருக்கலாம். எனக்குத் தெரியாது."

ரயில் நிலையத்தின் கூட்ட நெரிசல் சத்தம். ஓடும் ரயிலின் கட கட ஒலி.

ஃபெரூஸ்ஸா : "என் ரகசியங்களின் புத்தகத்திலிருக்கும் உங்களின் கவிதைகளின் அதிர்ஷ்டம் பற்றி கூறியபோது நாம் இருவரும் பகிர்ந்துகொள்ளவிருக்கும் நமது எதிர்காலத்தை அதில் பார்த்தேன்."

ப்ரானி டாவோ : "நீங்கள் இதை என்னிடம் சொல்லவில்லை."

ஃபெரூஸ்ஸா : "சரியான நேரத்தில் சொல்லலாம் என நினைத்தேன்."

ப்ரானி டாவோ : "பல ஆண்டுகளுக்கு முன்பு ஒரு நாவல் வாசித்தேன். அந்த நாவலில் ஏதோ ஒரு பாத்திரமாக என்னை உணர்கிறேன்."

ஃபெரூஸ்ஸா : "எப்படிப்பட்ட நாவல் அது?

ப்ரானி டாவோ : "ஒரு பெண்மீது ஒருவன் காதல்கொள்கிறான். ஆனால் தனது உணர்வுகளை அவனால் அவளிடம் சொல்ல முடியவில்லை."

ஃபெரூஸ்ஸா	:	"தனது உணர்வுகளை ஒருபோதும் அவன் தன் வார்த்தைகளில் அவளிடம் வெளிப்படுத்தவில்லையா?"
ப்ரானி டாவோ	:	"ஒருநாள் அவன் தைரியத்தை வரவழைத்துக் கொண்டு 'என் எண்ணம் எதனை அஞ்சுகிறதோ அதை என் உணர்வு விரும்புகிறது' என்று அந்தப் பெண்ணிடம் கூறுகிறான்."
ஃபெரூஸ்ஸா	:	"அந்தப் பெண் அதற்கு என்ன செய்தாள்?"
ப்ரானி டாவோ	:	"அது முக்கியமில்லை. கடைசியில் என்னவானது என்பதுதான் முக்கியம்."

ரயில் நிலையத்தில் இரைச்சல் மேலும் அதிகமாகிறது. ஒரு ரயிலின் விசில் சத்தம்.

ஃபெரூஸ்ஸா	:	"நாவலின் இறுதியில் என்ன நடக்கிறது?"
ப்ரானி டாவோ	:	"அந்தப் பெண் தற்கொலை செய்துகொள்கிறாள்."
ஃபெரூஸ்ஸா	:	"அப்படியானால் அவள் அவனைக் காதலிக்கிறாள் என்று பொருள்."
ப்ரானி டாவோ	:	"காதலிக்கும் ஒவ்வொருவரும் இறக்கிறார் எனில் அந்த விதியிலிருந்து உங்களைக் காப்பாற்ற விரும்புகிறேன் ஃபெரூஸ்ஸா."
ஃபெரூஸ்ஸா	:	"ஒன்றும் பேசாமல் மவுனமாக இருப்பதுதான் அதற்கான வழியா?"
ப்ரானி டாவோ	:	"என் எண்ணம் எதனை அஞ்சுகிறதோ அதனை என் உணர்வு விரும்புகிறது. அது..."
ஃபெரூஸ்ஸா	:	"பேசுவதை நிறுத்துங்கள். என்னை முத்தமிடுங்கள்."
		அமைதி.
ஃபெரூஸ்ஸா	:	"இந்தக் கணத்திற்காகவே இவ்வளவு நாள் காத்திருந்தேன். மீண்டும் என்னை முத்தமிடுங்கள்."

அமைதி

தொடர்ந்து அமைதி.

கடகடவென ரயில் உருளும் சத்தம் மேலும் மேலும் தொலைவில் விலகிச் செல்கிறது.

●

30

காலச்சுவடு பப்ளிகேஷன்ஸ் (பி) லிட்.
Published by Kalachuvadu Publications (Pvt. Ltd.),
669, K.P. Road, Nagercoil 629001, India
Phone: 91-4652-278525
e-mail: publications@kalachuvadu.com

12/2022/S.No.1121, kcp 3850, 18.6 (1) ass